కఱకుం గత్తులనూరి చెంచులపయిం గాల్ద్రిప్ర
త్తుఱ ద్రావించిన వేంకటాద్రి విభుఁ డెంతో
చ్చఱసిడ్డై రిపుగుండె కాలమయి స్వేచ్ఛం
బరిపాలించె నశేషదాన కలనావ్యాపార పా

—క వి

శ్రీ భావనారాయణ స్వా
దేవస్థానము-పొన్నూరు
గుంటూరుజిల్లా, ఆంధ్ర

ఆభాషణము

భావములు, విషయ సమీకరణములు కలిగిన అన్ని తరగతుల మహాపురుషులను నేను శ్లాఘించెదను; అని అమెరికన్ యోగిసత్తముఁడు 'ఎమర్సన్' నుడివెను. (Emerson - "I admire great men of all classes – those who stand for facts and for thoughts") అటులనే "స్మైల్సు" అను ప్రఖ్యాత రచయిత లూథర్ - ఆధునిక జర్మనీమీఁదను, నాక్స-స్కాట్లండు మీఁదను దమ మనోభావములఁ బ్రసరింపఁజేసినట్లు మహాపురుషులు-తామున్న కాలముమీఁదను జాతిమీఁదను దమ ప్రభావమును బ్రసరింపజేయుదురని వ్రాసెను. (Smiles – "Great men stamp their mind upon the age and nation as Luther did upon modern Germany and Knox upon Scotland").

శ్రీ రాజా వేంకటాద్రినాయఁడు క్రీ.శ. 18, 19 శతాబ్దులలో ఆంధ్రజాతిపైఁ దన దివ్య భావములఁ బ్రసరింపఁజేసెను. భారతభూమిలో నీశ్వరోపాసన ప్రబలుచుండ నదేకాలములో యూరపు ఖండమున నెపోలియను జీవించియుండ నిరీశ్వరవాదము విస్తరించుచుండెను. ("It was an age when God was no longer believed") ఒక వ్యక్తియొక్క యాలోచనాశక్తి, పరాక్రమము, శారీరక, మానసిక ఆత్మబలములఁబట్టి హృదయవికాసము, బుద్ధిసంపద మున్నగువానినిబట్టి మహాపురుషుఁడగునో కాదో విజ్ఞులు తేల్చుచుందురు. నాయని కాలమున నవీనయుగలక్షణములు భారతావనిపైఁ బ్రసరింపలేదు. సర్వసంగపరిత్యాగులై హృదయాంతర్వర్తియగు పరమాత్మ నవలోకింప ననాదినుండి జ్ఞానులు వాంఛించుచుండిరి. సామాన్య మానవుల కీజ్ఞానయోగము కష్టతమమై యుండెను. అందువలన రామానుజుల వారి భక్తిప్రపత్తి యోగములు-సాన్నిధ్యము, సామీప్యము, సాలోక్యము, సాయుజ్యములను చతుర్విధముక్తులను సర్వజనుల కీఁజాలెను. దీనికి దేవాలయము లవసరమను భావముండెను. "దేహో దేవాలయః ప్రోక్తః జీవో దేవస్సనాతనః" అను నార్యోక్తి ననుసరించి మామూలు జనులంతర్దృష్టిని బలుపలేకుండుటచే మనశ్శుద్ధత కొఱకు (**Purity of mind**) దేవాలయములను, విగ్రహారాధనము నారంభించిరి. దేహమే దేవాలయము, ఇందలి జీవుఁడే పరమాత్మ యనుభావము కొందఱిలో వ్యాపింపసాగెను.

నాయఁడు పైభావముతో ననేకాలయములఁ గట్టించి కొన్నిటి మరమ్మత్తు చేయించి పూజాపురస్కారములకు ధర్మార్థముగా ననేక మాన్యక్షేత్రముల నొసంగి యజరామరుఁడాయెను. ప్రపంచ చరిత్రలో యుగయుగములు తమ దివ్యనామముల సువర్ణాక్షరములతో నిల్చునట్లు చేసికొన్న వారికేదో యొక ఘనకార్యము వెనుక నిల్చియుండవలెనని స్మైల్సు చెప్పిన వాక్యము పరమసత్యము. (Smiles – 'These men shall live in the history of world for ages because they have some thing that makes them immortal'). అంతిమదశలో నాయఁడు భక్తాగ్రేసరుఁడై చరిత్ర కెక్కఁదగిన మత సంబంధమగు ఘనకార్యము లొనర్చి

యమరజీవి యాయెను. సత్యమునకు, మతమునకు, దేశభక్తికిఁ బనిచేయు వారెల్లరు మానవకోటి కాశారేఖలుగా నుందురు; ("All who work truth, for religion, for Patriotism – are the forlorn hope of humanity"). అని ఒక ఆంగ్ల రచయిత వ్రాసెను.

ఇతఁడు సాహసోపేతుఁడు. అట్టివాఁడే యుదార స్వభావుఁడగునని పెద్దల యభిప్రాయము. ("It is the courageous man who can best afford to be generous.'") నాయని సాహసకార్యములఁగూర్చి పెక్కుచోట్లఁ బత్రికలో వివరింపఁబడినది. అంతిమ స్థితిలోఁజేసిన మహాదానములఁబట్టి యతఁడెంత దానశీలియో విదితము కాఁగలదు. బొమ్మలు గీయునపుడు చిత్రకారుఁడు వెలుఁగునీడలు సమముగ రెంటిని జూచునట్లు చరిత్రకారుఁడు సైతము మంచిచెడుల రెంటిని నిష్పక్షపాతముగ వివరింపవలెను. ఈ పద్ధతినే 'క్రామ్వెల్' అను ఆంగ్లనాయకుఁడు చెప్పెను. ("As in portraiture so in biography there must bo light and shade eromuell — "Paint me as I am" said he, warts and all") పైనిపద్ధతి ననుసరించి యీ చరిత్రను రచించితిని. కుంపిణీవారికి – హైదరాబాదు నవాబులకు జమీందారుగానుండి పనిచేసినను దన స్వాతంత్ర్యమును గించపఱచుకొనలేదు. "ఒక వ్యక్తి బానిసయైనచో మన సుకృతములో సగభాగము పోయినట్లని హోమరు వచించెను. (Homer – "Half of our virtue is torn away when a man becomes a slave.") ఇతఁడీ సూక్తిని బాటించినట్లు కాన్పించుచున్నది.

శ్రీ నాయని మరణానంతరము జగన్నాథబాబుగారును, వారిపిమ్మట లక్ష్మీపతి నాయఁడుగారును, వీరి సతీమణియగు వేంకట లక్ష్మమ్మగారును వీరిపిమ్మట వేంకట లక్ష్మీనరసింహనాయఁడుగారును, వీరి సతీమణియగు వేంకట లక్ష్మీనరసమ్మగారును వంశపరంపరగా ధర్మకర్తృత్వమును వహించిరి. ఈ మెకాలమున శ్రీ రాజా వాసిరెడ్డి హరిహరప్రసాదు బహద్దరువారు మైనరైనందున వీరి పెదమామగారైన చిలుమామిళ్ల భానుప్రసాదుగారు ధర్మకర్తృత్వమును 1916 నుండి 1926 వఱకు వహించిరి. వీరు చరిత్ర ప్రసిద్ధినందినవారు.

సీ. కులగోత్రసంపదగలిగి రాజప్రీతి
మెలఁగినట్టి చిలుమామిళ్లవారు—

అని చాటుపద్యములలో నున్నది. వీరు వాసిరెడ్డివారికి ముఖ్యబంధువులు. వీరి "హయాము" లో జరిగిన ముఖ్యకార్యములు — 1. రాజ్యలక్ష్మీ దేవాలయ నిర్మాణము 2. దక్షిణగోపుర నిర్మాణము 3. 1920లో వేదపాఠశాల సంస్థాపనము 4. సంస్కృతపాఠశాల నేర్పఱచి విద్యార్థులకుచితభోజనవసతులు గల్పించుటలయి యున్నవి. శ్రీ హరిహర ప్రసాదుదొరవారు 1926లో ధర్మకర్తృత్వపదమునందిరి. 1956 వఱకు ముప్పది సంవత్సరము లవిచ్ఛిన్నముగా దేవాలయాభివృద్ధి, తదనుబంధ సంస్థల యభివృద్ధి నొనర్చిరి. ఆంధ్ర విశ్వవిద్యాలయమువారి సంస్కృతాంధ్ర భాషల

(ఎంట్రన్సు) ప్రవేశపరీక్ష తరగతులు – 1949 సంవత్సరమునుండి భాషాప్రవీణ, సాహిత్యవిద్యాప్రవీణలతో సంపూర్ణమగు కళాశాల–1951-52–ప్రాచ్యమాధ్యమిక పాఠశాల–తద్భవనము. పిమ్మట దీనినే క్రమముగా నున్నతపాఠశాలగాఁ జేయుట– 1955 జూను 24 తేదిని గ్రంథాలయభవనము. సర్వభాషాగ్రంథ సంచయము, కళ్యాణమండపము – దేవాలయాంతర్భాగమంతయుఁ జలువరాతితోఁ గప్పడము, విద్యుద్దీపములు, తూర్పుగాలిగోపురము, సువర్ణకలశములు, విద్యార్థులవసతిగృహములు, మకర తోరణాది వివిధాలంకారములు శతాధికముగా వీరి పరిపాలనలో జరిగెను.

1956 లో శ్రీకృష్ణరాయలు భువనవిజయము జరిపినట్టు యీదేవస్థానమువారు యావదాంధ్రదేశ పండితుల రావింపఁజేసి విద్వత్కవిగోష్ఠుల, భువనవిజయమును జేయించిరి. కవిపండిత గాయకుల కుచిత సత్కారముల నొనర్చిరి.

1957 సంవత్సరమున హరిహరప్రసాదుగారి జ్యేష్ఠపుత్రులగు శ్రీ రామభాను భూపాల బహద్దరువారు ధర్మకర్తృతాపదమును స్వీకరించిరి. (1) తూర్పు గాలి గోపురము, ( ) అతిథిగృహ నిర్మాణము, (3) విద్యార్థి వసతిగృహము, (4) శ్రీశైల దేవాలయ ప్రాంగణమున $1\frac{1}{4}$ లక్షలతో శ్రీ పొన్నూరు భావనారాయణ స్వామి వారి పేరుతో రెండంతస్థుల సత్రము కట్టడము, (5) భద్రాద్రి రామాలయపునరుద్ధరణమునకు లక్ష, (6) గ్రంథాలయమునకు నూతన గ్రంథములనేకమును గూర్చుట, తత్పోషణము, (7) పుణ్యదంపతులగు శ్రీ ఉన్నవ లక్ష్మీనారాయణ, లక్ష్మీబాయమ్మ గార్లచే స్థాపింపఁబడిన శారదా నికేతనమను సంస్కృత కళాశాలకు 14 వేలు దానముగా నిచ్చి ప్రతివత్సరము తత్పోషణమునకై యించుమించు 20 వేలు వెచ్చమొనర్చి తద్భారవహనము, (8) వేంకటాద్రినాయని కాంస్య విగ్రహము తయారుచేయించుట మొదలగు బృహత్తర కార్యముల నెన్నేని ప్రస్తుత ధర్మకర్తగారి సమాదరణమున జరిగినవి.

సాహిత్యపోషణము

శ్రీ రాజా హరిహరప్రసాదుగారి కాలమున శ్రీ రాయప్రోలు లింగన సోమయాజిగారి కళ్యాణకౌముది, శ్రీ కొండవీటి వేంకటకవిగారి భావనారాయణచరిత్ర, మధ్వశ్రీ కాశీకృష్ణాచార్యులవారి గోష్ఠీవనమాహాత్మ్యము, శ్రీ వల్లా పిచ్చయ్యశాస్త్రిగారి గీతాగోవిందాదులు వీరి ద్రవ్యసాహాయ్యమున వెలువడినవి. శ్రీ రాజా రామభాను భూపాలుగారి సమయమున శ్రీ కె. రామేశము ఐ. ఏ. యస్ గారాంగ్లములో రచించిన శంకరాచార్యచరిత్రము, నాచే రచింపఁబడిన శ్రీ రాజా వేంకటాద్రి నాయని చరిత్రమును దేవాలయ ద్రవ్యసహాయమున నిర్మింపఁబడినవి. ''సప్తసంతానములలోఁ బ్రశస్తిఁగాంచి ఖిలముగాకుండునది ధాత్రికృతి'' యను సూక్తిని వీరనుసరించి యిట్టికృతుల రచింప నుత్సహించిరి. యువకులు, ఉత్సాహసంపన్నులగు వీరు సర్వసంపన్నమగు సాహిత్య, చరిత్రభావముల సర్వజన సామాన్యమున కుపయోగపడునట్లు చేయుదురుగాక. అభ్యుదయ భావోపేతులగు వీరిఁకముందు పెక్కుకార్యము లాధునిక భావసంపద కానుకూల్యముగ నొనర్పఁగలరనునాశ మాదృశులకుఁగలదు. వీరి పుత్రులుఁ చిరంజీవులగు సుధాస్వరూపుగారు తాతముత్తాతలవలె శ్రీ రాజా వాసిరెడ్డి వంశభూషణులై విరాజిల్లుదురుగాక.

ఆదాయ వ్యయములు

1935 సం॥ అక్టోబరు 5-తేదిని ఈ దేవాలయ కార్యనిర్వహణమునకు శ్రీ హరిహర ప్రసాదుబహద్దరుగారిచే మేనేజరుగా శ్రీ కాట్రగడ్డ అనంత పద్మనాభ చౌదరి గారు నియమితులైరి. ఆగర్భ శ్రీమంతులైన కాట్రగడ్డవారు నిజాము పట్టణమునుండి చెన్నపట్టణమువఱకు-వాడరేవు-మోటుపల్లి రేవులమీఁదుగా-పడవలమీఁద వ్యాపారము సాగించిరి. ఈ కుటుంబమువారు తమ స్వస్థానమగు ఇంటూరులో ఉన్నత పాఠశాలను సంస్థాపించి వారిదియగు సత్రమును, మూఁడెకరముల భూమిని, స్థలము నొసంగి తమ ధర్మతత్పరతను గనుపఱిచిరి. ప్రజాసేవాతత్పరులై కాట్రగడ్డ బసవయ్యగారు రాజకీయములఁ బ్రవేశించిరి. జమీందారులగు శ్రీ ముళ్లపూడి తిమ్మరాజుగారు కాట్రగడ్డవారి యాడుపడుచునే పెండ్లాడిరి. ఇంటూరు, నిడుఁబ్రోలు మధ్యఁదిరుగు దారిదోపిడిదొంగలను కాట్రగడ్డ శ్రీరాములుగారు మువ్వురనుచరులతోఁ గూడి రూపుమాపెను. ఈ కుటుంబములోని అనంత పద్మనాభ చౌదరిగారికిఁ బూర్వికుల సంప్రదాయములు, నైజగుణములన్నియు వంశానుగతములుగా వచ్చెను. వీరి సోదరుఁడైన కె. బి. కృష్ణగారు. అమెరికాలోని హార్వర్డు విశ్వవిద్యాలయములో చరిత్ర, ఆర్థిక, రాజకీయశాస్త్రములలో-ఎం. ఏ. పి హెచ్. డి. డిగ్రీనందిరి. ఇచట పి. హెచ్. డికిఁ బంపఁబడిన పరిశోధక వ్యాసము (Theris - 'Problem of minoritin or communal representation in India'). ఈ గ్రంథ ముద్రణము ప్రప్రథమమున లండనులో జరిగెను. "ప్లానింగు ఇనిండియా" అను గ్రంథము వీరిదే. ఇంకను అముద్రిత గ్రంథము లెన్నియేనిగలవు. ఈ మధ్య విశాలాంధ్ర ప్రచురణమువారు రెండు గ్రంథముల ముద్రించిరి. ఇట్టిధీశాలి 46 ఏటనే భారతావనికి సేవయొనర్పకే యకాలమరణము నందిరి.

ఇట్టివంశములోఁబుట్టి చిలుమామిళ్ల కోదండరామయ్యగారి కుమార్తెయగు రాజ్యలక్ష్మీదేవిగారిని చేపట్టి శ్రీ హరిహర ప్రసాదుగారికిఁ దోడియల్లుఁడై పై సత్కార్యము లన్నిటికి సమధికోత్సాహము నొసంగుచుండిరి. ఆదాయ వ్యయపట్టికను గనుఁగొనిన వీరి కార్యదక్షత తెలియఁగలదు. వీరు ప్రవేశించుతఱి దేవస్థానమునకు 12 వేలు ఋణముండెను. వీరి పటిష్ఠమగు పరిపాలనవలన సంవత్సరాదాయము 1 లక్ష 30 వేల కభివృద్ధినందెను. ప్రస్తుతము నిల్వ యైదులక్షలుగలవు. ఒంటిమిట్ట కోదండరామస్వామి దేవాలయమునకు 2 వేలు, విశాఖపట్టణము వేంకటేశ్వర దేవాలయమునకు 8 వేలు, వైకుంఠపుర దేవాలయమునకు 3 వేలు, ఆరాధన పత్రికకు 12 వేలు ఇంకను చెక్కు దానములుగలవు. సర్వజనాదరణీయమగు వీరి పరిపాలనములో లలిత కళారాధనమై వెలయుచున్నది. ఇట్టి వీరికాయురారోగ్య భాగ్యాదుల నొసంగి సత్కార్యాచరణకుఁ గడుంగడు శక్తిఁగూర్ప శ్రీ రాజ్యలక్ష్మీయుత భావనారాయణస్వామివారిని ప్రార్థించుచున్నాను.

మోపర్రు,
14—11—'63

ఇట్లు
Kodali Lakshminarayana B. A.,

కృతజ్ఞతలు

శ్రీ భావనారాయణ స్వామివారి పేర నొక ప్రాచ్యభాషా గ్రంథ ప్రచురణ మును (ఓరియంటల్ పబ్లికేషన్సు) నెలకొల్పఁ దలఁచి తగిన సన్నాహముల నొనర్చితిమి. ప్రథమ కుసుమముగా భారతీయుల కారాధ్యులై, అద్వైతమత స్థాపకులై, యాసేతు హిమాచలము ముప్పదియేండ్లలోఁ దిరిగి శతాధిక గ్రంథముల రచించి యపర శంకరులైన శంకరాచార్య చరిత్రమును వ్రాయింప నెంచితిమి. ఇంతకుముందే శ్రీ శంకరాచార్యులఁ గూర్చి మాననీయములగు వ్యాసములు పత్రికలలో వెలయించిన శ్రీ యస్. రామేశముగారు మా గుప్తికి వచ్చిరి.

శ్రీ యస్. రామేశము (యం. ఏ., ఐ. ఏ. యస్.,) గారితో మా దేవాలయ విషయము ప్రసంగాను ప్రసంగముగా మహాపురుషుల జీవితముల వ్రాయించు మా తలఁపు నెఱుక చేసితిమి. వారును సంతసించి సమ్మతిని దెలిపి జగద్గురు శంకరాచార్య జీవితచరిత్ర వ్రాసి యొసఁగెదమని సెలవిచ్చిరి మేమును సంతసించి దానిని భక్తి

పూర్వముగఁ గైకొం టిమి. అత్యంత పరిశ్ర
మము వలనఁ గలిగిన దా గ్రంథము మా దేవాల
యము మీఁదఁ గల భక్తి, యము మీఁదఁ గల వాత్స
ల్యము గలసి మాకది ప్రాప్తమయ్యెను. అది
మా దేవాలయ ప్రచరణ ప్రథమ కుసుమ మయ్యు
హలాణభాషయం దుండు టచే యావద్భారతము
ననే కాక ఖండాంతరము లందు ననన్యప్రచారమున
నున్నది. ఆ గ్రంథ రచ యితలగు పూజ్య శ్రీ యస్.
రామేశముగారికి — మా నమస్సుమాంజలి.

ఆ గ్రంథమున కావిష్కరణ మహోత్సవము చేయునపుడు సభాధ్యక్షులుగా "ఆర్ష విద్యాలంకార" కల్లూరి చంద్రమౌళిగారును, ఆవిష్కర్తగా - ఆంధ్రప్రదేశ దేవాదాయ ధర్మాదాయ శాఖాధ్యక్షులగు శ్రీ పైఁడి లక్ష్మయ్యగారును దయచేసిరి. రచయితలగు రామేశముగారి నభినందించుచు గ్రంథప్రాశస్త్యమును గొనియాడుచు మాటమాట వెంబడి యీ దేవాలయమునకే కాక మన జిల్లాలో నన్ని దేవాలయములకు మఱియు మన రాష్ట్రములోని కొన్ని దేవాలయములకు రాష్ట్రేతరములలోని సుప్రశస్త దేవాలయములకు విశేష వసతులు గల్పించిన వదాన్యశేఖరులగు శ్రీ రాజా వాసిరెడ్డి వేంకటాద్రినాయని చరిత్రము వ్రాయించిన మేలని తెలిపిరి. ఇంచుమించు మా యీ గ్రంథమునకు బీజభూతులైనవారు వీరిరువురు. అందుకతన వీరిరువురకు హృదయపూర్వక నమస్కృతములు.

ఈ కార్యమునకు మా భావనారాయణ స్వామివారి దేవాలయానువంశిక ధర్మకర్తలు శ్రీ రాజా వాసిరెడ్డి శ్రీరామభానుభూపాలు గారు ప్రాచ్య పాశ్చాత్య సాహిత్యప్రియులు, ఆదర్శచరితు లగుటచే నాఁడు శ్రీ శంకరాచార్య చరిత్రకు, నేఁడు శ్రీ రాజా వేంకటాద్రినాయని చరిత్రకు మా కోరికను మన్నించి ప్రచురణ కంగీకరించిరి. ఈ చరిత్రకు శిరోభూషణములగు శ్రీ రాజా వేంకటాద్రి నాయని సంబంధములగు రాజముద్రికాది చిహ్నముల నొసఁగి తత్ప్రతిచ్ఛాయల ముద్రించుకొను నవకాశము దయతోఁ గల్పించిరి. దేవాలయ కార్య నిర్వహణమున సమధికోత్సాహముతో సాహాయ్య మొనర్చుచున్న శ్రీ ధర్మకర్తగారికి మా హృదయ పూర్వక ధన్యవాదములు.

చరిత్ర పరిశోధకులై, నాగార్జునాచార్య చరిత్ర మొదలగు సద్గ్రంథముల రచించి సుప్రసిద్ధ విఖ్యాతి నార్జించిన శ్రీ కొడాలి లక్ష్మీనారాయణ బి. ఏ., గారు మా కోరిక నంగీకరించి మే మొసఁగు స్వల్ప సత్కారమునకు మించిన విశేష శ్రమముచేసి సర్వవిషయములు క్రోడీకరించి గ్రంథముపై హక్కులన్నియు మా కొసఁగిరి ఈ శ్రీ రాజా వేంకటాద్రి నాయని చరిత్రకర్తలగు వీరికి మా నమస్కారములు.

మేము కోరినది తడవుగా నాంధ్రులచరిత్ర, సంస్కృతులపై నిరంతరము కృషి సల్పు గుంటూరు హిందూకళాశాల చరిత్రాధ్యాపకులై భావుకులైన శ్రీ భట్టిప్రోలు హనుమంతరావుగారు – ఈ చరిత్ర నామూలాగ్రము పరిశోధించి గణనీయములగు 'సలహాల' నొసంగిరి. కవిశేఖరులై, చరిత్ర పరిశోధకులైన వీరికి మా జోహారులు.

గ్రాంథిక భాషాపోషణమునకై మేము శ్రీ స్వామివారి పేర సంస్కృతోన్నత పాఠశాల, కళాశాలల నెలకొల్పితిమి. అందువలన భాషయు స్వచ్ఛందముగా నుండ మా యభిలాషము. ఈ గ్రంథము నొక్కపరి చూడవలసినదిగా మా కళాశాల పండితులగు శ్రీ కొండవీటి వెంకటకవి గారిని – కోరితిమి. వారు మా కోరిక నంగీకరించి ముమ్మూర్తుల గ్రాంథిక భాషగాఁ జూచుటయే కాక ముద్రణ విషయమున సర్వవిధముల యీ గ్రంథమునకు సాయపడిరి. కనుక శ్రీ వెంకటకవి గారికిని, నొడలెల్లఁ గన్నులుగఁ దిలకించి యక్షరస్ఖాలిత్యములఁ గలుగనీయక నిర్దుష్టముగ నీగ్రంథము వెలువడుటకు మాకుఁ దోడ్పడిన– ఉభయభాషా ప్రవీణులగు శ్రీ అరమండ వెంకయ్య గారికిని మా నమోవాకములు.

తాను గుంటూరు కృష్ణామండలముల దేవాదాయ ధర్మాదాయ శాఖాధిపతి యయ్యు విశేషించి మా శ్రీ భావనారాయణ స్వామివారి దేవాలయాభివృద్ధికిఁ దత్సంబంధ సంస్థల యభివృద్ధికిఁ జేదోడు వాదోడుగానుండి యీ గ్రంథనిర్మాణము

నకు మమ్మెంతయుఁ బ్రోత్సహించిన శ్రీ గారపాటి సుబ్బారెడ్డి గారికి మా యభివందనములు.

గ్రంథమున కంత సౌందర్య మన్నివిధముల సమకూర్చుకొన్న మేము యావదాంధ్రప్రజల కరకమలములందుంచుట కనువగు బాహ్యసౌందర్యమును సమకూర్పఁ గలవారి నన్వేషించితిమి. శ్రమమంతయు నొక యెత్తు. స్వరూపమును దిద్దుట యొక యెత్తు. ఇది మాకు మా భావనారాయణ స్వామివారి యనుగ్రహమున 'జ్యోతి ప్రెస్' లభించినది. రూప మెంత ప్రియమో, ఎంత గంభీరమో, ఎంత లలితమో, అంత తమ వృత్తియందును వెలువరింపఁగల "శ్రీ ఆలపాటి రవీంద్రనాథ"గా రీగ్రంథమును సర్వవిధములఁ దమదిగా దిద్ది తీర్చినందులకు మా ప్రియపూర్వక నమస్కారములు. అచిరకాలములో నిర్దుష్టముగాఁ బ్రచురణకుఁ దోడ్పడిన "జ్యోతిప్రెస్" పనివార లెంతయుఁ బ్రశంసార్హులు.

ఇట్లు,

పొన్నూరు
1-12-1963

కాట్రగడ్డ అనంతపద్మనాభ చౌదరి
మేనేజరు.
శ్రీ భావనారాయణ స్వామివారి దేవస్థానము.

వాసిరెడ్డి వంశవృక్షము

శ్రీ సదాశివరాయలు

- శ్రీగిరి మల్లికార్జునుడు
  - వీరపనీడు
    - రాఘువయ్యా
    - చౌదరి రామన
      - వీరపనీడు
      - రాఘువయ్యా
      - చినపద్మనాభుడు
        - చినరామలింగన
          - జగ్గభూపాలుడు
            - శ్రీ వేంకటాద్రి నాయుడు
              - జగన్నాథబాబు
                - వేంకట లక్ష్మీపతినాయుడు
                  - వేంకట లక్ష్మీనరసింహానాయుడు
                    - **హరిహరప్రసాదు**
                      - శ్రీ రామభానుభూపాల్
                        - సుధాస్వరూప్
                      - శ్రీ రామలింగేశ్వర
                      - విజయభూపాల
                      - బాలశంకర ప్రసాద్
                      - వెంకట లక్ష్మీనృసింహప్రసాద్
      - చంద్రమౌళి
      - రామలింగన
      - నరసింహం
    - చంద్రమౌళి

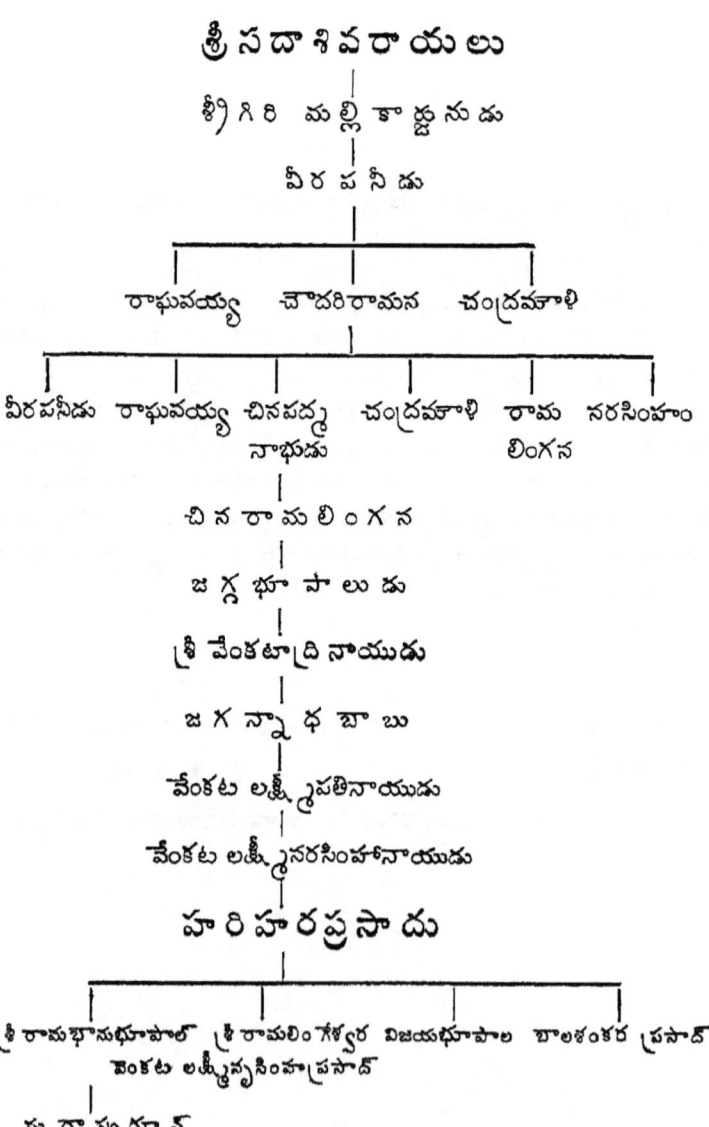

విషయ సూచిక

శ్రీ రాజా వేంకటాద్రి నాయఁడు

శ్రీరాజా హరిహరప్రసాద్

శ్రీరాజా శ్రీరామభానుభూపాల్

శ్రీ భావనారాయణ స్వామివారి సంస్కృత కళాశాల - పొన్నూరు

వాసిరెడ్డి వంశోత్పత్తి

ఆంధ్రమున [illegible] గోత్రోద్భవులైన వాసిరెడ్డివారి పేరు సుప్రసిద్ధము చిరస్మరణీయమునై యున్నది. వీరిపేరు క్రీ. శ. 14 శతాబ్దములో చరిత్రలో తెలియవచ్చుట లేదు. వాసిరెడ్డియను గృహ నామము వీరి కెట్లు వచ్చెనో చారిత్రకముగా బరిశీలించి తెలిసికొన వలెను. చాళుక్యులలోని "వాసిరాజు"లను పేరిట వారికి వీరికి సంబం ధము గానరాదు.

[illegible] రఘునాథాచార్యుని పుత్రుడును, [illegible] వాసిరాజు నగు మంచెళ్ల వాసుదేవకవి ఆంధ్రశబ్ద చింతామణికి వ్యాఖ్యను — *గంధవహమను నాయికానాయక ప్రకరణ మును రచించెను. ఈ కవి వాసిరెడ్డి రామలింగప్రభుని యాస్థానకవియని గంధవహములోని యవతారికనుబట్టి తెలియుచున్నది. వాసిరెడ్డి వారిలో ననేకులు రామలింగనృపాలు రుండుటచే నీ రామలింగప్రభు వెవరో సరిగా తెలియకున్నది. ఇతడు సూరనృపతి కుమారుడు, [illegible] కోమటి రామనృపాలుని కుమార్తె అలివేణి రంగమాంబను పెండ్లాడినవాడు, [illegible]పేట ప్రభువగు సూరపరాజుతో ♦వీరవల్లి పాలెము కనుమ యుద్ధములో బాల్గొన్న వీరుడని యూహింప దగి యున్నది.

---

* ఈ గంధవహము రసమంజరి కనువాదము.

♦ వీరవల్లిపాలెము నేడు దీరగల్లిపాలెముగా నున్నది. ఇది సత్తెనపల్లి తాలూకాలోనున్నది.

శ్రీ రాజా వేంకటాద్రి నాయఁడు

ఉ. వీరుఁడు వాసిరెడ్డి పృధివీపతిచంద్రుఁడు రామలింగభూ
దారుఁడు వెంటనంట దవుదవ్వులఁ జివ్వకుఁ గాసి మానసంబో
సూరపరాజు రాణువలుసొచ్చిన బీరెలిపాయ కన్నుఁగో
దూఱి సబాంధవమ్ముగను దోర్చెను మామక వంశ కర్తగో.

అని నెహ్రూచరిత్ర కృత్యాదిలో శ్రీ కొండవీటి వెంకటకవిగారు వ్రాసి యున్నారు. ఇంతియగాక యీ రామలింగనృపాలుఁడే కవిపండిత పోషకుఁడని పాపయారాధ్యులవారు దేవీభాగవతములో నీ క్రింది పద్యము వలనఁ దెలిపి యున్నారు.

గీ. క్ష్మాతలావృత కల్పవృక్షంబనంగ
హితుల నతులానుభావపండితుల సుకవి
తతుల నక్షయభోగసంగతులఁ జేసి
యలరె శ్రీరామలింగ గోత్రాధినేత.

ఈ చినరామలింగన క్రీ. శ. 1760 లో మరణించుటచేత, 1758 లో నగ్రజుఁడగు నరసభూపతి మరణానంతరము రాజ్యపాలనకు వచ్చుటచేత, వాసుదేవకవియు నీకాలమువాఁడే యైయుండవలెను. ఇతఁడు రచించిన గంధవహకావ్యకృత్యాదినిబట్టి జగనొబ్బగండబిరుదాములు, వాసిరెడ్డి నామము - అన వేమారెడ్డివలన వచ్చినవని తెలియును.

మ. ఘనకీర్తుల్ జగనొబ్బగండబిరుదుల్ గంభీరభాంకార భీ
మ నగోచ్ఛేదక భేరులిచ్చి యన వేమారెడ్డియున్ వాసిగాఁ
గనియెం గావున వాసిరెడ్డియను నాఖ్యం జెందె నే ధార్మికా
వనినాథాగ్రణి వంశనాథుఁ డతనిన్ వర్ణింపఁగా శక్యమే.

ఈ కవివలెనే రామలింగప్రభుని యాస్థానముననున్న దివి రమణకవి తాను రచించిన శృంగారధామమున వాసిరెడ్డినామ మన వేమారెడ్డివలన వచ్చినట్లు తెలిపియున్నాఁడు.

వంశోత్పత్తి

సీ. ఏధన్యువంశేశుఁ డెలమి నుమానాథు
వరమున నభివృద్ధివంతుఁ డయ్యె
ఏమేటికూటస్థుఁ డెసఁగ వేమనృపాలు
ప్రీతిచే భువి వాసిరెడ్డి యయ్యె
ఏమహాత్ముని తండ్రి యెనసెఁ గుతుబుశా నృ
పాలుచేతను గజాందోళికలును
ఏయయ్యయగ్రజుఁ డెలిమి శాత్రవవీర
గజరాజసింహతఁ గలన నమరె
నతని వంశజుఁ డతనికూటస్థజాతుఁ
డతని సత్పుత్రుఁ డాతని తమ్ముఁ డగుచు
నమరె బహుగుణరత్న రత్నాకరుండు
కదన విజయుండు రామలింగప్రభుండు.

"కుతుబుశాను పేర్కొనియుండుటవలనఁ గవి పదునేడవ శతాబ్ది మధ్యమునందుండిన ట్లూహింపఁ దగియున్నది"[1] అని కందుకూరి వీరేశలింగముగారు వ్రాసిరి. కాని యీ యూహ సరికాదు రామలింగన తండ్రికాలము నాఁటికే గోల్కొండ పాలకులను ఔరంగజేబు జయించుట వలనఁ గుతుబశాహ వంశ మంతరించెను. వీరేశలింగముగారి యభిప్రాయప్రకార మప్పటిపాలకుఁడు "అబ్దుల్లాకుతుబ్ షాహా" VII (క్రీ. శ. 1626 – 1672) అయియుండవలెను. కాని యీయన కాలమున నందిగామ పరగణా దేశముఖి సనదును బొందినవాఁడు వీరప్పనాయఁడను వీరపనీఁడు. వీరికి రాఘవయ్య, రామయ్య, చంద్రమౌళియను మువ్వురు కుమారులు గలరు. రామలింగన తండ్రియగు సూరనృపాలుని రాజ్యకాలము క్రీ. శ. 1738 – 40 అగుచున్నది. ఈకాలమునఁగల గోల్కొండ లేక హైదరాబాదు నవాబు క్రీ. శ. 1724 నుండి స్వతంత్రుఁడైన "కమ్రుద్దీన్ అసఫ్‌జా". ఇతఁడు క్రీ. శ. 1748 వఱకుఁ బరిపాలించెను. కనుక రామలింగప్రభువు తండ్రి

---

(1) ఆంధ్రకవుల చరిత్ర – ౩వ భాగము – 72వ పుట

చినరసభూపతి, గజాందోళికలు పొందినది కుతుబ్ శా వంశీయులవలనఁ గాక నైజామునవాబగు ''అసఫ్‌జా'' వలననని, యితఁడు నైజామునకు సామంతుఁడగుటచేత నట్లు బహుమతులు పొందుట సత్యమేనని చెప్ప వచ్చును. కనుక దివి రమణకవియును వీరేశలింగముగారు తలంచినట్లు 17 శతాబ్ది మధ్యమునఁగాక 18 శతాబ్దిమధ్యమున నున్నట్లు నే నూహించుచున్నాను. ఇంకను మంచెళ్ల వాసుదేవకవి, రమణకవియను నిరువురను వాసిరెడ్డినామ మనవేమారెడ్డివలన వచ్చెనని వ్రాయుట, ఉభయులు మంగళగిరి నృసింహస్వామి కంకితముల నిచ్చుట, ఉభయులు రామలింగప్రభువును బ్రశంసించుట చూడఁగా వీరిరువురు క్రీ. శ. 1758 - 60 వఱకుఁ బాలించిన చినరామలింగన యాస్థానకవులని యీ కాలముననే మొట్టమొదటిసారిగా వాసిరెడ్డినామము కలిగినవిధమును వర్ణించిరని చెప్పవచ్చును.

మఱియు ద్రౌపదీపరిణయము, వాసిరెడ్డీయము, కార్తీకపురాణములను గ్రంథముల రచించిన అమరవాది రామనకవి సత్తెనపల్లి తాలూకా బాలేమఱ్ఱు అగ్రహారమున క్రీ. శ. 1840లో జన్మించి 1918 కాళహస్తినామ సంవత్సర కార్తీక బహుళషష్ఠి దివసమున మరణించెను.[2] ఇతఁడు రచించిన వాసిరెడ్డీయమునుబట్టి యనవేమారెడ్డి యని పేరుగాంచిన ''జౌధభూపతి'' కాలమున సదాశివుఁడను కమ్మ వీరుఁడు పశ్చిమాఢ్యులగు శత్రురాజుల సైన్యములోని తొమ్మిదిమంది యోధులతో-తులారణ మొనర్చెనని శత్రురాజు లోటమి నంగీకరించి యనవేమారెడ్డికిఁ గప్పముగట్టుట కంగీకరించిరనియు, అనవేమారెడ్డి కీవిధంబున రాజరాజను వాసి గలిగించుటచేత సదాశివప్రభునకు వాసిరెడ్డియను బిరుదము గల్గెననియు, ఆ వంశీయులు వాసిరెడ్డి వారైరని యీ దిగువ పద్యముల వలనఁ దెలియుచున్నది.

---

(2) అమరవాది హనుమచ్ఛాస్త్రిగారు ఎం.ఏ. 1932-33 ఆంధ్రసంచిక పుట79-78.

చం. పెనకువనోర్చి శాత్రవుల బిట్టరిగాపులఁజేసి రాజరా
జనియెడి వాసి, రెడ్డికలరార్చుటఁ దా నల వాసిరెడ్డి నాఁ
దనరె సదాశివప్రభుఁడు ధాత్రిక్రమంబున వాసిరెడ్డివా
రనఁగఁ దదీయ వంశభవు లందఱు విశ్రుతికెక్కి దున్నతిన్.

ఈ రామకవియే ద్రౌపదీ పరిణయమున నిట్లు చెప్పెను.

తే. తిరుగఁబడ్డట్టి పశ్చిమాధిపులస్వభుజ
పటిమ నరిగాపులనొనర్చి వసుధ రాజ
రాజనెడి వాసి-రెడ్డికి నోజ నిలిపె
సారశాలి సదాశివ వీరమౌళి.

తే. వాసి-రెడ్డికి నిలుపుటవలన నాఁటఁ
బట్టి ధాత్రి సదాశివప్రభుని కతని
వంశమునఁ బుట్టువారికి వాసిరెడ్డి
వారనెడు పౌరుషాలయాహ్వయము గలిగె.

వాసిరెడ్డి వేంకటాద్రినాయనికి - వీరి దత్తపుత్రుఁడగు జగన్నాథబాబునకు సమకాలీనుఁడైన ములుగు పాపయారాధ్యులవారు (క్రీ.శ. 1756-1846) రచించిన దేవీభాగవతమున నీ విషయము నసలు ప్రస్తావింపనే లేదు. వాసిరెడ్డివారినిగూర్చి యీవిధముగా బ్రశంసించెను.

ఉ. కమ్మకులమ్మువారి తలకట్టయి బెట్టుగ వాసిరెడ్డి వా
రిమ్మహి నెల్లదేశముల నెన్నికకెక్కి భుజాబలమ్మునం
దమ్మరుదాత్మజాతులను నబ్బురముం దొరయంగఁ జేయుచున్
గొమ్మల కమ్మవిల్తులన ఘూర్ణిలి రాహవసద్గభీరులై.

వాసిరెడ్డి వేంకటసుబ్బదాసుగారు రచించిన వాసిరెడ్డివంశ చరిత్రములో (1914) వాసిలి నగరమొకటి గలదని దానిని వాసిరెడ్డి కులోద్భవుఁడైన మల్లికార్జునుఁ డేలెనని వీరిది వల్లుట్ల గోత్రమని వ్రాసెను. వాసిరెడ్డి నామ మెట్లుగలిగినదో కవి వివరింపలేదు.

గీ. కలిగి వాసిలిపురము చక్కని ప్రతిష్ఠ
గల్గుపురములలోఁ జాల ఘనతఁగాంచె.

ఉ. ఆపురి వాసిరెడ్డి కులమందు జనించిన మేటి సద్యశో
వ్యాపకుఁ డర్థికల్పకము త్ర్యంబకభక్తుఁడు మల్లికార్జునుం
డేపుగ నేలె నవ్విభుని యేలుబడిం దగి తత్పురంబు ల
క్ష్మీపతియేలు నమ్మధురచెల్వునఁ జెల్వముగాంచె నిచ్చలున్.

ఈ వాసిలినగరము కృష్ణాజిల్లాలోని ముక్త్యాలకు సమీపమునఁ గలదని యొకరును గుంటూరుజిల్లాలోని కొండవీటి సీమలోనిదని యొకరును నెల్లూరుజిల్లాలోనిదని యొకరును వ్రాసిరి. వంశచరిత్రలో–

సీ. నెల్లూరి సీమలో నెలవైన నగరంబు
వాసిలి యనుపేర వసుధగలదు.

అని యున్నది. నానారాజన్య చరిత్రములో వాసివి ముక్త్యాలకు సమీపమున నున్నదని యున్నది. ఏది నిజమో తెలియకున్నది. వాసిలి–వాసివి వేఱువేఱుగాఁ గన్పించుచున్నవి. శ్రీరామ్ వీరబ్రహ్మ కవిగారు తన నానారాజన్య చరిత్రములో (క్రీ.శ. 1918) నిట్లువ్రాసిరి. "పూర్వోక్త వర్ణనంబున కొకింత వ్యత్యస్తముగల యొక భాగంబున వల్లుట్ల, వాసివి, కలకట్ట అను గ్రామంబులను రమారమి యెనమన్నూరు సంవత్సరముల క్రిందట వేమనృపాలుని యనుగ్రహంబున 'వాసి' యను పిలువఁబడు నొక రాజకుటుంబీకులు స్వాధీనమొనరించుకొనిరి." ఇంకను జౌధభూపతి కథ వ్రాయుచు "సదాశివుని చేఁ జూపఁబడిన యసామాన్య ధైర్యసాహసాదులకుఁగరంబలరి కొన్ని 'మిరాశీ'భూములను జమీలనొసంగి 'భానవశంకర' అను బిరుదముతోను సామజతురంగాది రాజోచిత చిహ్నంబులతోను గౌరవించెను. ఈ విధముగ రెడ్డికుల నాయకుండైన జౌధభూపతికి వాసి గొనివచ్చిన మన సదాశివయ్యగారంతటనుండి వాసిరెడ్డియను గౌరవమునుగూడ వహింపఁగలిగిరి. కావున నాఁటినుండి నేఁటిదనుక యీ

సదాశివయ్యా వంశీకులు[3] వాసిరెడ్డివారని వ్యవహారింపఁ బడుచుండిరి. పై కవులు పండితులు వ్రాసిన విషయముల సత్యాసత్య నిర్ణయమును జారిత్రక దృష్టితోఁ విమర్శనాదృష్టితోఁ బరిశీలించి నిర్ణయమును న్యాయాధీశునివలెఁ జేయవలయును.

చరిత్రలో మనకుఁ బ్రప్రథమముగా వాసిరెడ్డియను నింటిపేరుగల పోతినీఁడు నామము పీఠికాపుర శాసనములో లభ్యమగుచున్నది. ఈయన వాసయప్రభుని తనూజుఁడు. రాణ్మహేంద్రవరమును బాలించు రెడ్డిరాజులగు కాటయ వేమారెడ్డి, వీర భద్రారెడ్డి యనువారి కాలములో-పోతినీఁడు క్రీ. శ. 1430 ప్రాంతమున నొక సామంతుఁడుగానుండి పీఠికాపుర ప్రాంతమును బాలించెను. శాసనములఁబట్టి చూడఁగానీయన పిఠాపురములోవిష్ణు, సూర్య, విశ్వేశ్వర, గౌరి, కుక్కుటేశ్వరాలయములను గట్టించెనని వానిలో దేవతాప్రతిష్ఠఁజేసి 4 శాసనములు వ్రాయించి యీ ప్రాంతమున 460000లు తాటిచెట్లు నాటించెనని దానివలన మనుజదేవేంద్రుఁడని ప్రసిద్ధి చెందినట్లు తెలియుచున్నది. శాసన పద్యము :

సీ. నిండె నెవ్వనికీర్తి నిఖిలలోకంబుల
చంద్రికా విస్ఫారసారగరిమ
ఉండె నెవ్వనియింటఁ బుండరీకాక్షుని
ప్రాణవల్లభయైన పద్మనయన
పండె నెవ్వని కృపాపాదోధి నిలయెల్ల
ధాన్యసంపూర్ణవదాన్య యగుచు
మండె నెవ్వని కోపమహిమానిలంబుచే
నరివీరగేహంబు లాక్షణంబ
అనుచుఁ గొనియాడుదురు నిన్ను నఖిల సభల
వేమభూపాల కారుణ్య విమలపాత్ర
ప్రబలకరతేజ వాసయప్రభుతనూజ
మనుజదేవేంద్ర పోతకుమారచంద్ర.

(3) శ్రీరామ్ వీరబ్రహ్మకవి - నానారాజన్య చరిత్ర - పుట - 47-48

తాటిచెట్లు సమస్త గ్రంథ నిర్మాణమున కుపయోగించునని వాని నభినందించుచు మఱియొక శాసనమును వ్రాయించెను. ఇంకను పోతినీఁడు పిఠాపురములోని కుంతీమాధవస్వామికి లక్ష్మీదేవినగరు కట్టించి దానికి సున్నము వేయించి బృందావనమును వేయించి శాలివాహనశకము 1352 (క్రీ. శ. 1430) లో నొక శాసనమును వ్రాయించెను. ఇవి యన్నియు క్రీ. శ. 1429 సౌమ్యలోను 1430 సాధారణలోను జరిగెను. పోతినీఁడు భార్య పోతసానియని కుమారునిపేరు వేమయ్యయని యీ కుమారుఁడే తన తల్లిపేర బృందావనమును వేయించి శాసనమును వ్రాయించెనని తెలియుచున్నది. ఈ శాసనములన్నియు ముద్రితము లైనవి. ఈ పోతినీఁడు తన కుమారునకు వేమయ్యయను పేరును ప్రభువగు వేమారెడ్డిని బట్టి పెట్టియుండునని కమ్మచరిత్రకారుఁడూహించెను. ఇది సరియైన యూహగానే కన్పించుచున్నది.[4] 'రెడ్డిపదముతో జేరియున్న పదిగృహనామములుగూడ రెడ్లప్రభుత్వము బాగుగా మన దేశమున విజృంభించిన కాలములోవారి ననుసరించుటకై యేర్పడినట్లు కన్పించుచున్నది. వాసిరెడ్డి గృహనామము వాసయప్రభుని పేరిట రెడ్లప్రభుత్వములో నేర్పడినట్లూహించుట కవకాశము గలదు.' ఇదియు సమంజసముగానున్నది.

వాసిరెడ్డివారికి మూలనగరమగు 'వాసిలి'యొకటి గలదని వంశచరిత్ర తెలుపుచున్నది. దీనివలన 'వాసి'యని యింటిపేరు గలిగినదను సందేహము కలదు. వాసియను రాజకుటుంబము 800 ఏండ్లక్రింద వేమభూపాలుని యనుగ్రహమున వల్లుట్ల, వాసివి, కలకట్ట యను గ్రామముల స్వాధీన మొనర్చుకొనిరని వ్రాయుటచేత నీ వంశీయు లెవ్వరో యన వేమారెడ్డికి రాజమహేంద్రవరము, పిఠాపురము, సింహాచలము మున్నగుచోట్ల జరిగిన యుద్ధములలో సహాయముచేసి యుండవచ్చునని తోఁచుచున్నది. అట్లు సహాయమొనర్చినవాఁడు వాసివి యను నగరమున నున్న వాసి గృహనామముగల వాసయ ప్రభువై యుండవలెను.

(4) కొత్తభావయ్యచౌదరి. కమ్మవారి చరిత్ర-1 పుట 166.

క్రీ. శ. 1430లో పోతినీడు శాసనము లుండుటచేత – అప్పటికాతఁడు 40 ఏండ్లవాఁడనుకొన్నను ఆతని తండ్రి యనవేమారెడ్డికి (క్రీ. శ. 1368–86) సమకాలీనుఁడై యుండును. వాసయప్రభు తనూజయని సంబోధించుకొనుటచేత – పోతినీడు జనకునకే రాచఱికము గలిగినట్లు తెలియుచున్నది. కమ్మవారైన వాసయకుఁ దానందిన సాయమునకు ధర్మవేమనయని పేరుగాంచిన అనవేమారెడ్డి యానందించి ప్రాగ్దేశ దిగ్విజయ యాత్రలు పూర్తియైన పిమ్మట వాసిరెడ్డియను బిరుద మొసంగి పిఠాపురప్రాంతమిచ్చి సామంతుడుగా నేలుకొమ్మని కొండ వీటి కేగి యుండవచ్చునని యూహగలుగుచున్నది. అట్లు వాసిరెడ్డి యను పౌరుషనామము సదాశివరాయలకని కవుల గ్రంథములందలి యవతారికలు తెల్పుచున్నవి. కాని 200 ఏండ్ల కాలభేదమునుబట్టి యది సరిగాదని తెల్లమగుచున్నది.

వాసిరెడ్డి బిరుదును వేమారెడ్డి యీయనిచో – కాటయ వేమారెడ్డి కాలముచేఁ దప్పక యేర్పడియుండును. కాటయవేమారెడ్డి కొండవీటిరెడ్డి రాజులలో నాల్గవవాఁడగు కుమారగిరిరెడ్డి సమకాలీనుఁడు. కుమారగిరి సోదరీమణియగు మల్లాంబిక భర్తయే కాటయ వేమారెడ్డి. ఈయన కుమార్తెయగు – అనితల్లిని సర్వసేనానియగు– అల్లాడరెడ్డి నలువురకుమారులలో రెండవవాఁడగు వీరభద్రారెడ్డి కిచ్చి వివాహ మొనర్చిరి. కుమారగిరిరెడ్డి క్రీ. శ. 1386లో రాజ్యమునకు రాఁగానే తన కుమారుఁడగు వీరాన్నపోతును – కాటయవేమునితోఁ గూడ – పూర్వదిగ్విజయయాత్ర కనిపెను. రాజమహేంద్రవర, సింహాచల మధ్యప్రదేశమంతయు వారు జయించిరి. తరువాత పూర్వదేశ మంతటిని కుమారగిరి కాటయవేమున కిచ్చివేసెనని [illegible]రమూడి శాసనము తెలుపుచున్నది. క్రీ. శ. 1399లో వీరాన్నపోతు చనిపోవుటచే నితఁడే రాజాయెను. ఈవిధముగాఁ గాటయవేమన (క్రీ. శ. 1400–16) రాజమహేంద్రవర రాజ్యము నేలెను. క్రీ. శ. 1416 నుండి [illegible] దేవరాయల దండయాత్ర క్రీ. శ. 1444 వఱకు – అని తల్లి, [illegible]

మున భర్తయగు వీరభద్రా రెడ్డి వీరికి సాయముగా సోదరుఁడగు వేమా రెడ్డి పాలింపసాగిరి.

కాటయ వేమా రెడ్డి కాలమున – కమ్మవారికి 'జమీందారీ' యొసంగుచుండిరని ''కైఫీయతులు'' తెలుపుచున్నవి. సర్వనరము కైఫీయతులో :– ''కాటయవేమా రెడ్డిగారి యేలుబడిలోను ప్రోలునాడు, కాకినాడ, సెలపాకనాడు – ఈ మూడును మట్టుపల్లివారు – అనే కమ్మవారికి జమీందారీ ఖాయము చేసినందున వారికింద జరుగుతుండేది. అప్పుడు పల్లూరుగ్రామము ప్రోలునాడు సీమలో చెల్లుతూ వుండేది. తరువాతను మట్టుపల్లివారు వారిలో వారికి విరోధమువచ్చి యేడుగురు అన్నదమ్ములు కత్తులతో నరుకులాడి చచ్చిపోయినారు. తరువాతను పోగా మిగిలినవారివల్ల తాలూకాపని నిర్వాహకము కాకపోయి వున్నందువల్లనూ, వారికి అక్కర లేకుండా చేసి ''చిట్నీడి'' వారు అనే వెలమవారికి పైన వ్రాసిన కాకినాడ, సెలపాకనాడు, ప్రోలునాడు ఈ మూడు సీమలను జమీందారుగారు కాయముచేసి చిట్నీడి ధర్మారాయనింగారి కిచ్చినారు.

ఇంకను త్రిలింగ మధ్యస్థమైవుండే ఆంధ్రదేశమందు అఖండ గౌతమీ మహానదికి పూర్వభాగమందు వుండే ప్రోలునాడు, కాకినాడ, సెలపాకనాడు – ఈమూడు నాడులున్ను వంటిపల్లివారు అనే కమ్మవారికి జమీందారీగా నడుస్తూ వుండేది. రెడ్డివారు వేమా రెడ్డిగారినాడు వంటిపల్లివారు ఋజువుతో రాకపోయినందున వారిజమీ తీసివేసి చిట్నీడి వారనే వెలమవారికి సవరహి మూడునాడులున్ను జమీయిచ్చినారు''[5] అని యున్నది.

అనవేమా రెడ్డి తరువాత అనపోతా రెడ్డి కుమారుడగు కుమారగిరి రెడ్డి క్రీ.శ.1386–1402 వఱకు రాజ్యపాలన మొనర్చెను. ఇతనికిమంత్రి

(5) L. R 19 – సర్వవరము కైఫీయతు

గను, సర్వసేనాధిపతిగను – కాటయవేమారెడ్డి యుండెను. తూర్పుదేశమున నెదురు తిరిగిన పాలకుల పీఁచ మణఁచెను. ఈ సమయమున వాసయ సహాయపడుటచేత వీనికిఁ గాటయవేమారెడ్డి వాసిరెడ్డియని బిరుదొసంగి పీఠికాపుర ప్రాంతమునఁ గొంత భూభాగ మొసంగి సామంతుఁడుగా నుండఁగోరి యుండవచ్చును. కవీశ్వరులే వేమారెడ్డియో యెఱుంగక యనవేమారెడ్డియే వాసిరెడ్డియను బిరుద మొసఁగెనని వ్రాసియుందురు; లేక యదియే సత్యము కావచ్చును. మొత్తముమీఁద 14-వ శతాబ్దాంతమున వాసిరెడ్డినామ మావిర్భవించెనని చెప్పవచ్చును. ఈ వంశమువారు గోదావరి జిల్లానుండి కృష్ణాజిల్లాకు – అటనుండి గుంటూరుజిల్లాకు వ్యాపించిరి. బ్రాహ్మణులగు మానూరివారు నందిగామ సీమనుండి తమకు సాయముగ బలము కలిగించు నిమిత్తము వాసిరెడ్డివారిని నందిగామసీమనుండి గైకొని వచ్చిరని, వారికి సైత మొకవంతు కొండవీటిసీమ, పంపిణిలో వచ్చినదని, రేపల్లె 'కైఫీయతు' స్పష్టముగాఁ దెల్పుచున్నది.[6]

పీఠికాపుర ప్రాంతములనుండి వాసిరెడ్డి వాసయ, పోతినీఁడు, వేమయ సంతతులవారు శతాబ్దికాలము (1500–1600) మధ్యకాలములో నందిగామసీమకుఁ జేరియుండవచ్చును. ఇంకను – కొండవీటి "కైఫీయతు"లో సైతము కొండవీటిసీమను మూఁడువంతులు చేసి యొకవంతు నందిగామనుండి తెచ్చిన వాసిరెడ్డివారి కిచ్చిరని యుండుటచే నందిగామనుండి వీరు కొండవీటిసీమకుఁ జేరియుండిరని స్పష్టమగుచున్నది.[6-A]

(6) L. R. 5 రేపల్లె కైఫీయతు.

6–A) L. R. 5 కొండవీటి కైఫీయతు.

వాసిరెడ్డి వీరుల, వీరాంగనల చరిత్ర

మల్లికార్జునరాయలు :

వాసిరెడ్డి పోతినీని కుమారుఁడగు వేమయ తరువాత వాసిరెడ్డి మల్లికార్జునరాయల కాలమువఱకొక శతాబ్దికాలము వీరిచరిత్ర మఱుగునఁ బడిపోయినది. వాసిలి నగరపాలకుఁడగు మల్లికార్జునరాయలకు హైదరజంగుకు జరిగిన యుద్ధము వంశచరిత్రలో వర్ణింపఁ బడినది. ఈ మల్లికార్జునరాయలు కర్ణాటకరాజుల కాలములో విఖ్యాతిగాంచిన రావెళ్లవారికన్యను వివాహమాడెనని తిరిగి యీయన కుమార్తెను రావెళ్ల మల్లనాయని కిచ్చి పెండ్లి చేసెనని వంశచరిత్ర తెల్పును.

తే. ఘనత రావెళ్లవారింట జననమంది
నట్టిమానిని మనరాజు ననుఁగుజెలియ
యై యరుంధతియో యన నన్నివిధుల
నిహపరంబుల సత్కీర్తి నేఁపుమీఱె.

ఆంధ్రదేశాధీశ్వరుని స్యాలకుఁడు రావెళ్ల మల్లానాయఁడని యుండుటచే నితని యల్లుఁడని తెలియుచున్నది. మల్లికార్జునరాయల మంత్రి గోవింద రావని, సేనానాయకుఁడు భీమసింగని వంశచరిత్రలో నున్నది.

సీ. దరికొండపీటికి దక్షుఁడై విలసిల్లు
నలవాసిరెడ్డి మల్లయవిభుండు

అని చాటువులలో నుండుటచే నితఁడే వాసిరెడ్డి మల్లికార్జునరాయలని యూహింపఁదగును. కృష్ణరాయల కాలములో నాయనక్రిందఁ బాలెగాండ్రుగాఁ గమ్మవారనేకులు గలరు. ఆ కాలమునఁ బులివర్తి సీమను సూర్యదేవర తిమ్మానాయఁడు తరువాత నెఱ్ఱన పిమ్మట ముసలయ నాయకుఁడు పాలించిరి. మల్లికార్జునరాయలు సైత మొక సామంతుఁడుగా నుండి పాలించెను. రావెళ్లవారు, పెమ్మసానివారు కూడ సేనానాయకులు, పాలెగాండ్రై విధేయులై పాలించిరి. రాయలకుఁ గమ్మవారియం దభిమానముగా నుండుటకుఁ గారణము తన తల్లి నాగలాదేవి కమ్మవంశోద్భవ యగుటయే కావచ్చునని కొందఱి యూహ.

సీ. సీకట కర్ణాట సింహాసనంబును
నెల్లగా రావెళ్ల మల్లఘనుఁడు

అని చాటువులలోఁ బేర్గాంచిన రావెళ్ల మల్లభూపాలుఁడు (వీరమల్లభూపతి) నరసరాయల, వీరనరసింహరాయల, కృష్ణదేవరాయల కాలములో (క్రీ. శ. 1495–1530) వారికి సేనాధిపతిగా, సామంతుఁడుగా నుండెను. 'రాబర్టు స్యూయల్' రావెళ్ల మల్లపనాయకుని వర్ణించెను. ఇతఁడు కృష్ణ దేవరాయల సేనానాయకుఁడు. కుందూరి ఈశ్వరదత్తుగారు– "రావెళ్లవారు విజయనగర సాళ్వ, తుళువ, ఆర్వీటి వంశాధిపుల సామంతులుగా నుండిరి. పద్య బాలభాగవతమునుబట్టి పాపనృపతి తండ్రి తిప్ప భూపాలుఁడు గజపతి దళములతో యుద్ధమొనర్చెనని మల్లభూరమణుఁడు కుతుబ్ శాహి బలమును జెండాడెనని తెలియుచున్నది. మల్లభూపతి పోరాడినది బహుమనీసుల్తాను సామంతుఁడగు కుతుబ్ షా, లేక 'కుతుబ్ ఉల్ ముల్కు'తో నై యుండును అని వ్రాసిరి."[7]

ఈ యుద్ధము గుడిపాటి చెంగట జరిగెనని సౌగంధిక ప్రసవాపహరణ మీప్రక్క ద్విపదలోఁ దెలుపుచున్నదని దత్తుగారు వ్రాసిరి.

(7) కుందూరి ఈశ్వరదత్తు. ఆంధ్రసాహిత్య పరిషత్పత్రిక. 25–సం. 6–సం.

ద్విపద. కొమరొంద గుడిపాటి కోటచెంగటను
కుతలాధిపతులెల్లఁ గొనియాడిమెచ్చ
కుతుబుశాహిబలంబు గోరించి నరకి
పెల్లురాయలవల్ల బిరుదమ్ము లెల్లఁ గైకొని...

అని యుండుటవలన రాయలీతని కనేకములైన బిరుదము లొసంగెనని తెలియుచున్నది.

బహమనీరాజులలోఁ దుదివాఁడగు మహమ్మదుషా యసమర్థుఁడగుటచే రాజ్యము విచ్ఛిన్నమై యైదు భాగము లాయెను. అందు సుల్తాను కులికుతుబ్ షా I గోల్కొండరాజ్య సంస్థాపకుఁడై క్రీ. శ. 1518-1543 వఱకుఁ బాలించెను. ఇతఁడు మొదట క్రీ. శ. 1495-1512 వఱకు సామంతుడుగా నుండి తరువాత స్వతంత్రుఁడాయెను. అట్లే ఆదిల్ షాహివంశము బీజపూరులో క్రీ. శ. 1484లోను ఖాసిం బారిదుచేత బీడరురాజ్యమును క్రీ. శ. 1526లో నేర్పడెను. ఈముగ్గురితో నరసింహారాయలకు, నరసరాయలకు, వీరనరసింహారాయలకు యుద్ధమెడతెరపి లేక యుండెను. ఇవి క్రీ. శ. 1489, 1493లోను పిమ్మటను జరిగిన యాధారములు గలవు. తుదియుద్ధము కృష్ణరాయల యవసానకాలమునఁ గూడ జరిగెను. క్రీ. శ. 1530లో మరణించిన కృష్ణరాయలకంటె మూఁడేండ్లు ముందు మల్లభూపతి మరణించుటవలన వీని మరణము 1527లోనై యుండవచ్చును.

హైదరజంగు కుమారుఁడు జంగుబహదూరు రావెళ్ల మల్లానాయనితో దార్కొనెనని యీయన సిద్దీలు మొదలగు యోధులతో యుద్ధముచేయుచుండఁ గదనంబున మృతిచెందెనని వాసిరెడ్డి వంశచరిత్రలో నున్నది. ఈ యుద్ధములో రావెళ్ల మల్లన్న మరణించుట నిశ్చయము. వాసిరెడ్డి మల్లికార్జునరాయలకుఁ దురుష్కప్రభువగు హైదరుజంగునకుఁ గప్పములు చెల్లించు విషయమున వివాదముగల్గి యది యుద్ధరూపము దాల్చియుండవచ్చును. ఈ హైదరుజంగు కులికుతుబుషా

(క్రీ. శ. 1518 - 1543) సేనాధిపతియై యుండనోపును. ఈ యుద్ధమున హైదరుజంగు, వాసిరెడ్డి మల్లికార్జునుఁడు వీరియల్లుఁడగు రావెళ్లమల్లన్న మడిసిరి. కనుక మల్లికార్జునుఁడు క్రీ. శ. 1500-27 మధ్యకాలములో వాసిలి రాజధానిగా రాజ్యముచేసి యుండవలెను. కృష్ణదేవరాయలు కూడ (క్రీ. శ. 1509-1530) అప్పటివాడేకదా!

రావెళ్ల మల్లానాయఁడు భక్తుఁడనియుఁ దెలియుచున్నది. కాళహస్తి ప్రాంతమున నున్న కళుబాకోట 'కైఫీయతు'ను బట్టి యచటి దేవాలయమునఁ బూజా పునస్సంస్కారములు-50, 60 సంవత్సరముల నుండి నిలిచిపోయెనని యీవల రావెళ్ల మల్లానాయని ప్రభుత్వములో సంసారులను విస్తారముగాఁ జేర్చి రావెళ్ల తిమ్మానాయనింగారు కోటకు దూర్పునఁ దిమ్మానాయని పాలెమను దానినిగట్టించి సంత కాళహస్తిలో నీశ్వరుఁడను నామకరణ మొనర్చి ప్రతిష్ట జేసినాఁడని తెలియును.[8]

వాసిరెడ్డిమల్లికార్జునరాయలు యుద్ధములోమరణించుట నిశ్చయమని తలంచి తన మరణానంతరము జీవితం బెట్లో గడుపుకొనుమని ధర్మపత్నితోఁ జెప్పఁగా నామె, అట్టి దురదృష్టసంఘటనము జరిగినచోఁ బరుల పడిపంచలనిలువక ఖడ్గధారతోఁ బ్రాణంబు వీడెదనని భర్తతోఁ జెప్పి, దుఃఖవార్త విన్నంతనే యా మానవతీశిరోమణి పతియనుజ్ఞ మనమ్మునఁదలంచి ఖడ్గముతో మేనిని ఛేదించుకొని యసువుల వీడెను. అవసానదశలో రానున్న యుపద్రవము నెఱిఁగి రెండేండ్ల యీడుగల సదాశివరాయలను లక్ష్మియను దాసికప్పగించి నూతక్కికిఁ జేర్చుమని కోరెను. ఆమెయు వల్లెయని యట్లే యొనర్చెను. క్రీ. శ. 1579లో రాయరావు, హైదరుఖానులు కొండవీటిపై దండెత్తినపుడు వాసిరెడ్డి మల్లికార్జునుని, రావెళ్ల మల్లానాయనిని జంపిరని గుంటూరుమండల సర్వస్వములో శ్రీ కొత్త భావయ్యచౌదరిగారు వ్రాసిరి. కాని క్రీ. శ. 1579 నాఁటికి రావెళ్లవారిలో మల్లభూపాలుఁ డెవ్వరు లేనందున యీయూహ సరా

(8) L. R. Vol-41 P. 171

ధారము. వంశచరిత్రలోని హైదరుజంగును హైదరుఖానని భ్రమపడి యుందురు. తాళికోట యుద్ధానంతరము వఱకు (1564) వారు జీవించిన యాధారములు లభింపలేదు. రాయరావు దండెత్తినది కొండవీటి సీమ పైకిఁగాని నెల్లూరుజిల్లాలోని వాసిలి నగరముపైకిఁగాదు. కనుక వారి యూహ సరికాదు.

వాసిరెడ్డి సదాశివప్రభువు :

సదాశివరాయని, లక్ష్మియను దాసి యేడేండ్లవఱకుఁ బెంచెనని తరువాత నూతక్కి ప్రభువగు కొడాలి రామభూపతి కప్పగించెనని యాయన విద్యాబుద్ధులఁ గఱపించి తన కుమార్తె నిచ్చి వివాహమొనర్చెనని యాయనకు మల్లికార్జునుఁడను సుతుఁడు పుట్టెనని యాయనకు-చావ వారికన్య నీయగా నలువురు పుత్రులు కల్గిరని వంశచరిత్ర చెప్పుచున్నది. క్రీ. శ. 1527లో మల్లికార్జున ప్రభువు మరణించుట - అప్పటికి సదాశివరాయలు రెండేండ్ల బాలకుడగుటచే నితని జననము 1525 అగుట నిశ్చయము. ఇతని కేడుతరముల తరువాతనున్న వీరపనీఁడు క్రీ. శ. 1670 లో గోల్కొండకేగి నవాబుకడ నందిగామ పరగణాకంతటికి దేశముఖుగా నుండునట్లు సనదును వ్రాయించి తెచ్చుకొనెను.[9] దీనినిబట్టి యేడుతరముల వెనుకకు లెక్కించినను క్రీ. శ. 1550 ప్రాంతమున సదాశివనాయఁ డున్నట్లు తెలిసికొనవచ్చును. అళియరామరాయల కాలమున నితఁడు జీవించియుండెను.

ఈ సదాశివనాయనికి "ఔధభూపతి" యని పేర్గాంచినయన వేమారెడ్డి వాసిరెడ్డియను బిరుదునిచ్చి పెక్కుమర్యాదలు చేసెనని

(9) G. Mackenzei — K. D. M. — P. 307. "The ancestor of the family Vasireddi Veerappa Naidu, in the year 1670 obtained from the king of Golconda a sanad, appointing him Desamukh of the Pargana of Nandigama."

రాజ్యమొసంగెనని చెప్పుట చారిత్రక సత్యము కాఁజాలదు. ఉభయులకుఁ గాలభేదము రెండువందల సంవత్సరములున్నవి. అనవేమారెడ్డిగో యా బిరుదము నిచ్చినది రూఢియైన నది వాసయప్రభువనై యుండవలెను. లేదా మఱియొక రెడ్డిరాజైనచో నతఁడు కాటయ వేమారెడ్డియై యుండవలెను. సదాశివనాయని కిచ్చుట యసంభవము. అంతకుఁ బూర్వమే వాసిరెడ్డి గృహనామము కలదని తేల్చితిని. సదాశివనాయని చరిత్రను వాసిరెడ్డీయము, ద్రౌపదీ పరిణయములలో నాను కవి మఱియొక రీతి వ్రాసెను. వీనినిబట్టి సదాశివనాయఁడను కమ్మపిడుఁడనవేమారెడ్డి కాలమునఁ గలఁడని - అతనిని బిలిపించి వీరవిద్యలఁ బరీక్షించి బహూకరించి సైన్యాధిపత్య మొసంగెననియుఁ బశ్చిమాధిపతులు ప్రతివత్సరమిచ్చు సుంకమీయక మిన్నకుండుటచే ననేక పర్యాయములు యుద్ధమొనర్చుచుండెననియు దానివలన ధన సైన్యములు నశించుటచే నుభయులు తులారణం బొనర్చి జయంబును నిశ్చయింపఁ దలఁచిరనియు నప్పుడు సదాశివనాయఁడు తెలపడి వేమారెడ్డి పక్షమున ముందుకు వచ్చివరుసగాఁ గొమ్మనాయమంచి ప్రతిపక్ష నాయకులఁ దునుమాడఁగాఁ బశ్చిమాధీశులు దమ యోటమి నంగీకరించి కప్పముగట్టుట కొప్పుకొనిరనియు వేమారెడ్డి సదాశివుని దోఃపరాక్రమమునుగాంచి యానందించి ద్రావిడదేశములోని కొంత రాజ్యము నేలుకొమ్మని వాసిరెడ్డియను బిరుదునిచ్చి పంపెననియు నంతట వాని శత్రువర్గము పగఁబట్టి యంతకమై యొకరేయి నిద్రఁ గూరిన కుటుంబమునెల్ల నిర్దాక్షిణ్యముగ వధించిరని శ్రీగిరి మల్లికార్జునుఁడను కొడుకొక్క వాఁడు మాత్రము తత్పూర్వమే తల్లితో మాతామహుల యింటికేగినని భర్తృవియోగ సంతాపంబున నామె సహగమనంబు చేయ నిశ్చయించి బిడ్డను దనకుఁ బ్రాణసమానురాలయిన బ్రాహ్మణ స్త్రీకి ధన కనకవస్తువులతో నప్పగించుచు ద్రోహము చేయకుండుటకు వాగ్దానము

గైకొని యామె సహగమన మాయెనని – ఆబిడ్డ నూతక్కిలోఁ బెరిగె నని, ఆ వంశీయు లెల్లరు వాసిరెడ్డి వారైరని తెలియుచున్నది.

రామకవి ద్రౌపదీపరిణయములో—

మ. మఱి మున్నుర్వి భరించినట్టి యనవేమస్వామిలోనైన లా
వరి రెడ్లందఱు గృష్ణరాయముఖ కర్ణాటక్ష్మానాథు లం
దఱు పాద్షా మొదలైన ఖానులు దమున్సన్మానముం జేయ శ్రీ
కరమై వాసికి నెక్కి రాద్యులగు వా రివ్వాసిరెడ్డ్యన్వయుల్.

ఈ రామకవి వాసిరెడ్డీయములో

మ. అనవేమాధిపుఁడా సదాశివుని శౌర్యస్ఫూర్తికిన్మెచ్చి పె
ల్చన సవ్విక్రమశాలికిం ద్రవిడదేశంబందునుం గొంత సీ
మ నవీనంబుగఁ గప్పమేర్పఱిచి సామ్రాజ్యమ్ము గావించుకొ
మ్మనుచున్ సమ్మతిఁ బారితోషికముగా నర్పించె నేర్పాటుగన్.

సదాశివనాయనికి బసవశంకరబిరుదము, తాడికొండ నూతక్కి చౌదరి మిరాశీల ననుగ్రహించి వాసిరెడ్డియను బిరుదు నొసంగెనని వాసిరెడ్డి వేంకటాద్రీంద్ర చరిత్రమున నున్నది. చౌదరి బిరుదము క్రీ. శ. 1580 నుండి రాయరావుతో నారంభమైనది. క్రీ. శ. 1550లో సదాశివుఁ డుండుటచే నిది సరికాదని చెప్పవచ్చును. కృష్ణరాయలకు సమకాలీనుఁడగు వాసిరెడ్డి మల్లికార్జునుఁడు రాయలవద్ద సమ్మానము లందుకొని యుండవచ్చును గాని యనవేమారెడ్డివలన సమ్మానము లందుకొనుట, ద్రవిడదేశములోఁ గొంత సీమ నేలుకొమ్మని యిచ్చుట మొదలగునవి యుభయుల కాలభేదమును బట్టి సరికాదని తలంప వచ్చును. వంశచరిత్రకు రామనకవి వ్రాఁతకును భేదము గలదు.

వంశచరిత్ర :

వాసిరెడ్డి వేంకటసుబ్బదాసు

మల్లికార్జునరాయలు హైదరు జంగుతో జరిగిన యుద్ధమున మరణించెనని భార్య రెండేండ్ల కుమారుని సదాశివుని దాసితో నూతక్కి కంపెనని యచట బాలుఁడు పెద్దవాఁడాయెనని యున్నది.

ద్రౌపదీ పరిణయకర్త :

అమరవాది రామకవి

తులారణంబున సదాశివుఁడు శత్రుల వధించెనని. అనవేమన మెచ్చి వాసిరెడ్డియను బిరుదునిచ్చి కొంత రాజ్యమిచ్చి పంపెనని యారాత్రి శత్రువులతని వధించిరని యతని కుమారుఁ డంతకుఁ బూర్వమే తల్లితో నూతక్కిలో మాతామహునియింట నుండెనని యామె సహగమనము చేయుచు నొక బ్రాహ్మణ స్త్రీ కొసఁగెనని యీయనయే మల్లికార్జునుఁడని యున్నది —

ఇందేది నిజమో తెలిసికొనుట కవకాశము చిక్కలేదు. కర్ణాటక ప్రభువగు సదాశివరాయలు (క్రీ. శ. 1542–64) వాసిరెడ్డి సదాశివరాయలొకేకాలమున (1545–70) నున్నట్లు కాన్పించుచున్నది. గుళ్లంతాలూకా చిప్పగిరి కైఫీయతులో రాజుపేరు సదాశివరాయలని శా. శ. 1445 (కీ. శ. 1523) లో వీని పరిపాలనమని యున్నది. ఈ కాలము సరికాదని తోఁచుచున్నది. పాఱుమంచాల గ్రామ కైఫీయతునుబట్టి (L. R 15 P. 436) సదాశివరాయల కాలమున శా.శ. 1480 (క్రీ. శ. 1558)లో యంబెరుమానారు జియ్యరుగారు కలరని యుండుటచేత నిది కర్ణాటక రాజునకు సంబంధించినదని చెప్పవచ్చును. సదాశివుని కాలమున స్థలాధికారి దేవాభక్తుని కొండన్నగారని యితఁడు శా. శ. 1475 పరీధావి సంవత్సర ఫాల్గుణ శుద్ధ దశమీ శుక్రవారము (క్రీ. శ. 1553 మార్చి) కుమారస్వామిని ప్రతిష్ఠచేసెనని S. I. I. VI. No. 105 శాసనములలోనున్న విషయము చేబ్రోలు కైఫీయతులోఁ (L. R. 19-P. 458)

గూడ నున్నది. స్థలాధికారి యని యుండుటచేత నప్పటికి చౌదరీ యుద్యోగము లేర్పడలేదనుట స్పష్టము. ఇతని కాలములోనే తాళికోట యుద్ధము జరిగెను. (1564) ఆ కాలమున గోల్కొండ నవాబు ఇబ్రహీము కులికుతుబుషాIV క్రీ. శ. 1550–80 పాలన చేయుచుండెను. ఈయనకే ఇభరాముమల్కు, ఇబ్రహీము మల్కు, ఇభరామ్‌షా, ఇబ్రహీము, మల్కిభరామను పేరులు గలవు.

వాసిరెడ్డి వీరపనాయఁడు - తత్సంతతి

వంశచరిత్రనుబట్టి సదాశివనాయని వంశవృక్షమిట్లున్నది. తరమునకు 15 ఏండ్లు చరిత్రకారులు వేయుచుందురు.

సదాశివరాయలు – క్రీ. శ. 1550

|

శ్రీగిరి మల్లికార్జునరాయలు – క్రీ. శ. 1565

శ్రీశైలపతి 1580	మల్లికార్జునుఁడు	సదాశివుఁడు	గంగాధరుఁడు

భార్య కట్టా శ్యామలాంబ

|

వేంకటాద్రి క్రీ. శ. 1595

గంగినీఁడు	మాదన	వేంకటాద్రి	గురవయ్య	వీరపనీఁడు
(మోపులూరు)	(తాడిగుమ్మ)	(పల్లగిరి)	(పోపూరు)	(నందిగామ)
1610				1620

ఈ యైదుగురైదుచోట్ల గ్రామపాలకులై యుండిరి. సదాశివుని వంశీయులలో నొకఁడగు మాదినీఁడు, ఆత్మకూరు, నిడమర్రు వంటులకు లింగినీఁడు తాడికొండ వంటుకు చౌదరులైరి. సదాశివునకైదు తరముల

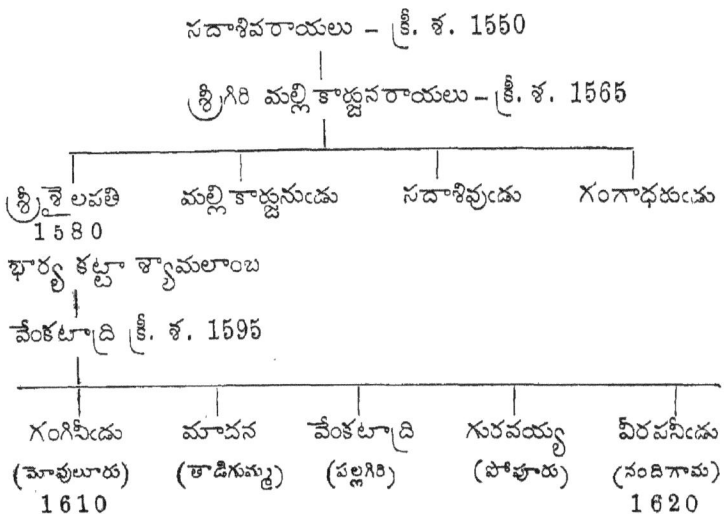

తరువాత చౌదరి యుద్యోగము లభించుట వలన నప్పటికిఁ గొండవీటిని ముస్లిములు పాలించుచుండిరని చెప్పనచ్చును.

ఇబ్రహీము కులికుతుబుషాIV కాలమున (క్రీ. శ. 1550-1580) తాళికోట యుద్ధము జరిగెను. అళియరామరాయల మీఁదకు - పంచ పాదషాహీలు క్రీ. శ. 1564 రక్తాక్షిలో వచ్చి యోడించిరని అల్లిగోన గ్రామ కైఫీయతు దెలుపుచున్నది.[10] గండికోట కైఫీయతులో - “కృష్ణరాయల అల్లుడు అళియరామరాజు అధికారదత్తుండై ఉండి శా. శ. 1486 [క్రీ. శ. 1564 డిసెంబరు 25 రక్తాక్షిసంవత్సరం] ఈ రాయలకు కరభారం ఇస్తున్న 'బీజాపురం, బిదర్, దౌలతాబాదు, అహమ్మద్ నగర్ మొదలగు పంచపాదషాలు దక్కనువారు ఏకస్థులై అళియరామరాజుతో కృష్ణాతీరమందున్న రాక్షస తంగడి అనే గ్రామంవద్ద యుద్ధంచేసి అళియరామరాజును దండుతో కూడా వధించి పైన వ్రాసిన పంచపాదుషాహీలువిజయనగరానికేగి రాయలవారిక చేరిన్ని పట్టణమున్ను, దేవాలయములున్ను కాలపెట్టి దేశమంతా దోచుకున్నారు. అప్పట్లో సదాశివరాయలు తురకాణ్యంలో కొన్ని సంవత్సరములు తన దేశంలో ప్రభుత్వం” చేసినట్లు శిలాశాసనము లున్నవి.[11]

రాక్షస తంగడి యుద్ధమైన వెంటనే ముస్లిములు కొండవీటిరాజ్యము స్వాధీన పఱుచుకొనలేదు. నాదెండ్ల సముతు ఉప్పలపాడు కైఫీయతునుబట్టి - ఇభరామ్ పాదుషా శా. శ. 1502 (క్రీ. శ. 1580) -లో కొండవీటి దుర్గమును పైకొనెనని యపుడు శ్రీరంగరాయలు పాలనలో నుండెననియుఁ దెలియుచున్నది.[12] వినుకొండ కైఫీయతులోఁ గూడ శా. శ. 1502 న ఇభరామ్ పాదుషా శ్రీరంగరాయలను జయించెనని యున్నది.[13] ఇడుపులపాడు కైఫీయతులో - కొండవీటి గోపీనాథ

(10) L. R I. P - 5 అల్లిదొౕన గ్రామ కైఫీయతు

(11) L. R. 15. P-137 గండికోట కైఫీయతు

(12) L. R. 60. ఉప్పలపాడు కైఫీయతు

(13) L. R. 60. వినుకొండ కైఫీయతు

పట్టణమునకుఁ బ్రతినామధేయంబైన ముర్తుజాన్నగరానకు శా. శ. 1502 విక్రమ చైత్ర బహుళ చతుర్దశీ భౌమవారమున – ఇభరామ్ పాదుషా కొండవీటిని సాధించెనని యుండుటచేత క్రీ. శ. 1580 ఏప్రియలు మాసాంతమున స్వాధీనపఱుచుకొనెనని తెలియుచున్నది.[14] రాయరావను మహారాష్ట్ర బ్రాహ్మణుఁడు ఇబ్రహీము కులిసేనానియని శా. శ. 1502 విక్రమ వైశాఖ శుద్ధపంచమిని (క్రీ. శ. 1580 మే) కొండవీటి ప్రభువైన వెలుగోటితిమ్మన్న లంచము పుచ్చుకొని రాయరావుకు లోపడి తాళపుచెవులిచ్చి పోయెనని కొండవీటి కైఫీయతు లోనున్నది.[15] విద్యపూడి కైఫీయతునుబట్టి మల్కిభరాము పాదుషా వారి తరఫున రాయరావును సర్దారు లష్కరుతోడ వచ్చి కొండవీటి ఖిల్లా బాజీమీఁదఁ బుచ్చుకొని యక్కడ దాణ్యాముమీఁద నిలిచి దుర్గము మీఁద ఫిరంగులు కాల్చుఫిరంగిదారులకు రోజాహా క్రింద విద్యపూడి జాగీరు నిచ్చినాఁడని[16] యున్నది. భట్ల అన్నవరము (నాదెండ్ల తాలూకా) కైఫీయతును బట్టి చూడఁగా శా. శ. 1502 మల్కిభరాము శ్రీరంగరాయల జయించి దేశముఖు దేశపాండ్యాలు బారాముఖ సద్దీలు హోదాలు నిర్ణయించి నాదెండ్లసముతు, సముతు చౌదర్లు దేశపాండ్యాలు, అమీలు పరముగా – అమానీమా ఖ్లియతు జరిగించుకొనిరని యుండుటచేత దేశముఖు, దేశపాండ్యాలు, బారాముఖసద్దీలు చౌదర్లు, అమీలు మున్నగునవి క్రీ. శ. 1580 నుండి రాయరావు కొండవీటిని జయించినప్పటినుండి యుండినవనుట స్పష్టము.[17] కమ్మ చరిత్రకారుఁడు వీనిని షాజహాను కాలము (క్రీ. శ. 1628 – 56) నుండి యేర్పడినవనుట సరికాదని తలంచుచున్నాను. కొండవీటి దుర్గమును మల్కిభరాము స్వాధీనపఱుచుకొన్న వృత్తాంతము చాటువులలో సైతమున్నది.

---

(14) L. R 48 ఇడుపుల పాడు కైఫీయతు (15) L. R. 57 కొండవీటి కైఫీయతు (16) L R 5 విద్యపూడి కైఫీయతు (17) L R. భట్ల అన్నవరము కైఫీయతు

ఉ. ధాటిగ నేగి యుద్దగిరి దార్కొని వేంకటరాజుఁదోలియుం
గోటల లగ్గపట్టి వినుకొండయు బెల్లముకొండ తంగెడల్
పాటిమెయిన్ హరించి మఱి బల్మిని గైకొనెఁ గొండవీడు క
ర్ణాటకరాజధాని నిభరాముఁడు బాహుబలమ్ము మీఱఁగన్.

ఈ ప్రకారము క్రీ. శ. 1580 మే నెలలో రాయరావు కొండవీటిని స్వాధీన మొనర్చుకొని 544 గ్రామములు గల కొండవీటి సర్కారును 14 సమతులు చేసి చౌదరి మున్నగు ఉద్యోగము లేర్పాటు చేసెనని కైఫీయతులు తెల్పుచున్నవి.

వాసిరెడ్డి వారికిఁగూడ – చౌదరి – ఉద్యోగములు క్రీ. శ. 1610 ప్రాంతమునుండి యారంభమైనట్లు కాన్పించు చున్నది. ఈ కాలమున గోల్కొండ నవాబులు మహమ్మదు కుతుబుషా VI క్రీ. శ. 1612–26. అబ్దుల్లా కుతుబుషా VII క్రీ. శ. 1626–72 పాలించు చుండిరి. వంశ వృక్షములోని నందిగామ ప్రభుఁడగు వీరపనేనికి వేంకటాద్రి గలిగెను. ఈయనకు 1. వీరపనీఁడు 2. చినవీరన్న 3. బెజ్జనీఁడను ముప్వురు కుమారులు గల్గిరి. ఇందు జ్యేష్ఠుఁడగు వీరపనీఁడు కట్టా నారసింహుని కుమార్తెలగు పెద్దవెంగమ్మ, చినవెంగమ్మలను బెండ్లాడెను. పెద్ద భార్యవలన 1. వెంకటాద్రి 2. బెజ్జనీఁడు 3. రామచంద్రుఁడు గల్గిరి. చిన్నభార్యవలన 1. రామన్న 2. రాఘవనాయుఁడు 3. చంద్రపహాళి గల్గిరి. కృష్ణామాహాత్మ్యములో భార్యపేరు భవానీదేవి యని యున్నది. వీరపనీఁడు 1670–లో గోల్కొండ నవాబుకడ అబ్దుల్లా కుతుబుషా VII (1626 – 72) నందిగామ పరగణాకు దేశముఖు సనదొసంగినట్లు కృష్ణాజిల్లా మాన్యూయల్ రచయిత వ్రాసెను. పాపనూరాధ్యులవారు దేవీభాగవతములో – “కట్టావారికి నల్లుఁడనయ్యె” ననియు “సాహింది నాఁడు విశ్వఖ్యాతముగ జమీందారీ విపక్షబృందములు చెదర” ననియు వ్రాయుట “సురరాజ” “రాజరాజ” అను పేర్లుండుట వలన జమీందారు, దేశముఖు పదవులు లభ్యమైనట్లు స్పష్టము. ఇతనికి

రామన్న, రాఘవయ్య, చంద్రమౌళులు గల్గి యుండుటవలన వీరపనీఁడే యతఁడనుటలో సందియము లేదు. రామన ద్రౌపదీపరిణయములో–

తే. గడిది గడి దుర్గ గండర గండ సమర
విహరణ కిరీటి మన్నె హంవీర మన్నె
రాయముఖ భూరి బిరుదాంక గీయమానుఁ
డగుచు వీరపనీఁడేలె నవని తలము. 1–ఆ. 64–ప.

కం. లే రీతని పాటి జమీం
దారుల నిసుబాలు మెచ్చఁ దగ వేమరక
వీరపనీఁడు ప్రభుత్వముఁ
ప్రౌఢింజేసె ముస్తుఫా న్నగరెల్లన్. 1–ఆ. 67–ప.

ముస్తుఫాన్నగరనఁగా – కొండపల్లి, ముర్తుజానగరనఁగా – కొండవీడు. ఈయన నందిగామను రాజధానిగా నొనర్చుకొని కొండపల్లి ప్రాంతమును బాలించెనని చెప్పవచ్చును. వాసిరెడ్డీయములో

గీ. లే రితని తుల్యులగు జమీం దారులనుచుఁ
దగవరులు మెచ్చ ముస్తుఫా న్నగరుపేరి
వివిధరాష్ట్రాలు మన్నె హంవీరుఁడగుచు
నీతిఁ బాలించె వీరపనీఁడు నాఁడు...ఇట్లున్నది.

తాత సంపాదించిన చౌదరితనముతో వీరపనీఁడు తృప్తిఁ జెందక నందిగామ సీమకు దేశముఖ్ పదవిని జమీందారీ సనదును గోల్కొండ నవాబువద్దఁ బడసియుండెను. నందిగామనుగూర్చి వ్రాయుచు దీనికిఁ దూర్పున రెండు మైళ్ల దూరమున మానేరు కడ్డముగా రాఘవపురము గలదని యందు – క్రీ. శ. 1686 లో వాసిరెడ్డి చౌదరి రామయ్య నిర్మించిన కోటశిథిలములు గలవని మెకంజీ వ్రాయుటచేత – ఈ చౌదరి రామయ్య వీరపనీఁడు కుమారుఁడని వాసిరెడ్డీయమున "రాఘవయ్యయును చౌదరిరామన చంద్రమౌళియున్" వ్రాయుటచేత నీయన

క్రీ. శ. 1686లో రాఘవపురమునఁ గోట నిర్మించెనని తెలియుచున్నది. ఈ రామయ్య "రికార్డు"లను బట్టి కీలక సంవత్సరము మొదలు ప్రభవ వత్సరము వఱకు (1668 – 1686).[18] పదునెనిమిది సంవత్సరములు పాలించెనని తెలియవచ్చుటచేత రాఘవపురము కోటను క్రీ. శ. 1668లో నిర్మించెనని తోఁచుచున్నది. "రాఘవపుర వరధుర శ్రీ ఘన సామ్రాజ్యభద్ర సింహాసనము" అని రామనకవి ద్రౌపదీపరిణయమున నుడివెను. ఈ రామభూపతి క్రీ. శ. 1678 లో నందిగామయందలి శివాలయమున నొక ముఖమంటపమును గట్టించి శాసన మొకదానిని వ్రాయించుటచేత – నితఁడా కాలమునకుఁ గోటను గట్టుకొని రాజ్యపాలన మొనర్చుచున్నట్లు తేటతెల్లమగుచున్నది. ముఖమంటపమును గట్టించిన వృత్తాంతము ద్రౌపదీ పరిణయమున నున్నది—

చం. అరయఁగ శాలివాహశక హాయనముల్ వెయినాఱునూరు వా
మఱిదగు పింగళాబ్దమున మాఘమునందలి శుద్ధపంచమిన్
విరివిగ వాసిరెడ్డి ఘన వీరయరామన నందిగామలో
స్మరహరుకై యమర్చె ముఖమంటప మాశశి భాస్కరంబుగన్.

వీరపనీఁడు తన యనంతరము నిజపుత్రులు వివాదపడఁగలరని తానే రాజ్యమును బంచి యిచ్చెనని, రామన్నకు మాగంటి పరగణాను (రాఘవపురమనికొందఱు), రాఘవయ్యకు రాఘవపురము పరగణాను (మాగంటియని కొందఱు), చంద్రమౌళికి – చింతలపాటి పరగణా నొసఁగెనని "మాన్యుయల్" వంశచరిత్రాదులు తెల్పుచున్నవి. వారు తమ పరగణాలకేగి కోటలు నిర్మించుకొనిరి. రాఘవపురములో కోట నారంభించినది రాఘవయ్య; కాని గోల్కొండ నవాబు ప్రతినిధియగు రాజారామను నతఁడు రాఘవేంద్రు నవమానించుటచేత నాలుగున యాత్మహత్య చేసికొనెనఁట. విభాగములు జరిగినది క్రీ. శ. 1668 లో

(18) G Mackenzie K. D. M. P–222 - Nandigama. "Two miles to the east across the Maneru is Raghavapuram with the remains of a fort built in 1686 by Vasireddi Choudari Ramaiah."

నని తేలుచున్నది. కాన క్రీ. శ. 1650 ప్రాంతమున వీరపనేఁడు నంది గామ పరగణా దేశముఖ పదవిని నందెనని చెప్పవచ్చును. రాఘు వేంద్రుని మరణకారణము విచారింపఁ దానీషా పూనుకొనఁగా రాజా రాము ప్రాధేయపడుటచేత రామన్న తన యన్న హృద్రోగంబున మరణించెనని చెప్పెను. దీనికిఁ గృతజ్ఞతగా రాజారాము తానీషాతోఁ జెప్పి నందిగామ సీమను ముసుంసావరాలకు "ఫర్మానా" దయ చేయించెనని యింకను రామన సోదరుఁడగు రాఘువుని పేర రాఘున పురమును గట్టించెనని జంపనివారు మఱి యితరు లనుభవించు "చౌదరి మిరాసీల"ను ఏటూరి భాస్కరరావు మున్నగువా రనుభవించు దేశ పాండ్యాలను గైకొని నందిగామ సీమ యేలెనని యింకను చామర్తి సమితివారు రామనతోఁ బోరినందున వారి నోడించి వారి సమితిని దన పాలనలోనికిఁ దెచ్చెనని విరోధులైన జంపనివారి నోడించి వారాక్ర మించిన చింతపల్లి కోటను బట్టుకొని యచటఁ దన సైనికుల నుంచెనని యాకాలము రికార్డులను బట్టి వ్రాసిన వేంకటాద్రీంద్ర చరిత్ర తెలుపు చున్నది.[19]

రామన్న పాదుషా వలనఁ జౌదరి బిరుద మందెనని ద్రౌపదీ పరిణయము—

కం. భూమిపరిపాలనము పా
ద్షామెచ్చఁగఁ జేసి ముస్తుఫా నగరున కా
రామన పాదుషహాచేఁ
బ్రేమ నుపార్జించెఁ జౌదరీ యను బిరుదున్.

కాని వేంకటాద్రినాయని కాలముననున్న రికార్డులనుబట్టి నందిగామ మిరాసీదారుగా బెజ్జనీఁడు గలఁడని యాయనకే కట్టా నరసింహామను పేరు గలదని యాయన వీరపనేనికి మేనమామ యని మేనమామ కుమార్తెల నిరువురఁ జేసికొనుటచేత రెండవ కుమార్తెకు సంతా నము గల్గిన తరువాత బెజ్జనీఁడు తన యన్నకొమారుఁడగు బుచ్చన్న

(19) విష్ణుభొట్ల శ్రీరామశాస్త్రిగారు వ్రా॥ వేంకటాద్రీంద్ర చరిత్రము. పుట17-19

చేత, పెద్దకుమార్తెయగు లింగమ్మచేత హక్కు విడుదలపత్రము వ్రాయించుటవలనఁ జిన్న కుమార్తె పుత్రులకు హక్కు గలిగినదని తెలియుచున్నది. ఈ హక్కు ధ్రువపఱుచుటకై వీరపనేఁడు గోల్కొండకేగి యుండవచ్చును. వీరపనేఁడు కుమారులు మువ్వురు. 1. రాఘవయ్య 2. చౌదరిరామయ్య, 3. చంద్రమౌళి యనువారు శాశ్వతమైన జమీ సంపాదించుటకు ఢిల్లీకిఁబోయి పాదుషా వలన నంది గామ సీమకు జమీందారీ మిరాసీ కొన్ని బిరుదములు సంపాదించుకొని వచ్చిరని రామనకవి ద్రౌపదీ పరిణయములో వ్రాసెను.

సీ. సరవి ఢిల్లీపురి కరుదెంచి పాదుషా
హో దర్శనముచేసి యాత్మవిక్ర
మ క్రియారచన నాత్మవల్లభాగ్రణి
భావంబు సంతోషపఱిచి యతని
చేత నందిగ్రామ సీమకెల్లను సుస్థి
రపు జమీందారీ మిరాసి మన్నె
చౌదరి రాజా బహాదురు దేశాయి
సర్ దేశముఖ ముఖ్య సరస బిరుదు
లలఘుతర భద్రదంతావళానకాది
మహిత బహుమానముల నంది మరలి వచ్చి
స్వార్జితాఖిల రాజ్యలబ్ధాతివిభవ
కలితసౌఖ్యాను భూతి శోభిలిరి మఱియు.

నానారాజ చరిత్రములోఁగూడ వీరు ఢిల్లీ కేగి క్రీ. శ. 1628 – 1658 వఱకుఁ బరిపాలించిన షాజహానునుదర్శించిరని యచటఁ జక్రవర్తిని మెప్పించి యనేక బహుమానంబులు నందిగామ పరగణాను సనదు గైకొని వచ్చిరని యున్నది. కాని వీరు ఢిల్లీనగరమున కేగు నవసరము కాన్పింపదు. గోల్కొండ రాజ్యము సర్వస్వతంత్ర రాజ్యమై యుండ క్రీ. శ. 1657 లో జరిగిన సంధి వలన బీజపూరు గోల్కొండ నవాబులు ఢిల్లీసుల్తానగు షాజహానునకుఁ గప్పము గట్టుట కంగీకరించిరి. ఔరంగ

జేబు కాలమున (క్రీ. శ. 1658 - 1707) గోల్కొండ నవాబుతో క్రీ. శ. 1687 సెప్టెంబరు 21 వ తేదిని యుద్ధము జరిగెనని యా యుద్ధమున సర్దారుల రాజద్రోహము వలన - అబుల్ హుసేను తానీషా - కుతుబ్ షా VIII ఖైదీగాఁ బట్టువడుటచేత దౌలతాబాదు కారాగారమున 14 సంవత్సరములుంచిరని తర్వాత చనిపోయెనని తెలియుచున్నది. గండికోట కైఫీయతునుబట్టి - "అటుతర్వాత క్షయ సంవత్సరమున ఢిల్లీశ్వరుఁడు వచ్చి గోల్కొండ విజయపురము సాధించి హిమసేతు పర్యంత మేలె" నని పార్థివ సంవత్సరమునకుఁ బూర్వము గోల్కొండ రాజ్యము కుతుబ్ షావారిదని తెలియుచున్నది. క్రీ.శ. 1687 క్షయ యగుటవలన ఔరంగజేబు వచ్చి గోల్కొండను జయించుట స్పష్టము. ఔరంగజేబు తన ప్రతినిధులను గోల్కొండలోనుంచి వారివలన రాజ్యపాలనముఁ జేయించుచుండెను. మొత్తముమీఁద ఔరంగజేబు క్రీ. శ. 1682-1707 వఱకు దక్కనులోనే యుండి షియాలతోను - మహారాష్ట్రులతోను బోరాడుచు దుదకు 1707 ఫిబ్రవరి 20 వ తేది మరణింపఁగా దౌలతాబాదునకు వాని శవమును దీసికొనిపోయి సమాధి యొనర్చిరి. ఈ రీతిగా 25 వత్సరములు దక్కను యుద్ధములతోఁ గడపుటచేత వీరపనేని కుమారులు ఢిల్లీకిఁ బోవలసినపనియే గన్పట్టదు. వీరు పోయినది ఢిల్లీకిఁగాక గోల్కొండకయి యుండవచ్చును. షాజహానును వీరు దర్శించు నవసరము గాన్పింపదు. రికార్డులలో రాజారామను మంత్రి తానీషా దర్శనము చేయించెనని యుండుటచేత నతఁడే నందిగామ సీమ నిచ్చుటచేత నిది తానీషా రాజ్యకాలము క్రీ. శ. 1674 - 1687 లో నై యుండును. అనఁగా క్రీ. శ. 1674 లో - తానీషాను దర్శించి యుందురు. మఱియొకసారి దర్శించియున్నచో ఔరంగజేబు ప్రతినిధుల క్రీ. శ. 1688లో గోల్కొండ స్వాధీనమైన తరువాత దర్శించి యుండవలెను. ముప్వురు సోదరులు 'పంపిణీకి' హైదరాబాదు సుబేదారువద్ద కేగినచో నది 1676లో నై యుండవచ్చును. వీరు బిరుదములు సైతము గోల్కొండ నవాబుకడనే పొందియుండ వచ్చును. అప్పటికి రామన్న 1686 లో మృతుఁడై యుండెను.

వాసిరెడ్డి చినపద్మనాభుఁడు - చింతపల్లికోట నిర్మాణము

వీరపనేని కుమారుఁడైన చౌదరి రామనకు – ఆఱుగురు పుత్రులుండిరి. వీరు వరుసగా 1. రాఘవయ్య, 2. చినపద్మనాభుఁడు, 3. చంద్రమౌళి, 4. పెదనరసన్న, 5. వీరన, 6. రామలింగన్న లని పాపయారాధ్యులవారు వ్రాసిరి. కాంచీమాహాత్మ్యము, వంశచరిత్ర, ద్రౌపదీ పరిణయము, వాసిరెడ్డీయము మున్నగువానిలో భిన్నముగా నున్నది. చినపద్మనాభుఁడు మూఁడవ కుమారుఁడని కొన్నిటిలో నున్నది. కొన్నిటిలో నైదుగురి పేర్లు మాత్రమున్నవి. ఎట్లైనను – చినపద్మనాభుఁడు రామన కుమారుఁడని పెదపద్మనాభుఁడు రామన సోదరుఁడగు రాఘవయ్య కుమారుఁడగుట నిక్కువము. చినపద్మనాభుని పద్మనాభరామన, చినపద్మరామన యనియుఁ బిల్తురు. ఇతఁడు శూరాతి శూరుఁడు, పరాక్రమశాలి, సాహసోపేతుఁడు, ప్రజ్ఞా బల సమన్వితుఁడై యుండెను. ఈయన సోదరుల నణఁచి రాజ్యము నాక్రమించుకొనెను. ఈయనకు – చింతపల్లి యొంటు దొరయగు చినపద్మనాభుఁడను పేరుండెను. ఇతఁడు మాగల్లు, పెనుగంచిప్రోలు, బేతవోలు సంపాదించెనని కృష్ణానదికిఁ గుడివైపునఁ జింతపల్లిలోఁ గోట నిర్మాణ మొనర్చెనని శ్రీ జి. మెకంజీ వ్రాసెను.[20]

చింతపల్లి కోటను గట్టినది యీయనయే యని రామనకవి వాసిరెడ్డీయములో నిట్లు వ్రాసెను.

సీ. "పెట్టించినాఁడహో పృథులశతఘ్నికా
తత్యభేద్యముగఁ జింతపలికోట"

ఇంకను మహేశ్వరాచ్యుత మందిర ప్రాకార మండపాదులఁ గట్టించె

(20) G Mackenzie K. D. M. P-308 "One account says it was the same China Padmanabhudu of Magallu, Penukanchiprolu, and Betavolu and that he built the fort at Chintapalli on the right bank of the river"

ననియు వాసిరెడ్డి వంశచరిత్రలోఁగూడ – చింతపల్లి యొంటు దొర యగు చినపద్మనాభుఁడని పేర్కొనఁబడినది. మఱియు నా కవియే – "పురాతన సంస్థాన నగరంబు మాగల్లు నిజరాజ్యంబున కొక మూలయై యుండు కతన – కృష్ణాతీరంబు పుణ్యక్షేత్రంబు గావునఁ దత్తీరంబున నొక నవీన పట్టణంబు నిర్మింపంజేయు టుచితంబని తలంచి శాస్త్రోక్త మార్గంబునఁ జింతపల్లి యను పేర నగరంబుం గట్టించి యందొక సౌధంబు నిర్మింపంజేసి దానికిం దగు ప్రాకారాదికంబులఁ గల్పింపంజేసి నిజమంత్రి పురోహితాదులకు వలయు దివ్యభవనంబులు గట్టించి కార్తాంతికోక్త సుముహూర్తంబున సుప్రవేశంబు గావించి" అనియుండుటచేఁ జినపద్మ రామన్నయే చింతపల్లికోట నిర్మాతయని తేలుచున్నది. కాని వాసిరెడ్డివారి రికార్డులలో జంపనివా రాక్రమించిన చింతపల్లి కోటలో రామన్న తన పటాలముల నుంచెనని యుండుటచే రామన్న కాలమునకుఁ బూర్వమే కోట గలదనుట స్పష్టము. చినపద్మనాభ రామన్న – ఆ కోటను మరమ్మతు చేయించి నూత్న సౌధముల నిర్మింపఁ జేసెనని తోఁచుచున్నది.

ఈ కోట పొడవు 190 అడుగులు, వెడల్పు 130 అఋగులు, ఎత్తు 30 అడుగులు అని కుంఫిణీవారి రికార్డులందున్నది.[21] చింతపల్లిని గూర్చి వ్రాయుచు నిది చారిత్రక ప్రసిద్ధి గాంచినదని, దీనికి దక్షిణమున క్రీ. శ.1239 నాఁటి శాసనము గలదని యిది గుడిమెట్టదే వాలయమున కిచ్చిన దానమును వర్ణించునని గ్రామస్థులే దీని నొసంగిరని వాసిరెడ్డి జమీందారుల కోట యిచ్చటఁ గలదని యిది 250 గ×160గ. లని రెండు ద్వారములలో 6 బురుజులు గల్గి యుండెనని ప్రస్తుతము శిథిలావస్థలో నున్నదని వాసిరెడ్డి వేంకటాద్రినాయని జ్ఞాతి లనణాసు గైకొనుచు నచట నివసించుచుండెనని మెకంజీ వ్రాసెను.[22] మొదట

(21) Guide to Guntur – A. D. 1795 – 1835.—P. 207.

(22) G. Mackenzie–K. D. M. "The fort was 250 yards by 160 and had six bastions with two entrances. It is now in ruins The grand-son of Venkatadri Naidu's cousin lives here in receipt of a pension"

నున్న దానికంటెఁ దరువాతఁ గోటను బెంచియుండ వచ్చునని తోఁచు చున్నది.

చినపద్మ రామన్నను గూర్చి వింతవింతలైన కథలు గలవని మెకంజీ వ్రాసెను; కాని యవి యన్నియు శత్రువులైన జంపనివారు వెలమవారు కల్పించినట్లు తోఁచును. చినపద్మనాభుఁడు యువకుఁడు గా నున్నప్పుడు కుదువగా (Hostage) ఢిల్లీపాదుషా సైనికులు తీసికొని వెళ్లిరని యంతఃపురములోని యొక కాంత చక్రవర్తికి నితనికి మధ్య వర్తిత్వము నెఱపు వఱ కందఱు మఱచి పోయిరనియు మఱియొక కథ- ఇతఁడొకనాఁడు రాజాస్థాన సమీపమునఁ గూర్చుండి తల దువ్వుకొను చుండ నవాబు జనానాలోని బీగము గవాక్షమునుండి యీతని నిరుప మాన సౌందర్యాతిశయమునుగాంచి ముగ్ధురాలయ్యె ననియు - ఇంకొక కథ - ఇతఁడు రత్నాభరణభూషితుఁడై యుండ నా దేదీప్యమానమ్మగు నవరత్నవితతి నూడఁదీసి యొక అవికపైఁ గుట్టెనని దీనిని ముస్లిము రాణులకు బహుమతిగాఁ బంపినందున వారు మధ్యవర్తిత్వ మొనర్ప జక్రవర్తి వీనిని విడుదల యొనర్చెనని యీ సమయమున నొక యశ్వా ధీనపుఁ దురఁగ మొసఁగఁబడెనని యపుడు చిన పద్మనాభుఁడు దాని నెక్కి యదృశ్యుఁడై పోయెనని సభికులందఱు ప్రాణంబులు గోల్పోయెనని తలంచిరని కాని మఱుదినము రాజాస్థానంబునకు 24 గంటలు హయంబు మీఁదఁ గడపి వచ్చెననియు గుఱ్ఱము దగ్గఱ పనివాండ్రు వచ్చి కళ్లెము పట్టుకొనఁగా నురుగు దబ్బలు పడుచున్న హయము క్షణకాలములో నసువులు బాసెననియు - పాదుషా వాని సామర్థ్యంబున కానందించి మూఁడు పరగణాలకు సనదు నిచ్చి చినపద్మనాభుని స్వదేశమున కంపె ననియు మెకంజీ వ్రాసెను.[23] ఈ కథలన్నియుఁ బెదపద్మనాభునకుఁ జెందినవని నానారాజన్య చరిత్రలోఁ గలదు. అది సరికాదు.

తండ్రి మరణానంతరము క్రీ. శ. 1686లో నితఁడు రాజ్యపాలన మునకు వచ్చెననుట స్పష్టము. అప్పటి కింకను గోల్కొండలో అబుల్

(23) G. Mackenzie – K. D. M. – P. 308,

హుసేను తానీషా ప్రభుత్వము (1674 – 1687) సాగుచునే యుండెను. అందువలన నితనిని ఢిల్లీకి బందిగాఁ దీసికొని వెళ్లుట మొదలగు కథలు కల్పనలే యగును. తానీషా చినపద్మరామన్న మున్నగు సామంతులను హైదరాబాదు రమ్మని యుత్తర్వులు చేసెనని మంత్రియగు – అక్కన్న వారికి మరియాద లొనర్చెనని యచట చినపద్మనాభుఁడు రత్నాదులచేఁ గూర్పఁబడిన హారమును నవాబునకు బహుమతిగా నిచ్చెనని యంతటఁ బాదుషాహా తన యశ్వశాలలో నొక మదహయంబు గలదని దానిని స్వాధీన మొనర్చుకొనిన వారి బలపాటవంబులఁ బాటింతునని చెప్పఁ జినపద్మనాభుఁ డాహయము నధిరోహించి దాని గర్వము నణఁచి స్వాధీన మొనర్చుకొని వచ్చెనని యపుడు తానీషామెచ్చి నందిగామ, కంభంమెట్టు, వినుకొండ, కొండవీడు, మొదలగు పంచశత గ్రామంబులను సర్ దేశ్ ముఖు హుకుమును, సుఫీదిఝుండాదీన్ మషాల్తీ, రోజునకు మూఁడుఖూనీలు, మన్నె సుల్తానుబహదూరు మొదలగుబిరుదములను రజిత పత్రంబుపైఁ దదధికారంబుల మ్లేచ్ఛలిపితో "తహరీరు ఫర్మా"యించి కంఠసర్ తురాయి కరితురగాద్యనేక బహుమానంబుల "సర్ఫరా" చేయించి పంపించెనని వంశచరిత్ర తెల్పుచున్నది. ఇతర ప్రమాణములఁ బట్టి యిది సత్యముగానున్నది కాని తానీషా చినపద్మనాభుని హైదరాబాదు పిల్చిన సంవత్సరము 1060 ఫసలీయని శా. శ. 1573 అని క్రీ. శ. 1651 అని యున్నది. వేంకటాద్రీంద్రచరిత్రములో నిట్లే యున్నది. ఇది సరికాదని చెప్పవచ్చును. ఔరంగజేబు గోల్కొండను జయించు ముందు క్రీ. శ. 1686 లో నిది జరిగి యుండుట స్పష్టము.

వేంకటాద్రినాయని యాస్థానకవియగు పాపయారాధ్యులవారు దేవీభాగవతములోని యవతారికలోఁ జినపద్మనాభుఁ డేగినది హైదరాబాదునకని నవాబుచే ననేక బహుమానము లందెనని యీరీతి వ్రాసెను.

సీ. అప్రతీప ప్రతాపాన్వితుండైన యీ
చినపద్మనాభ రాట్సింహమూర్తి
హైదరాబాదు సాహసియై ప్రవేశించి
యవనరాజన్యు నెయ్యంబు తనదు
సొమ్ముగా సాధించి శూరత మెఱయించి
కొండవీడును వినుకొండ మొదలు
మృత్తుజాసర్కారు మెచ్చుగా మన్నె వా
ర్దేశముఖీ పర్వుఁ దెచ్చి రుసుము
సాగరంబులు కై సేసి జాగిరులకు
నరుల నిర్జించి సాటి భూవరుల మించి
చిరతరంబుగ రాజ్యంబు చేసెఁ బ్రజలు
రామరాజ్య సుఖంబుగా రంజిలంగ.

రామన కవి వ్రాసిన వాసిరెడ్డీయమును బట్టి చినపద్మనాభుఁ డేగినది హైదరాబాదునకని యితని బలపరాక్రమములు పరీక్షింప బెబ్బులిని నిల్పి దానిపైకి హయంబును దుమికించి వధింపఁ గోరఁగా నట్లే [illegible]ని మెనని నవాబు పెట్టిన పందెములన్నిట నెగ్గి మెప్పుల నందెనని తెలియుచున్నది. ఇంకను బిరుదము లందెననియు రామన కవి వ్రాసెను.

సీ. పాదుషా యీ మెహర్బానిట్లు గీల్కొల్పి
చినపద్మనాభుఁ డింపెనయ బేత
వోలును బెనుగంచిప్రోలులోనైన నా
నాసీమలకు జమీందారి సనదు
మన్నెవారీరు సమున్నతి గడిదుర్గ
పతులచేఁగొను వతందారి సనదు
తెల్లజెండా పగల్దివ్విటీ భూచక్ర
గొడుగు నాప్తాగిరి ఖూని సెలవు

సలఘు దేశముఖీ సరువాజి సటహా
హస్తితురగాది బహుమతు లల నవాబు
వలనఁ గొనివచ్చి సత్రంబు లలవరించి
బ్రాహ్మణావనకారియై ప్రభుత సల్పె.

పై బిరుదము లన్నియు హేమపత్రంబుపై వ్రాయించి యిచ్చెనని మఱియొక ప్రమాణము తెల్పుచున్నది.

పైఁ గథలన్నియు విచారింపఁ జినపద్మనాభుఁడు పారిశ్రామిక విద్యా నైపుణ్యము గలవాఁడని ముఖులతో దుస్తుల సంసిద్ధమొనర్పఁ గలాఁడని ధూర్తాశ్వములనెక్కి స్వాధీనముఁ జేసికొనునని హైదరాబాదునుండి యేకశిలానగరము (వరంగల్) వఱకు మదహయంబుపై నెక్కి తిరిగి రాజాస్థానంబున కేగుటచేత హయారోహణ రేవంతుఁడని నిరుపమాన సౌందర్య రాసియని వీరాగ్రేసరుఁడని స్పష్టమగుచున్నది. ఈ చినపద్మనాభుఁడు చామర్తికోటలోని జంపని వారిని, జమీందార్లను, సైనికులను లక్ష్యపెట్టకుండుటచేత వీరి కొండెములు విని నవా బీతనిని బట్టి తెండని యాజ్ఞాపించెనని పెండ్లి నెపంబున జంపనివారు తోడ్కొని పోయిరని యచట నేడవ దినంబున నవాబు సైనికులువచ్చి బంధించి రని ఆ సమయమున జంపనివారు గేలిసేయఁగా వారిని సర్వనాశనమొనర్చి వారికోట పునాదులు త్రవ్వించెదనని శపథమొనర్చి యట్లే తన ప్రతిజ్ఞ నెరవేర్చుకొన్నట్లు కథగలదు. ఈకథలోఁ గొంతసత్యము లేకపోలేదు. ఇతఁ డొనర్చిన శాత్రవ సంహారమును గూర్చి వాసిరెడ్డీయమున—

సీ. నమ్మించి తన్ను మోసమ్మొనర్చిన రామ
రాజు మంత్రప్ప ఘోరాజిఁ దునిమె
ఖులుల గోల్కొండరాజుల నెల్లఁ జంపి త
త్ప్రజల దేశము వశపఱచుకొనియె
శరణన్న సామంత ధరణీ ధవుల చేతఁ
బ్రతివత్సరమ్ము కప్పములఁ గొనియె

మరలఁ బాటిడిన జంపన్నివారి దునిమి త
త్సీమ మాత్మీయంబు చేసికొనియె
స్వపరిహాసుల నెఱ్ఱుపాలెంపు వెలమల
హరియించి తద్రాష్ట్ర మాక్రమించెఁ
బగతుర జయించు మాత్రానఁ బగ సడలక
యరుల కోటలు దున్నించి యాముదంపు
వెదలు వేయించె మన్నెహంవీరుఁ డగుచు
నరకృతస్తుతి చినపద్మనాభ నృపతి.

ద్రాపదీ పరిణయమునఁగూడ నితఁ డిట్లే వ్రాసెను.

కం. తన కెదిరించిన నృపులన్
దునిమి పగర కోటలెల్ల దున్నించి ముదం
బున నాతఁ డాముదపు వెద
లనువుగఁ బెట్టించె మన్నెహంవీరుండై.

పాపయారాధ్యులవారు నిట్లు వ్రాసిరి.

గీ. అరుల కోటలు దున్నించి యాముదంపు
వెదలు పెట్టించె మున్మహావీరుఁడగుచు –

హామర్తి కోటలోని జంపని జగ్గరాజు కుటుంబమును నిర్మూలన మొనర్చి కోటగోడలఁ ద్రవ్వించి చదునుజేసి యందాముదపు వెదలు వెట్టించిన వీరాగ్రేసరుఁడీ చినపద్మనాభనృపాలుఁడు. ఇతఁడు పాల్వంచ మార్గమున వచ్చుచు – అశ్వారావువారిని – ఎఱ్ఱుపాలెము వచ్చి కల్యకొలను వారిని సాధించి చింతపల్లికిఁ జేరెను. అందనేక నూతన సౌధముల నిర్మింపఁ జేసెను. ఇట్లు రాజ్య విస్తీర్ణత నొనర్చెను.

ఇతఁడు ప్రతి సంవత్సరము శరన్నవరాత్రములలో దేవీ పూజ కొనర్చి యన్నదానము చేయువాఁడని బ్రాహ్మణులకు ఘృతమ్మును

ముమ్మరముగాఁ బోయుచుండునని. యందుచే నేతిపద్మనాభుఁడని యితనిని బిల్తురని పాపయారాధ్యులవారు, రామనకవియును వ్రాసిరి.

గీ. వ్రతముగా నవరాత్రోత్సవ మ్మొనర్చి
దంపతీపూజ లొనరించుతఱి ఘృతంబు
ధారలుగఁ బోయఁ జేరినఁ ద్రవ్వి పోయ
నతనికిని నేతి పద్మనాభాఖ్య తనరె.

రామనకవి వాసిరెడ్డీయములో

చం. ప్రణుత వదాన్యుఁ డాతఁడు శరన్నవరాత్ర మహావ్రతార్చి తౌ
దనములఁ బోయు నాజ్యములు ధారుణిఁ జేరి కరుల్లుగట్టు నె
ట్టన నవి పాఱలన్ సెలగుటన్ ఘటియించిరి నేతి పద్మనా
భ నృప సమాహ్వయం బఖిల బాడబు లన్నెఅమన్నె వీరికిన్.

ద్రౌపదీ పరిణయములో, కాంచీ మాహాత్మ్యములో సైత మీ విషయము గలదు. కనుక నిది సత్యమై యుండును. మృష్టాన్నప్రియు లీ పేరితని కిడినట్లు రామనకవి చెప్పియున్నాఁడు.

చం. కడు నవరాత్ర ఘుస్రములఁ గాంక్ష నతండిడు నన్న దాన మం
దుడుగకపోయు నాజ్యఝురులుర్విని జేరి కరుల్లు గట్టఁగా
వడినవి పాఱలన్ సెలగిపై చుటఁ బెట్టిరి నేతి పద్మనా
భుఁడను సమాహ్వయం, బఖిల భూసురు లన్నరపాళి మాళికిన్.

బ్రాహ్మణులగు మానూరువారు, వెలమవారగు మాణిక్యారావుగార్లు చినపద్మనాభుని సమకాలికులు. కొండవీటి సీమ పంపిణీ సైతము వీరి మువ్వురి మధ్యనే క్రీ. శ. 1712లో జరిగెను. హైదరాబాదులోనున్న ఔరంగజేబు ప్రతినిధులు – రోహల్లాఖాను, భషారతు ఖానను వారు క్రీ. శ. 1690లో వినుకొండ పరగణాగాక తక్కిన ముర్తుజానగరు సర్కారునకు దేశముఖుగాను, దీనికే మన్నవరుగా

నేర్పాటు చేయుచు నొక ఫర్మానాను మాణిక్యారావు రామారావు కొసంగి యుండిరి. ఈ హక్కునుగూర్చి వాసిరెడ్డి కుటుంబమువారు సవాలు చేయుచుండిరి.[24] అంతకుఁ బూర్వము 1686లో – కృష్ణానేని మాణిక్యారావు తానీషాయొద్ద ఖిల్లాదారు, మన్నెవరు, దేశముఖు పదవుల నందియుండెను. L. R. 19–ముట్లూరు కైఫీయతును బట్టి శా. శ. 1608 (క్రీ. శ. 1685) క్రోధన వఱకు సుల్తాను అబ్దుల్లా హుసేను పాదుషా అక్కన్న మాదన్నల ప్రధానత్వములో – "పుస్నె పల్లి గోత్రోద్భవులైన కృష్ణానేని రఘుపతి మాణిక్యారాయనింగారు ఆ పూర్వానురీతి కొండవీటికి ఖిల్లా నాయక్వారీగా కొన్ని గ్రామాదులు అమరం అనుభవిస్తూ వుందురు గనక ఆయన కుమారుడు జంగమయ్య మాణిక్యారావు దక్షిణామూర్తి సోమయాజులవారిని వెంటఁబెట్టుకొని గోలుకొండ తర్లి వెళ్లిరి. కనుక అక్కడ అక్కన్న మాదన్నగారి మూలకంగా పాదుషాహాగారి దర్శనంచేసి కొండవీటి దేశానికి దేశాయి మన్నెరికం వరమానా వ్రాయించుకొని వచ్చిరి" అని యుండుటచే క్రీ. శ. 1685 లో నతఁడు గోలుకొండ వెళ్లుట స్పష్టము.

అది విని చినపద్మనాభుఁడును గోలుకొండరాజ్యము పడిపోవు ముందు క్రీ. శ. 1686లో తానుగూడ నట్టి హోదాలను – అనఁగా మన్నెవరు, దేశముఖు పదవులను మూఁడు పరగణాల యధికారమును బొందియుండెను. బ్రాహ్మణులైన మానూరివారు సత్తెనపల్లి, చిలక లూరిపేట జమీందారులై యున్నారు. ఔరంగజేబు పరిపాలనాంతమున (1707) వారిని జమీందారులుగ శెరిష్టాదారులుగాను నియమించుచు

(24) G. Mackenzei — K. D. M – P 319 "Their oldest documents are two firmans dated A. D 1690 from Rohallah Khan and Bhasharat Khan, Aurangzib's lieutenants at Hyderabad, appointing Manikyarao Ramarao, to be Mannavar of the whole 'Murthajanagar Sarkar' and Desamukh of the same with the exception of the Vinukonda Paragana. This claim is contested by the Vasireddi family."

నొక పట్టా నొసంగిరని కుటుంబనామముతోపాటు ''ముజుందారు'' అను దానిఁ గూడ వారు వాడుకొందురని మెకంజీ వ్రాసెను.[25]

తాతయైన వీరప్పనాయఁడు నందిగామ పరగణాకు దేశముఖుగా నుండునట్లు వ్రాయించి తెచ్చుకొనెను. తరువాత తండ్రి రామన 1674 ప్రాంతమున నందిగామ సీమకు సనదును వ్రాయించి తెచ్చుకొనెను. చినపద్మనాభుఁడు తానీషాయొద్ద 1686లో మూఁడు పరగణాల కాధిపత్యమును దేశముఖు పదవిని దెచ్చుకొనెను. ఈతఁ డౌరంగజేబు వద్దకుఁగాని యాయన ప్రతినిధుల యొద్దకుఁగాని పోయిన యాధారములు లభింపవు. మూఁడు పరగణాల యాధిపత్యమును ఢిల్లీ నవాబగు ఔరంగజేబు కడ నందె ననుకొన్నను ఢిల్లీకిఁ జినపద్మనాభుఁడు పోనవసరము లేదు. 1682 - 1707 మధ్యకాలములో దక్కను యుద్ధములలోఁ జిక్కుకొని యౌరంగజేబచటనే యుండుటచే నీతఁడు ఢిల్లీ చనిన వృత్తాంతమసత్యముగా నున్నది.

క్రీ. శ. 1707 - 1710 మధ్యకాలములో వెలమవారగు మాణిక్యారావు గారికి బ్రాహ్మణులగు మానూరివారికి సతతము వివాదములు జరుగుచుండెను. దక్కను సుబహాదారు మానూరి వారికి మాణిక్యారావు కుటుంబమువారికిఁ బోటిగానుండుటకు క్రీ. శ. 1710లో వాసిరెడ్డి కుటుంబమువారికి మఱియొక ఫర్మానా కొండవీటిరాజ్యములో 1/3 వంతున కధికారము గల్లునట్లు జారీ చేసిరి.[26] నది కావలివైపున

(25) G. Mackenzie — K. D. M - P. 320 — "They have an imperial grant dated 1707, the last year of Aurangzib's reign, appointing them Zamindars and Seristadars of Murthuja Nagar Sircar. They make use of the title Muzumdar in addition to their family name."

(26) Ibid — 308. "The Subhohdar of the Deccan bestowed upon the Vasireddi family authority over 1/3 of the Kondaveedu Circar, that there might be a counterpoise to the two disputants."

గుంటూరు ప్రాంతము కాలిడిన వాసిరెడ్డివా రెవ్వరో తెలియదని, చిన పద్మనాభుఁడని యొక కధ, క్రీ. శ. 1710లో రాఘునపురము నేలు చౌదరి రామయ్య వంశీకులని యొక కధ కలదని మెకంజీ వ్రాసెను. కాని చినపద్మనాభుఁడు చౌదరి రామయ్య కుమారుఁడే యగుటచే నితనికే కొండవీటి సీమ 1/3 వంతును దక్కను సుబహాదా రొసగె ననుట స్పష్టము.

నవాబిచ్చిన హక్కు పత్రములు ఫర్మానాలను బట్టి వాసిరెడ్డి వారికి మానూరి వారికిఁ దగవులు జరిగెను. మాణిక్యారావు హక్కు పత్రము నంగీకరింపక తామే ముర్తుజానగరు సర్కారు కంతటికిని మన్నెవరలమని గోలకొండ నవాబు కాలమున వారు బాకీపడుటవలన 2/3వంతు నవాబు గైకొనెనని చినపద్మనాభుఁడు వాదింపసాగెను. వాసిరెడ్డికుటుంబమువారు నందిగామను వీడి కృష్ణానది దాటి క్రీ. శ. 1710 లోపుగా రాలేదని వారి కేవిధమగు హక్కు లేదని మాణిక్యారావు కుటుంబమువారు వాదింప సాగిరి. మానూరివారికి మాణిక్యారావువారికి జరుగు పోరాటమును గాంచి దక్కను సుబహాదారు మాణిక్యారావు నెదుర్కొని యతని నుండి కొండవీడును గైకొని శాంతిభద్రతల నేర్పఱచి ముర్తుజానగరు సర్కారులోని 1/3వంతును వాసిరెడ్డిజమీందారున కొసంగి తా నార్కాటున కేగెను. అంతటితో నీ వివాద మంతరించెను.[27] అపుడు పల్నాడు తాలూకా ఆర్కాటు నవాబు క్రింద నుండెను.

ముర్తుజానగరు సర్కారు ముజుందారు వెంకన్న పంతులు (మానూరివారు) మాణిక్యారావువారలు చినపద్మనాభుని ధాటిని జూచి యాతనితో సఖ్యమొనర్చుకొనిరి. నూతక్కి సముతు చౌదరి కరాసీ దారగు వాసిరెడ్డి పాపన్న సంతానహీనుఁడై చినపద్మనాభుని జేరుటచే నూతక్కి సముతు సైతము వీని దయ్యెను. కూచిపూడి సముతు

(27) G. Mackenz·e — K. D. M. — P. 319.

చౌదరి మిరాసిని పెనుగంచిప్రోలు దేశపాండ్యాలతోఁ బోరుసలి
స్వాధీన మొనర్చుకొనెను. గొట్టిముక్కలవారి యొద్ద బేతవో
సీమను గొనెను. ఇంకను నవాబు ననుగ్రహమున బెల్లంకొండ, కొం
వీడు, వినుకొండ, పల్నాడు సీమలను నిజాంపట్టణపు సర్కారు
సాధించి వరహాకు - పావువంతున - చౌతాయి యుంచుకొనెనని కే
వరము రాయపూడి పరగణాల యేలికల నణంచి వానిని గైకొనెనని
వేంకటాద్రీంద్ర చరిత్ర తెలుపుచున్నది.[28]

నాదెండ్ల సముతులోని తుర్లపాడు గ్రామ కైఫీయతు ననుస
రించి చూడఁగా - అమీాలు, చౌదరి, దేశపాండ్యాల పరముగా
నవాబుల రాజ్యపాలనము సాగెనని క్రీ. శ. 1710 లో - కొండవీటి
సీమను బంచినపుడు మానూరి వెంకన్నవంతులో వచ్చిన వేలూరు
సముతు తొమ్మిది గ్రామములు "మురా" చేసి చింతపల్లి జమీం
దారగు పద్మనాభముగారికి విక్రయించిరని తెలియుచున్నది.[29]
నాదెండ్ల సముతు కోపట్లు కైఫీయతులో డబ్బుకొఱకై వేలూరి
వగైరా తొమ్మిది గ్రామములు కలిపి మానూరి వెంకన్న పద్మ
నాభునకు విక్రయించిరని, చినరామలింగన్న తరువాత రామన్న 1176
ఫసలీలో ప్రభుత్వమునకు వచ్చెనని యున్నది.[30] ఈ గ్రామములు
తుర్లపాడు, కొప్పట్లు, సొలస, చిరుమామిళ్ల, కావూరు, గోవింద
పురము, బైసికా పురము, గన్నెపూడి యనునవి తొమ్మిదని L. R. 50
తెల్పుచున్నది.

ఈయన తానీషావలన మూఁడు పరగణాలపై నధికారము
సంపాదించెను. వానిలో నైదువందల గ్రామము లుండెను. వీనిలో
నందిగామ, కమ్మంమెట్టు, వినుకొండ కొండవీటి సీమలోని సంతరా

---

28) వేంకటాద్రీంద్ర చరిత్ర - పుట 33 (29) L. R Vol. III - P. 492 —
L. R. Vol 60 — P. 63 (30) L. R — 57 - కోపట్లు కైఫీయతు.

వూడు, కూచిపూడి, రాయపూడి, పెనుగంచిప్రోలు, బేతవోలు మున్నగు గ్రామములు గలవు. ఇవిగాక తాను జయించిన యనేక సీమలు, విక్రయమునందిన వేలూరు సముతులోని గ్రామములు గలవు.

అనేకములైన కైఫీయతులలో – కొండవీటిసీమ పంపిణీ చేసినపుడు ఫలానా గ్రామము వాసిరెడ్డి పద్మనాభుని వంతులో వచ్చినదని యుండుటవలన క్రీ. శ. 1710 నాటి కితడు జీవించియున్నట్లు తెలియుచున్నది. నాదెండ్ల సముతు – ఎఱ్ఱగుంటపాలెము కైఫీయతు ననుసరించి వాసిరెడ్డి చినపద్మనాభునిగారి ప్రభుత్వము క్రీ. శ. 1693 నుండి 20 సంవత్సరముల కాలమని తెలియును. అట్లైన నీయన పాలనము 1693 – 1712 వఱకని చెప్పవచ్చును. ఎఱ్ఱగుంటపాలెము కైఫీయతులో మఱియొకచోట నితఁ డిరువదియేడు వత్సరములు పరిపాలించెనని యున్నది.[31] కనుక 1686–1712 అనుట యుక్తము. పద్మనాభునినుండి వెంకటాద్రినాయని వఱకుఁగల పేర్లు కొన్నిచోట్ల పాలనాసంవత్సరములు తాళ్లూరు, పొణుగుపాడు, చేబ్రోలు మొదలగు కైఫీయతులలోఁ గాన్పించుచున్నవి. ఆ పట్టి చివర యీయఁబడినది. వీనినిబట్టి చూచిన నీయన క్రీ. శ. 1651లో గోల్కొండ పోయెననుట సరికాదని యప్పటి కాయన జన్మింపలేదని చెప్పవచ్చును. వీనికి సంతానము లేనందున రాఘవపుర సంస్థానపాలకుఁడగు పెదపద్మనాభుని కుమారుఁడగు బుచ్చిరాఘవరాయని దత్తత గైకొనెనని యాయన పేరిట జమీను దెప్పించెనని పాపయారాధ్యులవారు వ్రాసిరి. వంశచరిత్రగూడ నీ దత్తతనే వ్రాసెను.

గీ. పాదుషాహా మెహర్బాను బాదుకొల్పి
దత్తుఁడౌ బుచ్చిరాఘవ ధరణి విభుని
పేరిట జమీను వ్రాసి తెప్పించె దీర్ఘ
సత్రములు వేసి సత్కీర్తి సంఘటించె.

(31) L. R 56 పుట 564

ఈ దత్తత వలన రెండు సంస్థానము లేకమైనట్లు గాన్పించుచున్నది. వాసిరెడ్డీయములో మాత్రము చినపద్మనాభుని యనంతర మతని రాజ్య మతని యన్నయగు వీరపనేని పుత్రపౌత్రకుల పాలయ్యెనని యున్నది. కాని యది సరియని తోఁసదు—

కం. అతఁ డార్జించిన రాజ్యము
లతనికి సుతులొదవమిం దదగ్రభవాగ్రో
దితుఁడగు వీరపనీఁడను
కుతలేశ్వరు పుత్ర పౌత్రకుల పాలయ్యెన్.

చినపద్మనాభుని సోదరుఁడు రామలింగన్న గుంటూరులోని రామచంద్రపురాగ్రహారమును గట్టించి యిరువురు బ్రాహ్మణులకు 30 కుచ్చెళ్ల భూమి నొసంగుచు శా. శ. 1640 హేవళంబిలో నొక శాసనము వ్రాయించెనని తెలియుటచే నీ కాలము క్రీ. శ. 1718 యగుటచే నంతకుఁ బూర్వమే చినపద్మనాభుఁడు కాలము చేసి యుండుట తథ్యము. ఇతఁడు క్రీ. శ. 1712లో మరణించెనని తెలియుచున్నది. అనఁగా-పంపిణీ జరిగిన కొలది కాలమునకే మరణించియుండుట నిశ్చయము.

చిన నరసన - చిన రామలింగ భూపతులు

వీరపల్లిపాయ (బీరల్లిపాయ) కనుమన యుద్ధము :

రామన్న యార్గురుపుత్రులలో నైదవవాఁడగు వీరన్నకు సూర భూపాలుఁడు జన్మించెను. ఈ సూరయకుఁ జిననరసన్న – చినరామలింగ భూపాలుఁడను కుమారులు గలిగిరి. ఈ యిరువురు రామన్న కుమారులని మెకంజీ వ్రాసెనుగాని యది సరికాదు. చినపద్మనాభుని దత్తుఁడగు బుచ్చి రాఘవయ్య మూఁడేండ్లు పాలన మొనర్చి నిస్సంతుగాఁ జనిపోయెనని తరువాత చంద్రమౌళి యెనిమిది సంవత్సరములు పాలించెనని తర్వాత పెదనరసన్న యైదేండ్లు పాలించెనని కైఫీయతులను బట్టి

తెలియుచున్నది.[32] కృష్ణాజిల్లా మాన్యూయల్ రచయిత యితనిని జిన నరసయ్య యని తలంచి క్రీ. శ. 1725లోనే మాంచాల గ్రామములోని భూదానమునుగూర్చి పేర్కొనెను.[33] పెదనరసన్న తరువాత వీరన్న కుమారుఁడగు సూరన్నకు సంస్థానము సంక్రమించెను. ఇతఁడు 12 ఏండ్లు పాలించిన పిమ్మటఁ జిన సూరన మూఁడేండ్లు పాలించెను. ఈయన కుమారులే పైని జెప్పిన చిననరసన్న – చిన రామలింగ భూపాలురు. వీరి పరాక్రమమును గూర్చి పాపయారాధ్యులవా రిట్లు వర్ణించిరి.

కం. వారికి సరిగా నెదుటన్
బోరికి నోర్వక విపక్ష భూపాలవరుల్
చేరిరి కొండల దండల
దూరిరి, యద్దొరలఁ బొగడ దొరకొను నొక్కొ.

కం. ఆ రాజకుమారులలో
ధారాధర వితరణైక ధారాపటిమన్
ధారాధర జయ లక్ష్మి
పారముగని రామలింగ పరివృఢుఁ డలరెన్.

ఈ చినరామలింగము దేవరకోట ప్రభువగు యార్లగడ్డ కోదండ రామన్న కుమార్తెయగు – అలివేణి రంగమ్మను బెండ్లాడెనని సంతతిలేక 1760 లో మరణించెనని చనిపోవుముందు పెదపద్మనాభుని మూఁడవ కొడుకగు నాగన్నను దత్తతగై కొనెనని మెకంజీ వ్రాసెను.[34] కాని

(32) L R. Vol–56 - P. 564 ఎఱ్ఱగుంటపాలెము కైఫీయతు.

(33) G Mackenzie — K. D. M. – P. 308. – "In Manchala village near Chebrolu, is a grant of land by Narasanna in 1725"

(34) Ibid — "Ramalingam married a daughter of Kodanda Ramanna of Devarakota, but died without issue in 1760 — — Childless Ramalinganna adopted him (Naganna) but died in 1760"

నాగన్న రెండవ కుమారుఁడగు జగ్గయ్యను దత్తత గైకొనెనని పాపయారాధ్యులవారు తన సరసజన హృదయానురంజనమున నిట్లు వ్రాసిరి. రామనకవియు నిట్లే వ్రాసెను. కాన నీ విషయమే సత్యము.

శా. రంగాంబా చినరామలింగ మహీరా డ్రత్నంబు లార్యాశివుల్
గంగానందనుచే ముదంబలరు రేఖన్ జగ్గధాత్రీ విభున్
శృంగార ప్రథమావతారు సుతుగాఁ జేకొంచు నుప్పొంగి యు
త్తుంగ శ్రీలలితాష్టభూతి విభవో ద్యుక్తిన్ విజృంభించుచున్.

ఉ. ఆ ప్రభుజాతిలోపలఁ గ్రమాగతరాజ్యుఁడు చిన్న రామలిం
గ ప్రభుఁడుం దనూభవులఁ గాంచమి దత్తకృతరాజ్యమెల్లఁ ద
త్ప్రప్ర పితామహక్షితిప పౌత్రక పౌత్రకుఁడైన జగ్గనా
ఖ్య ప్రభుఁ డాక్రమించె నిఁక నా ప్రభువంశ చరిత్ర మెన్నెదన్.

క్రీ. శ. 1757 నాఁటికిఁ జిన రామలింగభూపతి యున్నట్లు గోవిందపురపు కైఫీయతు చెప్పుచున్నది. ఫ్రాన్సువారి అమలు 1162–1167 ఫసలీ వఱకుండు నెడల గోవిందపురములోని భీమేశ్వరస్వామి వారి నిత్య దీపారాధనలకుఁ జిన రామలింగము 6 కుచ్చెళ్ల యీనా మిప్పించినారని తెలియుచున్నది.[35] ఈ కాలము క్రీ. శ. 1752 - 1757 అగుచున్నది. ఇంకను క్రీ. శ. 1748లో (శా. శ. 1670) విభవనామ సంవత్సర జ్యేష్ఠ శుద్ధ పౌర్ణమీలు వల్లుట్ల గోత్రోద్భవులైన వాసిరెడ్డి నరసన్న సర్ దేశముఖ్ మన్నెవర్ కవుతా సూరప్పకు లక్ష్మీనృసింహాపురములో 20 కుచ్చెళ్లు బీటి పొలమును వాసిరెడ్డి రామలింగన్న కవుతాగ్రహారమును, పంగనామముల వేంకటకృష్ణయ్య, ఈశ్వర ప్రగడ రామున కిచ్చినట్లు బేతవోలు కైఫీయతు తెలుపుచున్నది.[36] కారసాల కైఫీయతులో (L. R. 56) నరసన్నగారు 18 ఏండ్లేలిరని బొమ్మరాజుపల్లె కైఫీయతులో (L. R. 56) శా. శ. 1662 సిద్ధార్థి చైత్ర శుద్ధ 15-న (క్రీ. శ. 1740) వాసిరెడ్డి రామలింగన్న దేశ

(35) L. R. - 56 గోవిందపురము కైఫీయతు

(36) L. R. 12. బేతవోలు కైఫీయతు

ముఖ్, మన్నెవరు - అని యుండుటచే నప్పటికే యతఁడు ప్రసిద్ధుఁడై యుండెనని చెప్పవచ్చును. క్రీ.శ.1725లో మంచాల కొసఁగిన యగ్రహార మును ధ్రువపఱుచుచుఁ దిరిగి క్రీ. శ. 1749లో నొక సనదును నరస భూపతి వ్రాసి యిచ్చినట్లు కైఫీయతులు (L. R. 5, 12) తెల్పుటచే- క్రీ. శ. 1749 నాఁటికి నరసన్న రాజ్య మేలుచుండెనని చెప్పవచ్చును. కావ్యావతారికలను బట్టి కైఫీయతులను బట్టి మాన్యూయల్ కంపెనీ వారి రికార్డులనుబట్టి వంశ చరిత్రాదికమును బట్టి వాసిరెడ్డి పాలకుల రాజ్యపాలనాకాల మిట్లున్నది.

1. క్రీ. శ. 1668 - 1686 రామన్న ... 18 సం.
2. ,, 1686 - 1712 చిన పద్మనాభరామన్న ... 27 సం.
3. ,, 1712 - 1714 బుచ్చిరాఘవయ్య ... 3 సం.
4. ,, 1714 - 1722 చంద్రమౌళి ... 8 సం.
5. ,, 1722 - 1727 పెద నరసన్న ... 5 సం.
6. ,, 1727 - 1738 పెద సూరన్న ... 12 సం.
7. ,, 1738 - 1740 చిన సూరన్న ... 3 సం.
8. ,, 1740 - 1758 చిననరసభూపతి ... 18 సం.
9. ,, 1758 - 1760 చిన రామలింగము ... 3 సం.
10. ,, 1760 - 1763 నాగన్న (రామన్న జగ్గన్నల తండ్రి) 3 సం.
11. ,, 1763 - 1783 రామన్న (నందిగామప్రభువు) 18 సం.
12. ,, 1763 - 1765 జగ్గన్న (వరపు బుచ్చన్న) (చింతపల్లిప్రభువు) ... 3 సం.
13. ,, 1783 - 1816 వేంకటాద్రినాయఁడు ... 33 సం.

ఎఱ్ఱగుంటపాలెము కైఫీయతునుబట్టి (L. R. 56) చంద్రమౌళి-8, పెద నరసన్న-5, సూరన్న-12, చిన నరసన్న-3, చిన రామలింగన్న-12, బుచ్చయ్య-4, రామన్న-18, వేంకటాద్రినాయఁడు-33, అని తెలియు

చున్నది. వేమూరి కైఫీయతులో (L. R. 5) బుచ్చయ్య (జగ్గయ్య) 1178 ఫసలీ 1180 ఫసలీ వఱకు మూఁడేండ్లు పాలించెనని యున్నది. రాజ్యపాలనా కాలము మూఁడేండ్లు సరిపోవునేకాని యారంభాంతములు సరికావు. తాళ్లూరి గ్రామ కైఫీయతునుబట్టి (L. R. 56 P. 326) క్రీ. శ. 1712 లో పంపిణీ జరిగినదని యిది పద్మనాభము వంతులో వచ్చెనని తదాది పద్మనాభము, చంద్రమౌళి, పెద రామలింగన్న, పెద నరసన్న, సూరన్న, నరసన్న, రామలింగన్న, జగ్గయ్య, రామన్నలు ప్రభుత్వము చేసిరని తరువాత వేంకటాద్రి నాయఁడు 35 ఏండ్లు పాలించెనని తెలియును. బుచ్చిరాఘువయ్య పేరు లేదు. అల్ప కాలమగుటచే వదలియుండ వచ్చును. గోవిందపురము కైఫీయతులో- చిన పద్మనాభుఁడు విషుసంవత్సర (1701) 20 ఏండ్లు పాలించెనని మొత్తము వేంకటాద్రినాయని వఱకు 116 ఏండ్లని యున్నది. కాని యిది సరికాదు. చిన రామలింగన పాలించినది 12 ఏండ్లని యొకచోట 10 ఏండ్లని యొకచోట నున్నది. (L. R. 5 — 579, L. R. 56-564) చిన నరసభూపతి రాజ్యకాలములోనే యీయన ధర్మములు చేసి యుండుటచే నుభయులు గలిసి పాలించినట్లు గాన్పించును. చంద్రమౌళి (క్రీ. శ. 1714-22) కాలములోనే వీరవల్లిపాయ కనుమ యుద్ధమున కంకురార్పణ మేర్పడినది. ఈ వెలమ కమ్మల యుద్ధము పెక్కు కైఫీ యతులలో వర్ణింపఁ బడినది.

అన్నవరము గ్రామ కైఫీయతునుబట్టి సర్కారు డబ్బు తొందరతో మల్రాజు సూరన్న 25-ఊళ్లు వంటుచేసి పెదనరసన్నగారికి విక్రయించి యిచ్చిరని తెలియుచున్నది. దీనిలో బొప్పూడియుఁ గలదు. ఈ రెండు గ్రామములను మానూరి వెంకన్నగారికి మనువృత్తి క్రింద నిచ్చిరని తెలియుచున్నది.[37] ఇంకను వినుకొండ పరగణా కథ యను కైఫీయతునుబట్టి చూడఁగా మలరాజు సూరన్నకుఁ గొన్ని గ్రామములు వచ్చెనని క్రీ. శ. 1715 జయవత్సరమున వాసిరెడ్డి

37) L. R. Vol - 3. అన్నవరము కైఫీయతు

చంద్రమౌళికి 8 వేలవరహాల కిచ్చెననియుఁ దెలియు చున్నది.[38] మఱియు గుట్లపల్లి, గంగుపల్లి, జూలపల్లి కైఫీయతులఁబట్టి వినుకొండ పరగణాలో మలరాజు పెదరామరాయనింగారి దగ్గర వాసిరెడ్డి చంద్రమౌళి క్రయమునకుఁ బుచ్చుకొనిరని యీ మూఁడు గ్రామములను- చంద్రమౌళి, పెదరామలింగన్న, పెదనరసన్న, సూరన్న, చిన నరసన్న, చిన రామలింగన్న, జగ్గన్న, రామన్నలు ప్రభుత్వము చేసిరని తరువాత వేంకటాద్రినాయఁడు ప్రభుత్వము చేసెనని తెలియుచున్నది.[39] వినుకొండ తాలూకా తంగేడుమల్లె గ్రామ కైఫీయతునుబట్టి మలరాజు పెద సూరన్న బాకీపడి వాసిరెడ్డి చంద్రమౌళి గారికి విక్రయించెనని యీ గ్రామము కర్ణాటకములో శ్రీపతి మల్లికార్జున పండితారాధ్యులవారి కగ్రహారముగా నడచెనని తెలియుచున్నది.[40] వినుకొండ పరగణా- ఉప్పరపల్లె కైఫీయతునుబట్టి యిది మల్రాజు పెదసూరన్నగారి గ్రామమని పాతికవంటు గ్రామాదులు చంద్రమౌళిగారికి వెల కిచ్చినారని తెలియుచున్నది.[41] వినుకొండ పరగణా గుండెపల్లి కైఫీయతులోను మల్రాజు పెదరామారాయనింగారు పరగణాకు జమీసంపాదించి పాతికవంటు ఖరీదు క్రింద - చంద్రమౌళిగారి కిచ్చిరని యున్నది.[42] వినుకొండ తాలూకా వెల్లటూరు గ్రామ కైఫీయతునుబట్టి సర్కారు పైకము బాకీపడిరని మలరాజు పెద రామారాయనిగారి కాలమున 25 - ఊళ్లు చంద్రమౌళికి వచ్చినవని తెలియును.[43] కనుముల చెరువు కైఫీయతునుబట్టి పెద రామారాయనిగారు జమీ యేలుచుండఁగసని వాసిరెడ్డి చంద్రమౌళికిఁ గ్రయదత్తముగాఁ బాతికవంతు గ్రామములు

(38) L. R. వినుకొండ పరగణా కథ (39) L. R. Vol. 56. P. 359 (40) L. R. Vol 56. తంగేడుమల్లె కైఫీయతు (41) L. R. ఉప్పరపల్లె కైఫీయతు (42) L. R. గుండెపల్లి కైఫీయతు (43) L. R. Vol 56- వెల్లటూరి కైఫీయతు

12 వేల వరహాల కిచ్చిరని తెలియును.[44] వినుకొండ తాలూకా శ్యావల్యాపురము కైఫీయతునుబట్టి జమీ మల్రాజు వారిపని సర్కారు బాకీక్రిందఁ జంద్రమౌళిగారికి వారి గ్రామాలు ఖరీదున కిచ్చిరని తెలియుచున్నది.[45] ఇంకను కనుమర్లపూడి కైఫీయతునుబట్టి యీ గ్రామమును మల్రాజువారు చంద్రమౌళిగారికి విక్రయము చేసిరని తెలియుచున్నది. ఈ గ్రామములోనే కంచెర్ల కృష్ణ గంధర్వరాజు కుమార్తెను పల్నాటి వీరుఁడగు బ్రహ్మనాయుని యన్నయగు పెద్దన్న వివాహమాడెను. ఇక్కడ యుద్ధము వచ్చుటచేత దీనినే కదమర్లపూడి యని పిల్చిరి.[46] శానంపూడి కైఫీయతులో సర్కారు బాకీక్రింద మల్రాజు వారు వాసిరెడ్డి చంద్రమౌళిగారికి విక్రయించిరని తెలియుచున్నది. కొచ్చెర్ల గ్రామ కైఫీయతులోను పై విధముగా నున్నది.[47] జలాయుపురము కైఫీయతునుబట్టి వాసిరెడ్డివారికి ఖరీదుక్రింద వచ్చిన గ్రామమని తెలియుచున్నది.[48] వినుకొండ తాలూకాలోని పెదనందిపాడు కైఫీయతునుబట్టి మల్రాజు సూరన్న రామారాయనిగారు ద్రవ్యార్థమై వినుకొండ సీమ 25-గ్రామములు వాసిరెడ్డి నరసన్నగారికి విక్రయించి యిచ్చిరని తెలియును.[49] వినుకొండ తాలూకా యిడుపులపాడు కైఫీయతునుబట్టి సూరన్న రామారాయనిగారి యధికాగములో డబ్బుకొఱకై వినుకొండ సీమలో 25-ఊళ్లు వంటుచేసి వాసిరెడ్డి నరసన్నగారికి విక్రయించిరని తెలియుచున్నది.[50] ఇంకను వినుకొండ కైఫీయతును బట్టి చూడఁగా క్రీ. శ. 1711 లో మలరాజు సూరన్న చంద్రమౌళి దగ్గర 8 వేల వరహాలు దీసికొని చెల్లింపలేక క్రీ. శ. 1714 జయ సంవత్స

(44) L. R. కనుమల చెఱువు కైఫీయతు (45) L. R. Vol. 56 - శ్యావల్యాపుర కైఫీయతు (46) L. R. కనమర్లపూడి కైఫీయతు (47) L. R. కొచ్చెర్ల కైఫీయతు (48) L. R. జలాయుపురము కైఫీయతు (49) L. R. Vol. 57. P. 59 (50) L. R. Vol. 14. P. 211

రములో విక్రయించి పైకము సర్కారువారికిఁ జెల్లించి గామాగాయని గారిని వదలించుకొనిరని యుండుటచే మనుష్యుని సైతము కుదువ యుంచిరని తెలియుచున్నది. సదరు మల్రాజు సూరన్న మనోవ్యాధిచేత నంతరించెనని యీ కైఫీయతు తెల్పుచున్నది.[51] కొండవీటి కైఫీయతునుబట్టి చూడఁగా మల్రాజు సూరన్న గామగాయనిగారు పైకము తొందరకై వినుకొండసీమ పాలిక గ్రామాలు వాసిరెడ్డి నరసన్నగారికి విక్రయించిరని తెలియుచున్నది.

ఈ కైఫీయతులనుబట్టి వాసిరెడ్డి వంశచరిత్రనుబట్టి చూడఁగా మల్రాజు సూరన్న వాసిరెడ్డి వారి వద్ద 8 వేల వరహాలు శాఖీగాఁదీసికొని ఋణము దీర్పఁజాలక 25 గ్రామముల విక్రయము చేసెననుట స్పష్టము. అప్పటినుండి మల్రాజువారికి వాసిరెడ్డివారికిఁ గలహములు జరుగుచుండెను. నందిపాటి వంటు క్రయము చేసినది 1124 ఫసలీ జయ సంవత్సరములోనని వాసిరెడ్డి వంశ చరిత్రములోఁ జెప్పబడియున్నది. ఇది క్రీ. శ. 1714 అగును. కాని – చంద్రమౌళి రాజ్యమునకు వచ్చిన సంవత్సరములో నగుట – శాఖీగై కొనుట క్రీ. శ. 1711లో నగుట నిశ్చయము. ఈ యుద్ధము వీరవల్లి పాయవద్ద జరుగుటచే వీరవల్లిపాలెపు కనుమ యుద్ధమని పేరువచ్చినది. దీనిని మెకంజీ బీరవల్లిపాయ యని వ్రాసెను. నేఁడది బీరవల్లి పాయయనియే వ్యవహరింపఁబడుచున్నది. పిండారీల దండు వచ్చినపుడు చుట్టుప్రక్కల గ్రామస్థులందఱు గలసి క్రీ. శ. 1816లో నిచ్చోటికిఁ జేరి పిండారీల నెదుర్కొనిరని మెకంజీ వ్రాసెను.[52] ఈ యుద్ధమును గూర్చి నాచే రచింపఁబడిన సూర్యదేవర రాజన్య చరిత్రలో నిట్లున్నది. "సూర్యదేవరవారు" పాల్గొన్న మఱొక యుద్ధము చరిత్రగ్రంథములం దుల్లేఖింపఁ బడియున్నది. ఈ యుద్ధము కమ్మవారగు చింతపల్లి ప్రభువు వాసిరెడ్డి నరసభూపాలునకు–పాతూరు పట్టణపు (నరసరావుపేట) రాజు వెలమవారగు మల్రాజు సూరభూపాలునకు మధ్య క్రీ. శ. 1747 ప్రభవ సంవత్సరములో జ

(51) L.R. Vol. 60 వినుకొండ కైఫీయతు (52) జి. మెకంజి K.D.M-P. 17.

గెను. వెలమవంశ సంభూతుండైన పానగంటి శేషయ్య [illegible] కొలువులో నాయనను ధిక్కరించి మాగంటి [illegible] సేనలు గొట్టించిరి. శేషయ్య దుర్బోధలు చేయుటలోఁ [illegible] టలోఁ బేర్గాంచినవాఁడు. ఇతఁడు మలరాజు గారి [illegible] వులోఁ బ్రవేశించి వాసిరెడ్డి సంస్థానమునకు [illegible] జెప్పఁగానెను. క్రీ. శ. 1715 సంవత్సరములో [illegible] రములో వాసిరెడ్డి చంద్రమౌళి నాయనికి [illegible] వినుకొండ సీమలో నాల్గవ భాగము నందిపాటి ఫిర్కా గ్రామములు [illegible] ద్రవ్యము ఋణముగాఁ గైకొని యున్నవాఁడు. [illegible] ఋణ మీయనందున ఋణదాత [illegible] సూరనృపాలుఁడు నందిపాటి ఫిర్కా గ్రామములు [illegible]. ఈ రీతిగాఁ గొన్న విక్రయపు దాఖలా లున్నవి. ఈ విషయమునకై [illegible] వాసిరెడ్డివారికి మల్రాజు వారికిఁ గలహములు జరుగుచుండెను. ఈ సమయమును బురస్కరించుకొని [illegible] శేషయ్య మలరాజువారి గ్రామములను వాసిరెడ్డివారు [illegible] గైకొనిరని దుర్బోధలుచేసి వారిని యుద్ధమునకుఁ [illegible].

అంతటఁ గమ్మవారు వాసిరెడ్డి నరసరాజు [illegible] యిరువది వేల దండుతో గజతురంగములతో యుద్ధమునకు సన్నద్ధులైరి. వెలమవారు చింతపల్లికి నైఋతి మూలఁగల [illegible] 17 వేల 5 వందల కాల్బలముతో నాల్గువేల గుఱ్ఱములతో [illegible] యేనుగులతో సమాయత్తమైరి. నరసరాజు [illegible] చిన రామలింగ భూపతి సంధికిఁ బ్రయత్నించి విఫల మనోరథుఁడాయెను. రామచంద్ర రావు, రామారావు, పానుగంటి శేషయ్య మున్నగు [illegible] మలరాజువారి సేనానాయకులు. చిన రామలింగన్న, దేవరకోట ప్రభువగు కోదండరామన్న, సూర్యదేవర సంజీవరాయఁడు, మున్నగువారు వాసిరెడ్డివారి సేనానాయకులు. మూఁడుదినములు యుద్ధము జరిగిన మీఁదట వెలమదొర లనేకులు రణరంగమున మడియుటచే వారు నిరుత్సాహులై నాల్గవ దినమున నచటకి 12 మైళ్ల దూరమున్నసంగల

బీరవల్లి పాయయను గ్రామంబులోఁ బ్రవేశించిరి. దీనికిఁ జుట్టు వలయాకారమ్ముగా నొక కొండ గలదు. ఉత్తరదిక్కునఁ బది గజముల వెడల్పు గల మార్గ మొక్కటియే కలదు. ఈ యిరుకుత్రోవ నుభయసైన్యములకు భయంకరమైన యుద్ధము జరిగెను. శతసైన్యాధిపతి సూర్యదేవర సంజీవరాయణముగారు చూపిన పౌరుష ప్రతాపములు శ్లాఘనీయములు. చివర కుభయసైన్యములలో వేలకొఁది వీరులు మడిసిన పిమ్మట వాసిరెడ్డి సంస్థానమువారు విజయము గాంచినట్లు తద్వంశచరిత్ర తెల్పుచున్నది. మెకంజీయు నీ యుద్ధము నభివర్ణించుటచే నిది చరిత్ర ప్రసిద్ధినందిన యుద్ధమనుటలో సందియము లేదు. పొట్లపాడు కైఫీయతులో 357వ పుటలో (L R 56) ఈ యుద్ధము వర్ణింపఁ బడినది. వాసిరెడ్డి పద్మనాభముగారి కొసఁగిన 13 గ్రామముల విషయములో నీ వివాదము సంప్రాప్తించెనని మల్రాజు సూరన్న, కేతనరపు మాలపల్లెలు తిరిగి స్వాధీన మొనర్చుకొనవలెనని బెల్లంకొండకుఁ దూర్పున నున్న నాగవరమువద్ద 'మకాము' వేసి వాసిరెడ్డి చిననరసన్నతో జయింపలేక వీరవల్లిపాయకుఁ బాఱి పోయెనని చిననరసన్నగారు ప్రబలుఁడైనందున యుద్ధములో మల్రాజు సూరన్నగారిని శిరచ్ఛేదము గావించి తిరిగి తమవాశిము పట్టగు చింతపల్లి కేతెంచిరని యిందు లిఖింపఁ బడినది. తరువాత సూరభూపాలుని కుమారుఁడగు నరసరావునకుఁ బట్టము గట్టుటచే నితని పేరితో—పాతూరి పట్టణమునకు నరసరావుపేఁట యను పేరు నచ్చినది. అమరవాది రామన కవి తాను రచించిన వాసిరెడ్డీయములో. వాసిరెడ్డి సూరయ్య కుమారుల చిననరసన్న, చినరామలింగముల వర్ణించుచు నీ యుద్ధ విషయము నిట్లు విరచించెను.

సీ. అమ్మన్నెహంవీరుఁ డాత్మీయ పూర్వ భూ
వరులచే మలరాజు వారి యొద్ద
విలువ కార్జించిన వినుకొండ పాలిక
వంటూళ్లు నాత్మ దౌర్బల్య కాల
మందుఁ దద్వంశీయుఁడౌ సూరయక్షితీ
శ్వరుఁడాక్రమింప నిస్సైన్యుఁడయ్యు

నీతికోవిదుఁడౌట నిజకమ్మజాతికే
జాత్యభిమానం బెసంగ జాబు
లంపి గమ్మాత్మీయవర్గ సైన్యంబుగూర్చు
కొని యరిగి బీరవలిపాయ సని విరోధి
సైన్యము జయించి నైజరాష్ట్రంబు సకలము
నర్పుకొనియె యశంబుర్వి నాటుకొనఁగ.

ఈ యుద్ధములోఁ బాల్గొన్న కమ్మవీరులు – కంచేరు – తుమ్మపూడి – చేకూరు – మోరంపూడి మొదలగు గ్రామములవారని తెలుపబడె వెలమ యోధుఁడగు రామారావు క్రోధాగ్నిలోఁ గమ్మవారి కొంపలు ప్రజ్వరిల్లి పోయిరని కొంపలు కాలిపోయిరని చినరామలింగ స్వప్నుఁడు వెనుకకుఁ దిరిగిన వారిని గొంతులుకోసెదనని నిజఖడ్గమును ఝళిపించెనని చివరకుఁ గమ్మవారికి జయము లభించెనని కమ్మవీరుల విజయము తెల్పుచున్నది.

అమరవాదిరామన్న తన ద్రౌపదీపరిణయమను నాటకము వ్రాసి కృతి సూర భూపతి తనయులగు చినసరసన్న, చిన రామలింగ భూపాలుర వర్ణించుచు

మ. ఘనమావ్యస్మతి నాత్మరాజ్యపురహ్వాళిన్ గావించు మాన్రానా
రన శీర్షంబు వధించి ఘోరరణగోత్రన్ వ్రేలఁగట్టించెఁ దా
నెనయన్ దర్పిహ సాత్మసీమఁదిరుగా నే మన్న హమ్మీరుఁడౌ
నన సాధించె నతండు చిన్నసరసక్ష్మానీశ్వరుం డుల్బణుఁడై.

కం. ఆ చినసరసన తమ్ముఁడు
వాచాద్రుహిణుండు దర్పనత్పరిపంథి
త్క్ష్మాచలభిజ్జల రణకే
ళీచణుఁడై చిన్నరామలింగన వెలసెన్.

ఇట్లీ యుద్ధము చారిత్రక ప్రసిద్ధి నందెను. –[53] ఈ రామలింగన్న కథా నాయిన బ్రాహ్మణభక్తి గలవని కవులకు – అగ్రహారములిచ్చిన తెలుపా

(53) గ్రంథకర్త : సూర్యదేవర రాజన్యచరిత్ర—పుట 42-46.

జేతవోలు కరణాలకు వ్రాసిన లేఖ తెలుపుచున్నది. పంగనామముల వేంకటకృష్ణయ్య, ఈశ్వరప్రగడ రామునికి వాసిరెడ్డి రామలింగన్న గారి దండములు.

“ఇక్కడ కుశలం, అక్కడ శుభ శ్రీ [illegible] వ్రాయుంచి [illegible] వలెను. క. బేతవోలు పొలంలోను శ్రీమద్వాజనాధ [illegible] లైన కవులా సూరప్పగారికి సరసన్నగారు [illegible] అగ్రహారం ఏర్పరచి వ్రాయించి యిక్కడనుండి [illegible] తాటిచెట్లు ఉండగా అలాహిందిగా మోతరఫా జమ[illegible]. బ్రాహ్మణులకు యిప్పించిన తర్వాత ఆ స్థళములో [illegible] స్వంధం పోవచ్చునా! కాబట్టి యింతటినుంచి అగ్రహా[illegible] వున్న తాడిచెట్లకు కలారివాండ్లగల్లా మీారు [illegible]. సూరప్పగారి విషయమై ఎం[illegible]చెందులకు కూర్చుకో[illegible]లేను – (కొన్ని [illegible] వేసియున్నది.)

ప్రజోత్పత్తి మార్గశిర బ ౧౧ సహుహి కొత్తావారి అగ్రహారము నకు సనదుకు నకలు.

శ్రీ మత్సకల గుణసంపన్నులైన శ్రీ మహా[illegible] లైన పంగనామముల వెంకటకృష్ణయ్య ఈశ్వరప్రగడ రామునికి'' [illegible] కను చింతపల్లి తా. గోవిందపురము కైఫీయతునుబట్టి ''శ్రీ శివాజు'' అను లింగబలిజలు భీమేశ్వరస్వామి ఆలయము కట్టించిరని తరువాత చిన రామలింగన్న గారు ఫ్రాన్సువారి యుమలు ఫ1162–67 న[illegible] ప్రభుత్వము చేసేటెడల నై వేద్యాదులు సరిగా జరుగనందున 'పోతుకుచ్చి రామన్న' (ఎడవల్లి అగ్రహారీకుడు) శ్రీ భీమేశ్వర స్వామి ఆలయము జీర్ణోద్ధారణము చేయించినారు గనుక స్వామివారి నిత్యదీపారాధనలకు చిన రామలింగన్న గారు 6 కుచ్చెళ్ల పొలము ఈనాము ఇప్పించినారని తెలియుచున్నది..

దేశ రాజకీయముల మార్పులు :

వీరి కాలములో గమనింపవలసిన ముఖ్యమైన [illegible] గలవు. దక్షిణ హిందూస్థానములో ఫ్రెంచివారికి – ఇంగ్లీషువారికి యుద్ధము జరుగుచుండెను. ఔరంగజేబు తరువాత మొగలాయిలు [illegible] క్షీణులై పోయిరి. క్రీ. శ. 1754లో రెండవ [illegible] అలంగీర్ II రాజ్యమునకువచ్చెను. నాదిర్షా [illegible] మద్షా దురాని నాల్గు దండయాత్రల వలన, [illegible] యుద్ధములవలన దేశమంతయు నరాజక స్థితిలో నుండెను. క్రీ. శ. 1759లో దురాని నాల్గవ దండయాత్రకు వచ్చినప్పుడు [illegible] గీరును వాని వజీరే వధించెను.

షాఆలం II నామకప్రభువై యుండెను. [illegible] మహమ్మదుషా క్రీ. శ. 1719 సెప్టెంబరులో మొగలాయి [illegible] 1748వఱకుఁ బరిపాలించెను. 1713నుండి దక్కను సుభాదారుగానున్న నైజాముల్ ముల్కు, మహమ్మదుషా కాలములో హైదరాబాదులో స్వతంత్రుఁడై క్రీ. శ. 1748 వఱకు రాజ్యపాలన మొనర్చెను. [illegible] 1. ఘియాసుద్దీన్ ఖాను 2. నాజరుజంగ్ 3. సలాబత్ జంగు 4. నైజా మాలీ 5. బసాలత్ జంగు – అను నైదుగురు కుమారులును, ఒక కుమార్తెయు నుండిరి. ఇందులోఁ పెద్దవానిని 1752 లో విషమిచ్చి చంపిరి. రెండవవాఁడగు నాజరుజంగును, నైజాము కూతురి కుమారుఁడగు ముజఫరుజంగును సింహాసనమునకై పోరాడుచుండిరి. నాజరుజంగు – ఆంగ్లేయుల ప్రక్కనుండి క్రీ. శ. 1748 – 50 రాజ్యమేలెను. ముజఫరు జంగు ఫ్రెంచివారి ప్రక్కనుండెను. ఇంతలో నాజరుజంగును – కడప నవాబు 1750 డిసెంబరులోఁ గాల్చి చంపెను. ముజఫరుజంగు ఫ్రెంచి గవర్నరగు డూప్లే సహాయముతో వెంటనే హైదరాబాదు నవాబాయెను. ఫ్రెంచివారిసైన్యము నీయనకు సాయముగా నుండెను. ఫ్రెంచివారి కీయన కొంతద్రవ్యమును గొన్ని పట్టణముల నుచితముగా నొసఁగెను. ముజఫరుజంగును ఫ్రెంచి సేనానాయకుఁడు బుస్సీ కాపాడ

చూడెను. ఐనను స్వల్ప యుద్ధములో [illegible] వధించెను. [illegible] బుస్సీ నైజాముగద్దెను మూండవ [illegible] సలాబత్ జంగున [illegible] గించెను. ఇతండు క్రీ. శ. 1751–61 నడుమ [illegible] పాలించెను. [illegible] కొనసర్చిన సాయమునకై ఫ్రెంచివారికి – క్రీ. శ. 1753 లో [illegible] సర్కారులను – అనంగా గంజాము, విశాఖపట్టణము, గోదావరి, [illegible] నొసంగి సైన్యవ్యయమునకు వానిని [illegible] మని చెప్పెను. బుస్సీని దనకు సలహాలు సిచ్చువానిగా [illegible]. కనుక క్రీ. శ. 1753-1759 ఏప్రియలునుండి 7 సంవత్సరములు [illegible] సర్కారులు ఫ్రెంచివారి హస్తగత మాయెను. సలాబత్ జంగు [illegible] కారి యాయెను. పరాసు మహాసామ్రాజ్యమును స్థాపింప బూనిన [illegible] డూప్లెను 1754 లో ఫ్రెంచివారు స్వదేశమునకు [illegible]. క్రీ. శ. 1758 లో క్లైవుచే బంపంబడిన "కల్నల్ ఫోర్డ్" [illegible] వారి నోడించి 1759 ఏప్రియలులో మచిలీపట్టణమును [illegible] కొనెను. సలాబత్ జంగు 1760 లో ఫ్రెంచివారి [illegible] ఉత్తరసర్కారులను [illegible] ప్రభుత్వమునకు [illegible]. క్రీ. శ. 1760 లో జరిగిన "[illegible]" యుద్ధములో [illegible]. క్రీ. శ. 1759 మే 14. నాటి సంధిప్రకారము సలాబత్ జంగు – [illegible], నిజాము పట్టణము సర్కారులను – [illegible] వారికిచ్చెను. క్రమముగా ఫ్రెంచివారి ప్రతిష్ఠ క్షీణించి పోయెను. [illegible] సోదరుండగు సలాబత్ జంగును 1761 జూలై 18–న [illegible] ఆ సంవత్సరమే సింహాసన మెక్కెను. [illegible] క్రీ. శ. 1765 లో మొగలు చక్రవర్తి షా ఆలం II ఇచ్చిన [illegible] సరించి [illegible], [illegible]. [illegible] వెంటనే [illegible] రాలేదు. నిజామాలీని [illegible] దక్కను సుభాదారుగా గుర్తించెను. 1766 లో [illegible] ఉత్తర సర్కారులు [illegible]. ఈ [illegible]

కుంఫిణీవారి యధీన మాయెను. వినుకొండ కైఫీయతులో 1198 ఫసలీ (1788)లో కొండవీటి పరిపాలనము కుంఫిణీవారి స్వాధీన మైనట్లున్నది.

ఇక ఫ్రెంచివారి 7 సంవత్సరముల పాలన [illegible] ములైన కైఫీయతులు తెల్పుచున్నవి. చందవోలు [illegible] (L. R 19) 1160 ఫసలీ (క్రీ.శ.1750) ఫరాసువారి [illegible] — 1756లో సత్యానంద ఫాదరీ కలంకని 1167 ఫసలీలో ఫ్రెంచివారి కప జయము గల్గుటవలన – కుంఫిణీ పాలనము వచ్చినదని చెప్పబడెను. [illegible] ఉల్ ముల్కు పెద్దకుమారుడగు నాజరుజంగు 1160 ఫసలీలో ఫ్రాంసు వారికిచ్చెనని సల్లారి (L. R. 3) రేపల్లె (L. R. 5) కొండవీడు, [illegible] చేబ్రోలు, అమృతలూరు కైఫీయతులు తెల్పుచున్నవి. ఈ ఫ్రెంచి వారి యేలుబడి యేడేండ్లు సాగినదని గోవిందపురము, చిన్న కొండ వీడు, పులివఱ్ఱు, వినుకొండ, అమృతలూరు కైఫీయతులు తెల్పు చున్నవి. ఫ్రెంచివారి కాలములో దేవాదాయ, బ్రహ్మదాయములకు విఘ్నములు గల్గెనని రేపల్లెలోని మదనగోపాలస్వామి [illegible] మును బద్దలుగొట్టి యాభరణాలు, తామ్రశాసనాలు [illegible] రని యిట్లే యేడేండ్లు–అధర్మకార్యములు చేసిరని తెల్పుచున్నది. రేపల్లె పులివఱ్ఱు కైఫీయతులనుబట్టి పరాసరాజస్వామి దేవాలయ ప్రాకారమును విప్పించి "ముశ్శెల శ్శనుదార" పడమర కోట కట్టించెనని, ఆముదాలపల్లి కైఫీయతులో ఫ్రాంసువారి కాలములో పూర్వాచార స్కారములు లేవని ధర్మానుకూలురైన కుంఫిణీవారు వచ్చిరని, చేబ్రోలు కైఫీయతులో బరాసువారి కాలమున నాలయములు శిథిలములు లాయెనని, తుర్లపాడు కైఫీయతులో (L. R. 60) ఫ్రెంచివారి కాలమున నర్చనలు లేవని, ఖిలపఱిచిరని యున్నది. వీరి పాలనకాలములోనే రామలింగభూపతి ప్రభుత్వము నడచెను. ఈ సమయముననే బొబ్బిలి యుద్ధము జరిగెను.

క్రీ. శ 1761లో నిజామాలీ గోల్కొండ సింహాసనమునకు వచ్చి యాంగ్లేయ పక్షము వహించుచు 1761–1788 వఱకు పాలించెను.

ఇతఁడు పాలనకు వచ్చుట తోడనే కొండవీటి సీమలోని జమీందార్ల[illegible] సోదరుఁడగు బసాలత్ జంగునకుఁ గప్పము చెల్లించుచున్నట్లు [illegible] వ్రాసెను. ("Obtained Guntur as personal estate") ఇట్లు బసాలత్ జంగు [illegible] ప్రాంతము సకలముఁ జాగీరుగా మంజూరు చేయఁబడెను. [illegible] కీయన నవాబగుటచే వాసిరెడ్డివారు, మాణిక్యారావువారు, [illegible] వారు వీని యనుగ్రహము పొందుటకుఁ బ్రయత్నించుచుండిరి. "[illegible] మాణిక్యారావు 1127 ఫసలీ (1717) ప్రభుత్వానికి వచ్చి [illegible] కోట కట్టించి ఆయన తమ్ముఁడు సీతన్నా మాణిక్యారావును [illegible] ఉంచి తమరు రామాపురంలో ఉండి స్వంతం తాలూకాలు ప్రభుత్వం [illegible] తతిమ్మా తాలూకాలకు మామూలు ప్రకారం [illegible] పుచ్చుకొంటూ 1160. ఫసలీ వరకు పాలన చేసెను. రాజగోపాల[illegible] రాయనింగారు ప్రభుత్వానికి వచ్చి పేటలో [illegible] జంగు అనుగ్రహం పొందెను" అని కేవల్లె కైఫీయతు (L. R. 5) [illegible]నున్నది. "1160 ఫసలీలో సీతన్నా మాణిక్యారావు [illegible] రాజగోపాల మాణిక్యారావు ప్రభుత్వానికి వచ్చి [illegible] బహద్దూరు దర్శనానికి 1167 ఫ (1757)లో [illegible] బహుమానం పొంది తిరిగి తాలూకాకు వచ్చి [illegible] 7 సంవత్సరములు ప్రభుత్వము చేసి దివానుకు [illegible]గించినారు" అని తుమ్మురివారి కైఫీయతు (L. R. 56) తెల్పుచున్నది.

బసాలత్ జంగు కడప నవాబుతో మైత్రిగానుండి [illegible] కాలము - ఆదోనిలోఁ గడుపుచుండెను. క్రీ. శ. 1759 [illegible] నితఁడు కడప కేగినట్లు చరిత్రలు తెల్పుచున్నవి. కనుక [illegible] జమీందార్లు వీని దర్శనమునకు ఆదోని వెళ్లుచున్నట్లు [illegible] కైఫీయతుల ననుసరించి యితఁడు 1757 నాటికే [illegible] నవాబైనట్లు తెలియును. కాని చరిత్రలలో 1761 నుండి [illegible] వచ్చినట్లున్నది. సలాబత్ జంగు కాలములో నితఁడు [illegible] సీమకు నవాబైనట్లు కాన్పించుచున్నది. [illegible] "[illegible]" అను ఫ్రెంచి [illegible]

యుండెను. బసాలత్ జంగు [illegible] 1779 [illegible] గ్రహించి సైన్యమును [illegible] 1780 [illegible] పోషించిరి మాన్యుయల్, [illegible] కుంపిణీ రికార్డులలో రాజా [illegible] దేవరకోట జమీందారు [illegible] 11-7-1778 [illegible] సిస్తు చెల్లింపు సక్రమముగా [illegible] నప్పటి కతడున్నట్లు స్పష్టము. 1765 [illegible] మండలముల నిచ్చి [illegible] స్థిరపాటు చేసెనని [illegible].

వాసిరెడ్డి జగ్గప్ప - రామన్నల ప్రభుత్వము

వాసిరెడ్డి పెదపన్నాగుని [illegible] 1761లో [illegible] వచ్చెను. [illegible] వీరప్పనాయని వంశములోనివాడగు [illegible] (...) రాజమహాలియను [illegible]. ఈ లక్ష్మీపతి [illegible] రెడ్డివారి భూభాగములపై నాధిపత్యము [illegible] చినట్లు కాన్పించును. 1761లో ఢిల్లీ చక్రవర్తి [illegible] లక్ష్మీపతులకు నైజామాలీ [illegible]. [illegible] బట్టి కొల్లూరు, కేతవరము, బెల్లంకొండ, [illegible] పంచమహాల్లలోను, [illegible]మహాల్, [illegible] గ్రామములకు మన్నవరు హోదాను, ప్రతి గ్రామములోను [illegible], మామూలు రుసుములయందు [illegible]. [illegible] రోజులకే వాసిరెడ్డివారు చింతలపాటి [illegible] వచ్చిన భూముల నంటిపెట్టుకొని యుండిరని [illegible] వాసిరెడ్డివారికి

సంబంధించిన సంస్థాన పాలనమంతయు నాగన్నపాలుఁడే [illegible] మాన్యువల్ రచయిత వ్రాసెను.[54]

క్రీ. శ. 1760లో మరణించిన చిన [illegible] పుత్రుఁడే జగ్గయ్యయని వెనుక వ్రాసితిమి. [illegible] రాజ్యము శత్రుహస్తగతము గాకుండ రక్షించుచు నాగన్న [illegible] సాగెను. నాగన్నకు రామన్న జగ్గన్న [illegible] పుత్రులు గలరు. మూఁడవ కుమారుఁడు నారాయణన్న [illegible] యము పేర్కొనుటచే వేంకటాద్రికే నారాయణన్న [illegible] చెప్పవచ్చును. వాసిరెడ్డి వారి రాజ్యమునకు జగ్గయ్య [illegible] పాపయారాధ్యులవారు —

శా. రంగాంబా చినరామలింగ మహీంద్రప్రఖ్యాత [illegible]
గంగానందనుచే ముదంబలరు [illegible] జగ్గభూ[illegible]
శృంగార ప్రథమావతారసుభగా [illegible]
త్తుంగ శ్రీలలితాష్టభాషి విభవా [illegible]

ఇట్లు వ్రాసిరి. జగ్గభూపతి శౌర్యసంపన్నుఁడు. భుజబల [illegible] నుండెను. నాగన్న పిమ్మట రామన్న [illegible]

(54) G Mackenzie K. D. M P-308 "There is an imperial grant of the Emperor Shah Alam, dated 1761, issued through the Nizam to Naganna and Lakshmipati, giving them the office of Mannavar in the 5 Mahals of Kollur and Kethavaram, Bellamkonda, Vinukonda and Kuchipoodi and the Haveli Mahal, along with Ravuru and Kuchipoodi, their remuneration being fixed at certain land in each village, 3 , on the collections and the usual fees But very shortly after this date, the Chintapadu branch of the family appear to have been restricted to their own limited hereditary domains and Naganna was paramount over all the other possessions of the Vasireddi family"

చింతపల్లి పరగణాను నాయుఁడన్నయును [illegible] [illegible] ప్రోలు బేతవోలను పరగణాలను పాలింపసాగిరి. రామన్న [illegible] వాసిరెడ్డి శాఖవారగు చింతలపాటి [illegible] [illegible] ముండెడిది. పరిపాలకుల కిది సహజముగదా!

ఈ జగ్గన్నపాలుఁడు [illegible] అచ్చమాంబను వివాహమాడెను. [illegible] నుండి యీ గ్రామపాలన మొనర్చుచుండిరి. [illegible] కృష్ణ కావలినొడ్డునఁ గల కొండనాటి [illegible] నగరు. ఈ దంపతులకు క్రీ. శ. 1761 ఏప్రియలు 27 [illegible] వేంకటాద్రి నాయుఁడు జన్మించెను. వీరుఁడగు జగ్గన్న [illegible] మొదలు 6 వేల సిపాయీల నుంచుకొని [illegible] జయించెను. ఇతని విజయముల [illegible] చూడు.

సీ. లలిఁగిలాడ్చుచు మూఁక లగ్గపట్టించి గ
గ్గోల్చేసి రాఁదీసెఁ గొండవీడు
శౌర్యంబు మెఱయ మీసముమున్నీ మూష్కుని
నెఱపించి చేపట్టె విన్నకొండ
ఎదిరించుమన్నీల సవరించి సన్నీలఁ
గ్రుమ్మించి కైకొనెఁ గొండపల్లి
కలివీరభద్రుఁడౌ చులికి విరోధి యో
ధులు వాఱ సాధించె బిలముకొండఁ
జోర నోహరి సాహరి మోహరించు
దిట్టల జయించి కంభముమెట్టు ముఖ్య
దుర్గ వర్గంబు స్వవశమౌమున ఘటించె
మన్నెహంవీరుఁడగుచు జగ్గన్నగారు.

పాపయారాధ్యులువా రిట్లు వర్ణించిరి.

గీ. కొండవీడును వినుకొండ కొండపల్లి
మొదలుగాఁగల్గుదుర్గముల్ ముసరికొనరి
లగ్గలకు నెక్కి సాధించి మొగ్గరముల
గండఁడై బెండు పఱిచె జగ్గప్రభుండు.

ఈయన చినరామలింగన పాలించిన రాజ్యమును తాను సంపాదించిన రాజ్యమును గలిపి యేలుచు నవాబులచేఁ [illegible] కమ్మబెబ్బులి యని పేర్గాంచి భూపతటాకాదులఁ బ్రతిష్ఠించి బ్రాహ్మణుల కగ్రహారాదికము నొసఁగెను. ఇతఁడు మన్నెహమ్మీర [illegible] సేవ్యమానుఁడగు చుండెనని రామనకవి వర్ణించెను. జగ్గన నాల్గు సంవత్సరములు పాలించెనని పెమ్మిగుంట పాలెము కైఫీయతు[55] మూఁడేండ్లు పాలించెనని వేమూరు కైఫీయతు[56] చెప్పను. [illegible] జూచిన నితని పాలనము మూఁడేండ్లు మాత్రమే యని తెలియుచున్నది. ఇతనికి బుచ్చయ్యయను నామాంతరము గలదు. [illegible] యాత్రలతోను, ముక్త్యాల సంస్థానాధిపతి సీతన్నను జగ్గన్న క్రీ. శ. 1763లో వధించుటతోను గుంటూరు ప్రభువైన బసాలత్ జంగు[illegible] గష్టము గల్గెను. వాసిరెడ్డిపాడు తన కప్పు చేయుచుండగా జగ్గన్న [illegible] చేసి యుండెను. జగ్గభూపతి క్షేత్రయాత్రలఁ దిరుగుచు [illegible] వంతుఁడగు చున్నాఁడని బసాలత్ జంగు భయపడుచుండెను. [illegible] గుంటూరుమండలములోని [illegible] జగ్గన్న[illegible] యత్త చిన్నలుగు చుండిరి. వారిద్దరు జగ్గన్నపైఁ [illegible] లను బసాలత్ జంగుతో నుడువసాగిరి. ఆయన వారి [illegible] డిడి జగ్గన్న నొక సమావేశమునకు [illegible]

(55) L. R. 56 P-364 (56) L. R. 5 వేమూరు కైఫీయతు

నాహ్వానించి తన సైనికులం బ్రేరేపించి శిరచ్ఛేదము గావింపఁజేసెను.[57] విషాదాంతమైన యీ మరణవార్త అప్పమాంబగారాలకించి మూర్ఛితురాలాయెను. ఆ సమయమున నామె చేతిలో సన్నని బంగారుపూసల హారమును త్రెంచివైచి సహగమనమున కాయత్తురాలై శీఘ్రగతిని సన్నాహము లొనర్చుకొనియెను. కృష్ణా జిల్లాలో నంతిమ సతీ సహగమన మిదియే యైయున్నది. అప్పమాంబ జ్ఞాపకార్థము వాసిరెడ్డి కులాంగన లెట్టిపాటమును ధర్మపనసి సుకవి వ్రాసెను. క్రీ. శ. 1750 సంవత్సర ప్రాంతమున వాసిరెడ్డి రాజన్న యను – అన్నవరపుపాడు భూస్వామి సహస్ర గోధనములుగల శ్రీమంతుఁ డుండెను; తన కుమార్తెను – చేబ్రోలు స్థలాధికారియైన దేశభక్తుని వీరన్న కిచ్చిరి. ఇతని నొక మొఖాసావాఁడు పొడువఁగాఁ జేబ్రోలులో భర్తతోపాటు నీమెయు సహగమన మొనరించుకొనెను. వీరి సతీ గుండమును జేబ్రోలులోఁ జూపించెదరు. ఈ వీరన్న సిస్తు బకాయిలు చేసి యనేక వత్సరములు ప్రభుత్వమువారి కీయక తానే స్వయముగా ననుభవించు కొనువాఁడఁట. వేమూరు కైఫీయతును బట్టి బుచ్చన్నగారు ఆత్రే వంతులని కాశీనాథుని వీరన్న యయ్యవార్లకొక కుచ్చెలు భూమి నీనాముగా నిచ్చి 1178–80 ఫసలీ వఱకు మూఁడేండ్లు పాలన మొనర్చి "మొవాసి" వలన మరణించెనని తెలియుచున్నది.[58] ఇది క్రీ. శ.1770 యగునుగాన సరికాదు. కాని రాజ్యపాలన కాలము మూఁడేండ్లు సరిగా నున్నది. క్రీ.శ. 1765 మే నెలలో – అనఁగాఁ బార్థివ సంవత్సర వైశాఖ శుద్ధ పౌర్ణమీ వాసరమున వాసిరెడ్డి జగ్గన్న సర్దేశముఖీ మన్నవరు – ఎల్లంసెట్టి వెంకటపతికి మొఖాసా యిచ్చిరని బొమ్మరాజుపల్లి

---

(57) G. Mackenzie - K. D. M. P–309 — "The younger of these two brothers, Veeranna, was killed in 1763 by Jaggayya of Chintapalli and in the following year 1764, Jaggayya himself met the same fate, being invited to a conference by one of Basalat Jungh's Officers and beheaded"

(58) L. R-5 వేమూరి కైఫీయతు

కైఫీయతులో నుండుటచేతను, అదే సంవత్సరములో రామన్న పాలన ముండుటచేతను జగ్గన్న చనిపోయినది మెకంజీ వ్రాసినట్లు 1764 లో గాక 1765 అని తలంచుచున్నాను. ఇంకను శా. శ. 1688 పార్థివ సంవత్సరములో (క్రీ.శ.1765) రామన్న పాలనమునకు వచ్చినట్లుండుటచే జగ్గయ్య క్రీ. శ. 1765లో మరణించుట నిశ్చయము. జగ్గన్న 1763 – 1765 మూండేండ్లు పాలించెను.

రా మ న్న

జగ్గన్న మరణానంతరము సోదరుడగు రామన్న చింతపల్లి [illegible] గ్రామముల గైకొని క్రీ. శ. 1768 వఱకుం బాలించి పిమ్మట తమ్ముడగు వేంకటాద్రికి నందిగామను నిచ్చి తాను చింతపల్లిలో నుండెను. క్రీ. శ. 1770 నాంటికి బసాలత్ జంగు తన క్రిందనున్న బల్లమకొండ [illegible] మును సైన్యాధిపతియగు “[illegible]” తో [illegible] చింతపల్లి కోటను బట్టుకొనుమని యాజ్ఞాపించెను. [illegible] చింతపల్లి కోటను శరవేగమునం బట్టుకొనుటలో రామన్న [illegible] కారములోనున్న నందిగామకు నదిదాటి పాఱిపోయెను. 1770 నాంటికి నందిగామ సీమ కుంపిణీవారి పాలనలో నుండెను. బసాలత్ జంగు [illegible] మంతటితో నాగలేదు. క్రీ. శ. 1763 లో వ్యాపించిన [illegible] సంస్థానాధిపతియగు వీరన్న కగ్రసోదరుడగు పెదరామలింగన్న [illegible] గురు కుమారులు గలరు. పెద్దవాండు రాజమహీ [illegible] దయకుం బాత్రుండగుటచే నవాబతనికి రాజయను [illegible] గుంటూరు సర్కారునకు లోబడి యుండునట్లు [illegible] వాసిరెడ్డి భూభాగమునకు 1771 లో జమీందారుగాం జేసెను. [illegible] పాటి శాఖకుం జెందిన వాసిరెడ్డి కుటుంబమువారికి మహాలక్ష్మి భాగ్య మెన్నాళ్లు గలిగెనో తెలియదు. ఈ రెండు శాఖల వైరము [illegible] కార్పణ్యము 1771 నుండి కలిగెననుటలో సందేహము లేదు. 1772 లో

నందిగామలోనున్న వేంకటాద్రి చనిపోయెను. [illegible] రామన్న మరణించిన వేంకటాద్రి [illegible] తన కుమారునకు [illegible] హక్కును గోరెను. నవాబు ప్రభుత్వమువారు సోదరుని [illegible] బోషించు 'షర్తు'తో రామన్న కథ [illegible]. [illegible] కాలములో రామన్నకు బసాలత్ జంగుతో రాజీ కుదురుటచే క్రీ. శ. 1777 లో దిరిగి రామన్న చింతపల్లి కోటలో ప్రవేశించెను.

చింతపల్లి చేరిన పిమ్మట రామన్న సుఖముగా [illegible] చుండెను. ఆ కాలమున సూరిసేని వేంకట[illegible] జమీందారు మైలవరము నేలుచుండెను. అతడు [illegible] కోల్పోయి రామన్న చెంతజేరి శరణుజొచ్చెను. మచిలీపట్టణము కౌన్సిలువారు [illegible] సీమను జప్తుచేయ బూనుకొనుటలో రామన్న [illegible] కుడైన యా జమీందారును వదలివేసి [illegible] బాకీలను దాను చెల్లించునట్లు హామీ నొసంగి రాజీ నచ్చెను. క్రీ. శ. 1778లో రామన్న మరణించుటచే నతని రాజ్యమునకు [illegible] పుత్రుడగు నాగయ్య (వరపు) పాపయ్యనాయుడు గాని [illegible] కుమారుడు ప్రఖ్యాత చరిత్రుడగు వేంకటాద్రినాయనికి సంక్రమించెనని మెకంజీ వ్రాసియున్నాడు.[59]

రామన్న 1778లో జనిపోయెనని మెకంజీ వ్రాసెను. కాని కొప్పల్లు గ్రామకైఫీయతునుబట్టి యితడు 1176 ఫసలీ (క్రీ. శ. 1766) ప్రభుత్వమునకు వచ్చి 1192 ఫసలీ (క్రీ.శ.1783) వరకు ప్రభుత్వము చేసి మరణించిరని యుండుటచే 1783 లో వేంకటాద్రినాయుడు పట్టాభిషిక్త మగుటచే మెకంజీ యిచ్చిన రామన్న మరణ సంవత్సరము సరి కాదని నిస్సందేహముగా జెప్పవచ్చును. క్రీ. శ. 1763 తండ్రి మరణించిన సంవత్సరముననే రామన్న జగ్గన్నతోపాటు రాజ్యమునకు

(59) G. మెకంజీ. K. D. M-P. 310

వచ్చుట నిశ్చయము. ఇనుపులపాడు కైఫీయతు (వినుకొండ) లో నిట్లున్నది. "నిజాముల్ముల్కు సుబాదారు ఈ గ్రామము మల్లా రమణా రాజుగారికి జాగీరు యిచ్చిరి. 45 సంవత్సరములు జాగీరు అనుభవించిరి. వాసిరెడ్డి రామన్నగారు తమ సంతులో వున్న గ్రామమని వీరు జాగీదు క్రింద తెచ్చుకొని అనుభవిస్తూ వున్నారన్న ఆక్రోశంబునను [illegible] సిబ్బంది తీసికొని రమణరాజు నూటితో నుండగా వాడిమీదపడి రమణా రాజుగారిని పట్టుకొని గ్రామం లూటీచేసి రమణారాజుగారు తెప్పించిన బిరుదులు పగులగొట్టివేయించి గ్రామయజమానులకు [illegible] యిచ్చిన కుంటయినాములపొలం జప్తుచేసుకొని వారు ఇచ్చిన భటుల మాన్యాలుకూడ తీసికొని తదనంతరం రమణారాజుగారిని విడిచిపెట్టి 1184 ఫసలీ 1192 ఫసలీవరకు 9. సం.లు ప్రభుత్వం చేసి యీ గ్రామము పూర్వం మల్రాజుగారి వద్దర ఖరీదుకు తీసుకొన్న పాలిత సంతులో దాఖలు చేసినారు."[60] దీనిం బట్టి రమణారాజును విడిచిన తరువాత క్రీ. శ. 1774–1783 వరకు రామన్న పాలనమని తెలుపుచున్నది. రామన్న పాలనములో జరిగిన యీ ముఖ్యవిషయము కొప్పర్రు కైఫీయతులో నున్నది. "చిన రామలింగన్న తర్వాత రామన్న ఫసలీ 1176న ప్రభుత్వానికి వచ్చి సర్కారు జమీందారులు అయిన మాణిక్యారావుగారి సాధనల నిమిత్తము గిట్టమిచేతను విస్తరించి కల్పను గురించి తమకు సహాయము నిమిత్తమై అద్దంకిసీమ ప్రభువులైన మంచపాటివారి సంస్థానములో సర్దారులో వున్నటువంటి కమ్మవారు మేదరమెట్లవారు నరసింహారావుగారు బత్తిని శింగరప్పగారు బత్తిని నరసన్నగారు మేదరమెట్ల గోపన్నగారు తాళ్ళపల్లి తిరువెంగళప్పగారు వీరు బహుశౌర్యవంతులై యున్నవారు గనుక పిలిపించుకొని వీరికి సవారీలు యిచ్చి 50 మంది కమ్మవారితో కూడా కార్యక రామతుల్కు సహాయం అయేటట్లుగా నిశ్చయించి యీ

(60) L. R. 14. P. 217

గ్రామంలో వుండే ఆత్మస్థావరంను సిబ్బంది వారి జీతములను గ్రామం కట్టుబడిగానున్నా యేర్పరిచి వారిని గ్రామములో కాపురం వుంచి వారి సహాయంవల్ల నుంచిన్నీ జయప్రదమైన సరహద్దు ఫసలీ లగాయతు 1192 సం. వరకు ప్రభుత్వముచేసి పైన వ్రాసిన ప్రకారం జరిగించినారు. తదనంతరం రాజా వేంకటాద్రినాయుడుగారు ఫ. 1192 ప్రభుత్వానికి వచ్చి పైన వ్రాసిన ప్రకారం జరిగించినారు. తదనంతరం రాజా వేంకటాద్రినాయుడుగారు ఫ. 1192 ప్రభుత్వానికి వచ్చి పైన వ్రాసిన కమ్ము వారికి రామన్నగారు నిర్ణయించిన వసతులు మూడు సంవత్సరములు జరిగించి తదనంతరం జరిగించలేదు". 61

దీనినిబట్టి రామన్న పాలన క్రీ. శ. 1783 వరకు జరిగినట్లు తరువాత నా సంవత్సరమే వేంకటాద్రినాయుడు పరిపాలనకు వచ్చినట్లు కలదు. క్రీ. శ. 1783లో నాయుడు పాలనకు వచ్చుట నిశ్చయము. ఈ రామన్న బ్రాహ్మణభక్తిపరుడని దాప్రూపాడు, నేమూడు, ఎస్తన పూడి మున్నగు కైఫీయతులు తెల్పుచున్నవి.

వాసిరెడ్డి వారి సాహితీ పోషణము

వాసిరెడ్డి ప్రభువులు కవులకు, బ్రాహ్మణులకు అగ్రహారములు భూదానములు మున్నగునవి చేయుటయేకాక సాహిత్యమునందు అభిమానము గలవారై పలురకములైన గద్య పద్య కావ్యములను వ్రాయించి వానికి కృతిభర్తలై వెలసిరి. ఈ ప్రక్క పట్టికను జూచిన నీ విషయము తెల్లమగును.

(61) L. R. 57 కొప్పుళ్ళ కైఫీయతు P. 67

నం.	కవి పేరు	కాలము	గ్రంథము	ఎవరి ఆస్థానకవి	కృతిభర్త
1.	మంచెళ్ల వాసుదేవకవి	1758	గంధవహము	రామలింగవిభుఁడు	మంగళగిరి
2.	దివి రమణకవి	1758	శృంగారధామము	,,	,, నృసింహస్వామి
3.	అకలంక కృష్ణకవి	1760	శకుంతలా పరిణయము	వాసిరెడ్డి నాగన్న అల్లుఁడు నాయఁడమ్మ	నాయఁడమ్మ
4.	వేమనారాధ్యుల సంగమేశ్వర శాస్త్రి యను పాపయారాధ్యులువారు	1794	అహల్యాసంక్రందన విలాసము (మిశ్రకావ్యము)	వాసిరెడ్డి చంద్రమౌళి II	
			సరసహృదయానురంజనము,	వేంకటాద్రినాయఁడు	
			వేమనారాధ్య చరిత్ర, దేవీభాగవతము	,, వాసిరెడ్డి జగన్నాథబాబు	కాశీవిశ్వనాథస్వామి
5.	దిట్టకవి రామచంద్రకవి	1800	వాసిరెడ్డి వంశచరిత్ర	వేంకటాద్రినాయఁడు	
6.	తాతంభట్లు గురుమూర్తి శాస్త్రి	1820	కృష్ణామాహాత్మ్యము	చిన వేంకటాద్రి	
7.	కొప్పరాజు సుబ్బరాయకవి	1828	కాంచీమాహాత్మ్యము	భవానీ ముక్తేశ్వర నాయఁడు	
8.	అమరవాది రామన	1828	ద్రౌపదీ పరిణయము	,,	
9.	,,	1835	వాసిరెడ్డీయము	వెం. లక్ష్మీనృసింహనాయఁడు	
10.	(పేరు తెలియదు)	1900	సదాశివనాయని చరిత్ర	ప్రాఁతప్రతి	
11.	వాసిరెడ్డి వెం. సుబ్బారావు	1914	వాసిరెడ్డి వంశచరిత్ర	—	
12.	విష్ణుభట్ల శ్రీరామ శాస్త్రి గారు	1930	వేంకటాద్రీంద్ర చరిత్రము	హరిహరప్రసాదు బహద్దరు. మక్కె సుల్తాను	
13.	కొడాలి లక్ష్మీ నారాయణ	1963	శ్రీ రాజా వేంకటాద్రి నాయఁడు	—	శ్రీ భావనారాయణ స్వామి వారి దేవస్థాన

ధర్మకర్త శ్రీ రాజా వాసిరెడ్డి శ్రీరామభూపాలభూపాల్ బహద్దరువారు మేనేజరు శ్రీ కట్రగడ్డ అనంతపద్మనాభ రావు గారు.

నాల్గవవారగు పాపయారాధ్యులవారు – అక్కమాంబా సంగమేశ్వరా రాధ్యులవారికిఁ బౌత్రుండని భ్రమరాంబగారి వీరనారాధ్యులవారు వ్రాసియుంచిరి యితఁడు శతాధిక గ్రంథకర్తయని యహల్యా సంక్రందన విలాసకర్త యీయనయే యని సర్వమధుకోపాఖ్యానములోఁ దాడేపల్లి వేంకటప్పయ్య శాస్త్రులవారు వ్రాసిరి. వేమనారాధ్య చరిత్రలో నిట్లున్నది.

సీ. సరసశృంగారానుషంగముల్ ఠవణి చూ
పంగ నహల్యావధూ పరిణయంబు.

గీ. సరసరుచిసాంద్ర సంగమేశ్వరకవీంద్ర

అందువలన నీ రహల్యాసంక్రందన విలాసము వ్రాయునాఁటికే వీరికి సంగమేశ్వరశాస్త్రియని పేరున్నట్లు తెల్లమగుచున్నది. వారును శ్రీగురు పట్టభద్ర వేమనారాధ్య సంగమేశ్వరశాస్త్రియని పిలుచుచుండిరి. ఇది తల్లి దండ్రులిడిన నామముగా నున్నది. పాపయారాధ్యులవారను పేరు పాపాయియను ముద్దుపేరు నుండి వచ్చెనేమోయని చెళ్ళపిళ్ళ వేంకట శాస్త్రిగారు వ్రాసిరి. ఈ యూహ సరిగానే యున్నది. ఇకను వేమ నారాధ్య యనునది వంశనామమని మఱియుఁ గృహనామమని యూహింప వచ్చును. వీరి పూర్వులు తరువాత వీరు మొదట లక్ష్మీ పురమను పేర వెలసిన చింతపల్లిలోనుండి పిమ్మట 1797లో వేంకటాద్రి నాయఁడు – అమరావతి చేరిన తరువాత సకుటుంబముగా నచటకుఁ జేరిరి.

పాపయారాధ్యులవారు సంస్కృతాంధ్రములలోఁ బండితుఁడు, కవి, శివపూజాధురంధరుఁడు, కేవలాద్వైతవాది, ఐహిక సంపదల కాశింపని మహాత్ముఁడు, దారిద్ర్యములోఁ గాపుర మొనర్చుచుఁ దన గ్రంథములఁ దాళపత్రములపై వ్రాసి కాలధర్మము చెందెను. పెక్కురు కవులు కృతికర్తలను గోరంతలు కొండంతలు చేసి పొగడినవారేకాని చారిత్రక సత్యముల హెచ్చుగాఁ బ్రసాదించిన వారు గారు. వీరు వేంకటాద్రినాయనిదత్తపుత్రుఁడగు జగన్నాథబాబుగారి యాస్థానకవి

యగుటచే వీరి వ్రాఁతలు చారిత్రక సత్యములఁ బ్రసాదించుచును సమకాలీన విషయముల నొసంగినవి. ఇతఁడు 1756–1846 నడుమ [illegible] వలన జగ్గయ్య మరణమును రామన్న పరిపాలనము [illegible] జగన్నాధబాబు పాలనములను వారి రాజ్యవైభవంబులను [illegible] కరముగాఁ జూచి యానందించెను. తిరిగి యవసాన [illegible] లను, ధననాశనమును జూచి చింతించి యుండవచ్చును. ఈ చరిత్ర రచనా సందర్భమున వీరి వ్రాఁతలను బ్రథమ ప్రమాణముగాఁ [illegible]. దిట్టకవి రామచంద్రకవి వేంకటాద్రినాయని యాస్థానకవి. వాసి వాసి రెడ్డి వంశచరిత్ర నాకు లభ్యముకాలేదు.

వేంకటాద్రినాయని

జననము - బాల్యము - విద్య

వేంకటాద్రినాయఁడు క్రీ. శ. 1761 ఏప్రియల్ ఇరువదినాలుగవ తేదిని - అనఁగా వృష సంవత్సర చైత్ర బహుళాష్టమీ సోమవారమున నుదయాది పంచదశ ఘటికానంతరమున సూర్యాదిగ్రహములు ఉచ్ఛస్థితి నుండు తరుణమున జన్మించెను.[62] వంశచరిత్రలో 1174 ఫసలీ (క్రీ. శ. 1765) సర్వజిన్నామ సంవత్సర వైశాఖ బహుళైకాదశి సోమవారానురాధ నక్షత్రమునని యున్నది. ఫసలీయును క్రీస్తుశకము సరిపోయిన తెలుఁగువత్సరము 1767 కిఁగాని సరిపడదు. క్రీ. శ. 1765 పార్థివ యగుచున్నది. కాన మీఁది సంవత్సరము సరికాదని నుడువ వచ్చును. పాపయారాధ్య ప్రణీతమగు సర్వమధుర గ్రంథపీఠికలో - కాఁజేపల్లి వేంకటప్పయ్య శాస్త్రులవారు వీరి జననము క్రీ. శ. 1756 - అని మరణము క్రీ.శ.1816 అనియు వ్రాసిరి. మరణసంవత్సరము సరియైనను జననకాలము సరికాదని చెప్పవచ్చును. బసాలత్ జంగు సైనికులు నాయని జనకుండగు జగ్గనృపతిని జంపినది క్రీ. శ. 1765అని తేలుటచే నాతని రాజ్యపాలనా కాలముకూడ 1763-1765 అగుటవలన 1761 నాయని జనన సంవత్సరమని స్పష్టముగాఁ జెప్పవచ్చును. నాయని బొమ్మల్లిఖింపనున్న శాసనము దీనినే ధ్రువపఱుచు చున్నది. ఇది నాయని జీవితకాలములోనే వ్రాయఁబడినది.

(62) అమరావతిలోని శాసనము - వి. శ్రీరామ శాస్త్రిగారు - వేంకటాద్రీంద్ర చరిత్ర - పుట 48.

పుత్రోత్సవమును రాజదంపతు లెట్లు జరుపుకొనిరో వ్రాయ నక్కఱలేదు. తలిదండ్రులు పక్షము దినములైన పిమ్మట వేంకటాద్రి నాయుడను పేరిడి యాబాల గోపాలమునకు మధురాహారములు నొసంగి సంతుష్టాంతరంగులం జేసిరి. నాయుడు శుక్లపక్ష చంద్రునివలె దినదిన ప్రవర్ధమానుం డగుచుండెను. నాల్గేండ్లు గడచినవి. ఐదవయేట నొక శుభముహూర్తమున నక్షరాభ్యాసము గావింపం బడెను. క్రీ. శ. 1765లో జననీజనకు లిరువురు మృతులగుటచేతం బెదతండ్రి రామన్న గారే సంస్కారములన్నియు వైభవముగా జరిపించుచుండెను. రామన్న దంపతు లితనిని బుత్రవాత్సల్యముతోం బెంపసాగిరి. అచ్చమ్మగారు సహగమన మాచరించుటకు ముందు తన యేకైక పుత్రుని ముద్దు మూటను రామన్న భార్యకే యప్పగించెను. తలిదండ్రులు పోయినప్పు నాంటికి నాయుడు నాల్గేండ్ల బాలుండై యుండెను. విద్యాభ్యాసము జరుగు సమయముననే యీయన సర్వసద్గుణ సంపన్నుండై యుండెనని రామనకవి యిట్లు వ్రాసెను.

సీ. అతండు విద్యాభ్యాసియగునాండె సద్గుణా
వళి తత్‌జ్ఞ జిహ్వానివాసి యయ్యె.

ఈయన విద్యాగురువు సంగమేశ్వర శాస్త్రియని పేర్కొనెను. పాపయారాధ్యులవారని కొందఱు వ్రాసిరి. ఉభయులు నించుమించు సమవయస్కులు. పారమార్థిక విద్యాబోధనమును పంచాక్షరీ మంత్రమును నుపదేశ మొనర్చినది పాపయారాధ్యులవారని తోంచుచున్నది. ఈయ యక్షరాభ్యాస మొనర్చిన గురునిపేరు తెల్లముగుటలేదు. సర్వజ్ఞనామక ముపోద్ఘాతములోం దాడేపల్లి వేంకటప్పయ్య శాస్త్రులవారిట్లు వ్రాసిరి. “జగత్ప్రసిద్ధుండగు శ్రీ రాజా వాసిరెడ్డి వేంకటాద్రినాయుడుంగారి సంస్థానమున వీరు ప్రధాన పండితులు, ప్రథమ మిత్రులు, గురుస్థానము నందున్నవారు” దీనింబట్టి వీరు పరావిద్యను బోధించిన గురువులనుట స్పష్టము.

శ్రీ రాజా వేంకటాద్రి నాయఁడు

వేంకటాద్రినాయని గురువు, శిష్యునకు సంస్కృతాంధ్రముల బోధించెను. చదువుట, వ్రాయుట, గణితశాస్త్రబోధన -(3Rs Reading, Writing and Arithmetic) చేసియుండ వచ్చును. సనాతన మార్గమును వర్ణాశ్రమ ధర్మముల హెచ్చుగా బోధించి యుండెను. ఆశీర్వాదాన్న మొనర్చిన గురువు పాపయారాధ్యులవారి తండ్రియో లేక తాతయో యై యుండనోపును. లేదా పాపయారాధ్యుల గురువగు శ్రీ శంభులింగము గారు గావచ్చును. వీరులవద్ద నాయఁడు రాజపుత్రులకు తగినదైన సాముగరిడీలు, ధనుర్విద్య, అశ్వారోహణాదికము సుష్ఠుగా నాతఁడు నేర్చి యుండుట తథ్యము. శత్రుసంహారము, దుష్టశిక్షణము, ఆలయనిర్మాణము తులాదానము, కళత్రయోగము, బ్రాహ్మణపూజ, వర్ణాశ్రమ ధర్మ పాలన మాచరించుటలో నితనిని శ్రీకృష్ణదేవరాయలతోఁ బోల్పవచ్చును. ద్రౌపదీ పరిణయములోని యీ సీసపద్యము ననుసరించి సంగీత సాహిత్య విద్యా పారంగతుఁడని అద్వైతియని పంచాక్షరీ మంత్ర జప పరాయణుఁడని తేలుచున్నది.

సీ. ఇద్ధసంగీతసాహిత్య విద్యావిశేషుఁ
డద్వైత మతరహస్య ప్రవేది
బహుసప్త సంతాన పారీణుఁడమల పం
చాక్షరీమంత్ర నిష్ఠాన్వితుండు

శైశవముననే జ్ఞానసంపన్నుఁ డాయెనని కవులు వర్ణించు చున్నారు. దేవీభాగవతములో నితని గుణగణముల నిట్లు వర్ణించెను.

సీ. చిఱుత కాలమునాఁడె చేదోయి కిడిపని
యంచు నర్థులకిచ్చె నర్థసమితి
బాల్యప్రాయమునాఁడె పలుకేల వ్యర్థమం
చని సత్యవచనంబులాడఁ దొడఁగె

ఆటప్రాయమునాఁడె యుగవిద్యాక్రియలను
హరిహరసేనచే నెరపఁదగరె
చిన్ననాటనుగోలెఁ జిత్తమున త్రోఁచును
నంచు నధ్యాత్మ మభ్యాసపఱచె
నేమి చెప్పుదు సన్యాసు ధీరసుగుణు
నిరుపమానగుణాశ్రయా నిరతిఁ బనిలి
దివ్యలీలా విభూతులఁ దేజరిలుచు
వేంకటాద్రిశ్రీశుఁ డావేంకటార్య.

దీనినిబట్టి యీయన బాల్యమునుండి దానశీలుఁడని [illegible] భక్తిపరాయణుఁడని తెల్లము. "బాల్యప్రాయమునుండి భక్తి [illegible]" గలవాఁడని పరాక్రమశాలియని వంశచరిత్ర. చినముద్దాను [illegible] రాజలక్షణాలుగల్గి న్యాయాధీశునివలె నుండి కోడిపోరాటాలు [illegible] దీర్చుచుండిరని తెలియును. ఈయన బహుభాషావిశారదుఁడని [illegible] వ్రాయుట వలనఁ దెలుఁగు, సంస్కృతము, ఉర్దూ మొదలగు భాషలు చదువుట వ్రాయుట [illegible].

యౌవనారంభము

వివాహములు, సంతానము, పట్టాభిషేకము

నాయనికిఁ బదునెన్మిదేండ్లు వయసు వచ్చెను. పినతండ్రి రామన్న పరిపాలనము నచ్చని పట్టుల నతనిని ధిక్కరింప మొదలిడెను. యౌవనము వచ్చుటతోడనే వివాహము చేసికొనవలెనను సంకల్పము జనించెను. తనతల్లి యచ్చమాంబ చేవ చంద్రయ్యగారి పుత్రిక. చందర్లపాటి పురవరంబునేలు చేవ వంశము సువిఖ్యాతమైనది. చాటువులలో వీరిని గూర్చి యిట్లున్నది.

> సీ. అరయంగఁ దమవాసి ననుసరించెడు మంచి
> చేవచేమించెడు చేవవారు.

తన మేనమామ చందర్లపాటి యేలికయైన చేవ వెంగయ్యపుత్రిక, సౌందర్య రూపగుణ విద్యాసంపదలు గలిగినదని గ్రహించి నిజసేవకుండగు శ్రీనివాస దాసును బిలిచి తనకుఁ జేవ వెంకయ్య కుమార్తెయగు వెఙ్కమాంబను పాణిగ్రహణ మొనర్చుకొను వాంఛగలదని పినతండ్రి రామన్నతోఁ జెప్పి వేగముగాఁ గళ్యాణ కార్యములు గావింపవలెనని చెప్పి పంపెను. రామన్నయుఁ ద్వరితగతిని వెంకయ్య యొద్దకు బ్రాహ్మణుల నంపెను. వెంకయ్య మిక్కిలి మక్కువతో సుముహూర్తమును నిశ్చయింపఁ జేసి వచ్చిన విప్రుల సత్కరించి పంపెను. నిర్ణయించిన సుముహూర్తమున వెఙ్కమాంబా వేంకటాద్రులకు వివాహ మహోత్సవ మతి వైభవముగా

జరిగెను. చేవ వంశోద్భవలగు కన్యలనే వేంకటాద్రి నాయుడు గారును, వీరి తండ్రియగు జగ్గభూపాలుఁడును వివాహ మాడిరి. జగన్నాథ [illegible] కూడ చేవ రంగమ్మను బెండ్లాడెనని వంశచరిత్ర చెప్పుచున్నది. కాని పాపయారాధ్యులవారు చిరుమామిళ్ల పాపయ్య [illegible] – [illegible] మాంబను చిఱుమామిళ్ల శివరాముని కూఁతురు [illegible] వివాహ మాడినట్లు వ్రాసిరి. ఇందేది సత్యమో తెలియకున్నది. – [illegible] నాయని పినతండ్రి రామన్నయని యున్నది. కాని [illegible]. చినరామలింగభూపతి నాగన్న కుమారులలోఁ పెద్దవాఁడగు రామన్నను దత్తతగాఁ దీసికొనక రెండవవాఁడగు జగ్గన్నను దత్తత [illegible] యారాధ్యులు వ్రాయుటచే రామన్న పినతండ్రి [illegible] కాఁడు. పెద్దవానిని దత్తత సేయక రెండవవానిని దత్తత [illegible] నాచారము హిందువులలో నేఁటికిఁ గలదు.

తలిదండ్రులు లేకపోయినను పినతండ్రి రామన్న, [illegible] వివాహమును వైభవముగా జరిపిరి. [illegible] వివాహము జరిపించుటచేత క్రీ. శ. 1778 వ [illegible] – [illegible] మాసంబుననొక సుముహూర్తంబున జరిగినట్లు తెలియుచున్నది. 177[illegible]లో రామన్న చనిపోయెనని మెకంజీ వ్రాయుచున్నాడు. కాని [illegible] సేకరించిన కాలిన్ మెకంజీ వ్రాతల రీతి నితఁడు 178[illegible] లో 178[illegible]లో మృతుఁడైనట్లు తేటతెల్లమగుచున్నది. వేంకటాద్రినాయుని [illegible] సంవత్సరము 1783 అగుచున్నది. మెకంజీ వ్రాసిన రామన్న [illegible] సంవత్సరము సరియనుకొన్నచో మధ్య 1778–1783 [illegible] పాలకులెవరో తెలియకున్నది. ఈ కారణమున వివాహా[illegible] నాలుగేండ్లవఱకు రామన్న జీవించి యుండుట నిశ్చయము. [illegible] మాయనే చేసెనని రామభూపాలుని ధిక్కరించి రాజ్య[illegible] లాగుకొని భూపరిపాలనం బొనర్చెనని వంశచరిత్రలో [illegible] రామన్న వివాహానంతరముగూడ జీవించెననుట నిశ్చయము. [illegible] కళత్రమైన వెంకమాంబ వలన రాజ్యలక్ష్మి యను [illegible]

జనించెను. పుత్రసంతానహీనుఁడగుటచే వెఙ్కమాంబ యనుమతితోఁ గోచ్చెర్ల పురి వాస్తవ్యురాలైన నీరుకొండ వంశమున జనించిన పార్వతమ్మను ద్వితీయ కళత్రముగా గైకొనెను. పాపయారాధ్యులవారీవిషయమున నిట్లు వ్రాసిరి.

ఉ. ఆ వసుధాసుధాంశునకు సంగనలైరి ధరిత్రి వెఙ్కమాం
బా వనితాలలామకులపాలికలై తగుపార్వతమ్మయుఁ
బ్బావనల న్నుతించుఁ గవిపాళిరసజ్ఞలై సాగ్నికమ్ములౌ
కేవల సంజ్ఞలంచుఁ బరికింపఁగ నింపు ఘటిల్లఁ గాసినో.

సీ. నూరువేలని యనసేరవర్థుల కర్థ
మిచ్చుచో వారల మెచ్చుచోట
ఉత్తమాధమభేద మొందదు విప్రులఁ
దనుపుచో దయచేసి మనుపుచోట
పదులు నావారను భ్రాంతి నూనదు ధర్మ
మెంచుచో సత్యమార్గించు చోట
తలఁక దించుకయైన దైవవ్రతమ్ముల
సలుపుచోఁ జిత్తమ్ము నిలుపుచోట
విభు వధూటుల మేల్బంతి వెఙ్కమాంబ
దాన దాక్షిణ్య కరుణా నిధానమగుచు
బతికి ననురాగమున బహిఃప్రాణమనఁగఁ
గనఁగ రతిఁబోలు సౌందర్యగరిమఁ దనరె.

సీ. పతికినోడక యర్థభాగంబుగొని చంక
నెక్కని హిమభూధరేంద్రకన్య
నాథుని వేలుగానఁగనీక ఱొమ్మెక్కి
చలచిత్తగాని యజ్జలధిపుత్రి
తలవాకిలి మెలంగి ధవునింటఁ బసమాట
సభకురాఁగోరని శారదాంబ

కాంతు నెవ్వారిని గననీక తనలోన
నణఁచివేయని శంబరాత్మజాత
ధైర్యసంపత్ప్రశస్తి సౌందర్యములను
నవని నారాజపత్నియుం చఖిలజనము
లభినుతింపంగఁ బార్వతమ్మాభిధమున
వేంకటాద్రీంద్రు రాజ్ఞియై వెలసె నిలను.

ఈయన ప్రథమ కళత్రము వలనఁ గలిగిన రాజ్య[illegible] జను - కొచ్చర్లకోట నివాసియగు శాకమూరి [illegible] వివాహ మయ్యెను. శాకమూరి వారు చారిత్రకఖ్యాతిఁ గాంచిరి. శాకమూరి మెల్లయగారి జన్నయఁ గూర్చి

కం. బాలుఁడు వెతలం బెట్టినఁ
దాళవలెం దల్లి యర్థి తగ బాధింపన్
తాళవలె దాతయితరుల
కేలా మఱి శాకమూరి మెల్లయజన్నా.

ఇట్లున్నది. శాకమూరివారు [illegible] సేనాపతులుగా నున్నట్లు చాటువు.

సీ. సేనాధిపత్యంబు చేతను మెప్పించు
శూరవర్యులు శాకమూరివారు.

పైఁజెప్పిన కొచ్చర్లకోట గ్రామమును జారిత్రక ప్రశస్తి గాంచినది. ఇది వినుకొండ తాలూకాలోనిది. [illegible] గాదేవుఁడు, [illegible] జంపెనని యిందుఁ గలదు. ఈ కైఫీయతులో నిట్లున్నది. "ఈ గ్రామము వాసిరెడ్డి వారి [illegible] వచ్చిన లగాయతు ఈ గ్రామము [illegible] వారి సంబంధమైన శాకమూరు వారసే [illegible] వారికి [illegible] నారు గనుక వారు యీ గ్రామములో కోట గట్టుకొని [illegible] పారంపర్యంగా అనుభవిస్తూ వున్నారు" ఇంక నీ గ్రామములోని చెన్న కేశవ స్వామివారి యాలయము, అంజనేయులగుడి, విఘ్నేశ్వరుని

గుడి శాకమూరివారే ప్రతిష్ఠించిరి. నిత్య దీపారాధనాదికమును వారే చెన్నకేశవస్వామి కేర్పాటు చేసిరి. దేవాలయాది ప్రతిష్ఠ లొనరించిన వారై తమకు సములుగానున్న శాకమూరివారితో నాయఁడు సంబంధము నొనర్చెను.

వివాహమైన కొలఁది కాలమున కాంబాలికామణి కోటకొమ్మలం బచేరిమ సల్పుచుండ నామె పాదంబులు తొట్రుపడి నేలఁగూలి ప్రాణముం గోల్పోయెను. ఏకైక పుత్రిక మరణించుటచే వారికిఁ గల్గిన సంతాప మింతింతని వాక్రువ్వ వలనుగాదు. "అపుత్రస్య గతిర్నాస్తి" యను వాక్యంబున విశ్వాసముగల వేంకటాద్రినాయనికిఁ బుత్రికా వియోగ సంతాప మొకవంక పుత్రులులేని చింత మఱియొకవంక పీడించుచుండెను. నాయనికి ద్వితీయ మెప్పుడు జరిగెనన ప్రథమ కళత్రమునకుఁ గుమార్తె గల్గిన పిమ్మట నెన్నాళ్లకుఁ బుత్రసంతతి గలుగనందున వంశోద్ధరణార్థము వివాహమాడ భార్యతోఁ జెప్పెనని యామె యంగీకరించెనని తరువాత పార్వతమ్మను జేసికొనియెనని పిమ్మట రాజ్యలక్ష్మమ్మ మరణించెనని వేంకటాద్రీంద్ర చరిత్ర తెలుపుచున్నది. వంశచరిత్రను బట్టి క్రీ. శ. 1797 లో-అమరావతీ సౌధాంతఃపురంబునఁ బ్రవేశించుతఱి రెండవ వివాహము గాలేదేమోయను సందేహము కలుగుచున్నది. ఐనచో వంశచరిత్రకారుఁడు ద్వితీయ కళత్రమును సైత ముగ్గడించువాఁడే. ఇతఁడు క్రీ. శ. 1795 చింతపల్లిని వీడి యమరావతీ నగర నిర్మాణ మొనరింపఁ జేసెను. వంశచరిత్ర రచయిత యిట్లు వ్రాసెను.

తే. రాజశేఖరురాణి సర్వనిభవేణి
వెత్రెమాంబ సుభూషణ విభవమంది
జేనితో సౌధమునఁ జేరురీతి నెంచి
ప్రేష్యవర్గంబు తోడరా, వెడలెనపుడు.

చింతపల్లిలోఁ గుమార్తె మృతినందుట పుత్రసంతానము లేకుండుటచేత వేంకటాద్రినాయఁడు స్థలాంతరమ్మున కేగినఁ జింతలు దీఱునని పెద్దలు

వచింప నచ్చోటు వాసి యమరావతికిం జని సుఖముండుమని తెలిపిరని వేంకటాద్రీంద్ర చరిత్ర రచయిత వ్రాసెనుగాని యీ యైతిహ్యము చారిత్రక సత్యముగానేరదు. చెంచుల వధించినందున దోషము గలిగినదని శివుఁడు స్వప్నములోఁ బ్రత్యక్షమై యమరావతీనగర నిర్మాణ మొనర్చి యందుండుమని చెప్పుటచే నాదేవు నాజ్ఞచే నగరనిర్మాణము చేసెనని వంశచరిత్ర తెల్పుచున్నది. ఇదిగూడఁ జారిత్రక సత్యము కాజాలదు.

అమరావతీ నగర ప్రవేశమైన తరువాత ద్వితీయ వివాహమైనచో క్రీ. శ. 1797 ప్రాంతమున జరిగి యుండవలెను. అటులగాక యా వివాహము చింతపల్లిలోనే జరిగినచోఁ గుమార్తె గల్గినపిమ్మట పుత్రులు లేని బాధతో ద్వితీయ వివాహమును బట్టాభిషేకానంతరము క్రీ.శ. 1785 ప్రాంతమునఁ జేసికొని యుండవచ్చును. నూతన పురంబునఁ బ్రవేశించు తఱి శుభలేఖలు చేనవారలకును మఱికి నగనుగ్గైన సిరుకొండ సంస్థానముల కని యుంటచే నప్పటికి 1797 నాటికి సిరుకొండ పాల్వంశమ్మును జేసి కొనెనాయని యనుమానము గల్గుచున్నది. ఏమి గ్రామమునందు నివసించిన మని తేల్చ వీలులేకున్నను – పై కాలమునాటికే రెండవ వివాహమై యుండవచ్చునని చెప్పుట కవకాశము లేకపోలేదు.

ఈయన పట్టాభిషేక విషయమును బరామర్శింతము. శోభకృత్తు సంవత్సరమగు 1783 మార్గశిర శుద్ధ పౌర్ణమా దినమున వేంకటాద్రి నాయఁడు పట్టాభిషిక్తుఁ డయ్యెనని కొందఱు వ్రాసిరి. శాసనములోను క్రీ. శ. 1783 శుభకృత్ సంవత్సరమున సింహాసనారూఢుఁ డయ్యెనని యున్నది. 1778 రామన్న మరణ సంవత్సరమని యా సంవత్సరమే యితఁడు పాలనకు వచ్చెనని మెకంజీ యభిప్రాయము. కాని యది సరి కాదు. బుట్టిపాలెము కైఫీయత్ (L. R. 5) శోభకృతు సంవత్సరములో వేంకటాద్రినాయఁడు పట్టాభిషేక మందెనని యుండుటచేత క్రీ. శ. 1783 సరియైనదనియే చెప్పవచ్చును. వేమూరి కైఫీయతులోను వేంకటాద్రి

నాయఁడు 1193ఫసలీనుండి 1221వఱకుఁ బాలన మొనర్చెనని యుంటచేఁ ప్రభుత్వారంభము 1783 అగును. ఇనుపులపాడు కైఫీయతులో (L R.14) "ఈ వంటు పూర్వము మల్రాజువారివద్ద ఖరీదునకుఁ దీసికొన్న పాతిక వంట్లో దాఖలు చేసినాడని తర్వాత రాజా వాసిరెడ్డి వేంకటాద్రి నాయఁడు ప్రభుత్వానికివచ్చి ఫ 1193 లగాయతు పాతికవంట్లో దాఖలు చేసినాడని తర్వాత రాజా వాసిరెడ్డి వేంకటాద్రినాయుడు ప్రభుత్వానికి వచ్చి ఫ 1193 లగాయతు (1783) కుంపిణీక్రిందను ప్రభుత్వంచేస్తూ వున్నారు" అని యుండుటవలన క్రీ. శ. 1783 లోఁ బట్టాభిషేకము రూఢియని చెప్పనగును. దావులూరి కైఫీయతులో (L. R. 14) క్రీ. శ. 1784లోవచ్చి 1803లోఁ దాడేపల్లి లింగన్న శాస్త్రులవారి కొంత కుచ్చెలు మాన్య మిప్పించినారని యున్నది. ఈ 1784 సరికాదు. 1783 డిసెంబరులో వచ్చుటచే 1784 అని వ్రాసియుండవచ్చును. నవ్యచరిత్ర కారుఁడు క్రీ. శ. 1780 ప్రాంతమున వచ్చెనని వ్రాసెను. అది సరికాదు. పెదతండ్రి రామన్న క్రీ. శ. 1782 లోనో లేక 1783 లోనో మరణించుటచే వెంటనే యుక్తవయస్కుఁడగు నాయఁడు పాలన స్వీకరించి పట్టాభిషేకము క్రీ. శ. 1783 లోఁ జేసికొనెను. కొన్ని కైఫీయతులలో నితని పాలనము 33 ఏండ్లని కొన్నిటిలో 35 ఏండ్లని యున్నవి. నాయని మరణము 1816 అగుటచేఁ బట్టాభిషేకము 1783 అగుట సిద్ధించును. కాని కృష్ణాజిల్లా మాన్యూయల్ రచయిత వ్రాతప్రతానను నాగన్న మరణానంతర మతని జమీయంతయు నతని పుత్రుఁడగు నాగయ్య (వంపు పాపయ్య) కుఁగాక కీర్తిగాంచిన వేంకటాద్రినాయునికి సంక్రమించె ననుటలో నితఁడు 1778లోనే పట్టాభిషిక్తుఁ డయ్యెనని మెకంజీ యభిప్రాయము.[63] కాని యది సరికాదు. కొన్ని కైఫీయతులలో రామన్న

(63) G. Mackenzie — K. D. M. - P. 311 - "In 1778 Vasireddi Ramanna died and the whole of his vast influence passed not to his own son Naganna alias Papayya, but to his nephew Venkatadri, son of Jaggayya, the well-known Venkatadri Naidu."

ష. 1176–1192 వఱకుఁ బ్రభుత్వము చేసినని రామన్న (1766–1783) అందుచే రామన్న 1783లో మరణించెనని 1783 [illegible] పట్టాభిషేకమని చెప్పవచ్చును. రామన్న [illegible] రాజ్య మేలుట యుక్తవయస్కుఁడగు [illegible] లేకున్నను వాని మనస్సు [illegible] కొందఱు వ్రాసిరి. రామభూపాలుని [illegible] రాజ్యము [illegible] చేసికొనెనని వంశ చరిత్రకారుఁడు [illegible]. [illegible] గాన్పింపదు. జగ్గన్న మరణానంతరము [illegible] డగుట నితని పత్రమునఁ [illegible] రామన్న క్రీ. శ. 1783 [illegible] రాజ్యపాలన మాచరించి మరణించెను [illegible] వచ్చుట సత్యము.

పట్టాభిషేక సమయమునకు [illegible] లున్నట్లు తోఁచును. చినరామలింగనను [illegible] రామన్నకుమారుఁడు రాజ్య[illegible] [illegible]. [illegible] పాపయారాధ్యులవారిట్లు వ్రాసిరి.

శా. రంగాంబా చినరామలింగ ...... [illegible].

రామన్న కేవలము నామకు [illegible] “మైనార్టీ” వెళ్లిన తరువాత రాజ్య[illegible] మించెను. రామన్న మరణానంతరము [illegible] నాయనితోఁ దన కద్ధ రాజ్య[illegible]. [illegible] తండ్రి కుమారుఁడు [illegible] రామన్న [illegible] వేంకటాద్రినాయని [illegible]. [illegible] మాయెను.

1783 - 1796

చింతపల్లి, నందిగామలలో

వేంకటాద్రి నాయని పాలనము - తిరుపతి యాత్ర

నైజాము ఉల్ ముల్కు అసఫ్ జా కుమారుఁడగు నైజామాలి యాంగ్లేయుల పక్షమునుండి 1761 - 1783 వఱకుఁ బాలించి మరణించెను. ఇతని కాలములోనే గుంటూరు సీమను జాగీరుగా ననుభవించుచు జమీందార్లపై నధికారమును నెరపిన నైజామాలి సోదరుఁడు బసాలత్ జంగు ప్రబలమైన ఫ్రెంచి సైన్యముతోఁ బాలించి 1782 సంవత్సరమున మరణించెను. బసాలత్ జంగు జీవించి యుండఁగనే గుంటూరుగాక తక్కిన యుత్తర సర్కారులు కుంపిణీ ప్రభుత్వ స్వాధీనమునకు వచ్చెను. ఫ్రెంచివారినుండి 1758లో నిజాము స్వాధీన మొనర్చుకొనెను. తరువాత కుంపిణీవారు పెక్కు కానుకలిచ్చి 1766లో వీనిని గైకొనుట జరిగెను. 1779 ఫిబ్రవరి 27-వ తేదిని కుంపిణీవారికి బసాలత్ జంగుతో రాజీ జరిగెను. ఆ సంధి ప్రకారము 1779 ఏప్రియలు 19 వ తేదిని - కెప్టెన్ హార్ఫరు గుంటూరును స్వాధీనము నొనర్చుకొనెను. దీనితో ఫ్రెంచిసైన్యమటనుండి హైదరాబాదున కేగెను. ఈ ఫ్రెంచిసైన్యమచట 1798లో నైజామునకు లార్డు వెల్లస్లీకి జరిగిన సంధి ప్రకారము 'ఖాలీ' యాయెను. దీనిప్రకారమే యైరోపీయుని నైజాం దన సైన్యములోనికి నాంగ్లేయుల యనుమతి లేక తీసికొనరాదు. తిరిగి కుంపిణీవారి యాజ్ఞలప్రకారము గుంటూరుసీమ బసాలత్ జంగునకే యీయఁబడెను. ఈ ప్రకారమితని జీవితకాలము మరువృత్తిగా నీయఁబడిన గుంటూరు

సీమ యతని క్రిందనే యుండెను. 1788లో గుంటూరు సీమయును కొండవీటి సర్కారుగూడ-కుంపిణీక్రిందకు వచ్చెను. దీనివలన నాల్గు గొప్ప జమీందారీ కుటుంబములైన 1. వాసిరెడ్డి 2. మల్రాజు 3. మాణిక్యారావు 4. మానూరువారు కుంపిణీవారికి లోబడి వంశ పారంపర్యాధికారములతోఁ బాలింప సాగిరి. నందిగామసీమ ముక్త్యాల వాసిరెడ్డివారికి సంబంధించిన భూభాగములు గల కొండపల్లి ప్రాంతము కుంపిణీవారికి 1766లో స్వాధీన మాయెను. అప్పటినుండి కుంపిణీప్రభుత్వము మచిలీపట్టణములో-కౌన్సిలు నేర్పఱిచి పాలించుచుండెను. ఈ కౌన్సిలును 1794లో రద్దుచేసి గుంటూరుజిల్లా మచిలీపట్టణపు జిల్లాను వాని నేర్పాటుచేసి కలెక్టర్ల పాలనలో నుంచెను. 1802లో-పర్మనెంటు సెటిల్మెంటు మచుల, గుంటూరుజిల్లాలలోఁ బ్రవేశపెట్టఁబడెను. దీని ప్రకారము జమీందార్లు కలెక్టర్లకు లొంగియుండవలెను.[64] పిమ్మట క్రీ. శ. 1859 డిసెంబరులో సర్ ఛార్లెస్ ట్రెవిలియన్ ప్రభుత్వకాలములో రెంటినిగలిపి కృష్ణామండలముగాఁ జేసిరి. మరల 1904లో గుంటూరు మండలమును విడఁదీసి యొక మండల కలెక్టరు క్రింద నుంచిరి.

పై విషయముల ననుసరించి వేంకటాద్రి నాయఁడు పట్టాభిషిక్తుఁ డగునాఁటికి (1783 డిసెంబరు) కొండవీటి సీమ నేలు బసాలత్ జంగుగాని గోల్కొండ సీమను బాలించు నైజామాలిగాని జీవించి యుండలేదు. 1783లో నిజాము నవాబు అసఫ్ జా వంశీయుఁ డింకొకఁడు వచ్చుట జరిగెను. ఇతని క్రింద సిఫ్ జంగు-అనువాఁ డేజంటుగా నుండి వ్యవహరించుచుండెను. గుంటూరు సర్కారింకను గుంపిణీపాలనలోఁ జేరకపోవుటచే గుంటూరు సర్కారుకు "నాయక్వారీ"గా నిజాము నవాబునకు లోబడి యక్రమఖాను పాలించు చుండెను. కృష్ణాజిల్లాలోని వాసిరెడ్డి భూభాగ

(64) G. Mackenzie K. D. M. P-344 — "Machuleepatnam Council was abolished in 1794 - Guntur formed a separate district - Permanent settlement was introduced in Machula and Guntur districts in 1802."

ములు నందిగామసీమ ప్రాంతము కుంపిణీవారి పాలనలో నుండుట, గుంటూరు సీమలోని వాసిరెడ్డివారి జమీ నైజాముక్రింద — ఏజంటు, గుంటూరుసీమకుఁ బ్రత్యేకముగా 'నాయక్వారీ' పాలనక్రింద నుండుట తటస్థించెను. ఇట్లు చింతపల్లి వంటు గుంటూరుసీమలో నుండుటచేత నాయఁడొకవైపున నైజాము నవాబుదు నందిగామసీమ కుంపిణీవారి పాలనలో నుండుటచేత నట కుంపిణీవారికి లోబడి పాలింపవలసి యుండెను. దూరముననున్న నైజాము నవాబుకాని మచిలీపట్టణము లోని కుంపిణీ ప్రభుత్వముకాని వేంకటాద్రి నాయని ప్రభుత్వారంభ కాలములో హెచ్చు జోక్యము గల్గించుకొనకుండిరి. అందుచే నాయఁడు తన రాజ్యమును స్వతంత్రముగాఁ బాలింప సాగెను.

నాయఁడు, పాలనకు వచ్చుటతోడనే వైరములోనుండి తన రాజ్యమును గబళించు తలఁపుతోనున్న పెదతండ్రి రామన్న కుమారుఁడగు నాగన్న (వరఫుపాపయ్య) అను వానిని, పినతండ్రి వేంకటాద్రి కుమారుఁడగు చంద్రమౌళి యనువానిని బట్టికొని చింతపల్లికోటలో నిర్బంధించెను.[65] ఇది 1794లో జరిగెను. పరాక్రమ సౌశీల్య సంపదలవలన నతని పలుకుబడి సర్వదిశల నభివృద్ధి గాంచెను. 1785లో మచిలీపట్టణము కౌన్సిలువారు నభివృద్ధి చెందు నితని రాజ్యమును విజృంభణమును గాంచి మద్రాసు ప్రభుత్వమువారికి 1771లో బసాలత్ జంగుచేతఁ దొలఁగింపఁబడిన రాజమౌళి ద్వితీయ సోదరుఁడగు వాసిరెడ్డి లక్ష్మీపతికి వేంకటాద్రి నాయని రాజ్యములో సగభాగము పంచి పెట్టిన బాగుండు నని సూచించిరి.[66] నాయని చెవుల కిది సోఁకినంతనే శరవేగంబునఁ

(65) G. Mackenzie - K. D. M. P-311 — "The first step of this nephew, Venkatadri was to imprison his uncle's sons, Naganna alias Papayya and Chandramouli."

(66) Ibid – In 1785 the Machuleepatnam council suggested to the Madras Govt. that it would be well if his immense power were divided with Vasireddi Lakshmipathi, the second brother of the Rajah Mouli, whom Basalat Jung had temporarily elevated in 1771."

దన సైన్యముతోఁ గృష్ణానదిని దాఁటి 1785 లోఁ గ[illegible] సర్కారునఁ బ్రవేశించి లక్ష్మీపతియున్న ముక్త్యాల కోటను [illegible] చేసివైచెను. ఈ భాగము కుంపిణీవారి సరిహద్దులో నుండుటచే మచిలీ పట్టణము కౌన్సిలువారాగ్రహావేశపరవశులైరి. [illegible] మొనర్చు నాయని (The lawless Venkatadri Naidu) [illegible] జాలక మిన్నకుండిరి. ఒక జ్ఞాతిని శిక్షించుటకు [illegible], [illegible] పల్లి కోటలో నిరువుర దాయాదుల నిర్బంధించుట, [illegible] చేయుట మున్నగు పనులన్నియు నిరంకుశత్వమును సూచించు [illegible]. లక్ష్మీపతిగారీ సమాచారమును ఆలోచన సభయం[illegible] మడ్డర్ దొరవారికి విన్నవించుకొనఁగా వారిరువురు [illegible] లతోఁ గూడియున్న చింతలపాటి సంస్థానమును [illegible] మొనర్చిరని నానారాజన్య చరిత్ర తెలుపుచున్నది.[67] [illegible] "అంత వేంకటాద్రి నాయఁడుగారు అనకాశముగ [illegible] ముక్త్యాలఁ బ్రవేశించి యెదిరించిన వారిని వధించుచు [illegible] సన్నదులను మఱికొన్ని ప్రాణావశ్యములైన [illegible]. అట్లు ముక్త్యాలయు వారి యధీన మాయెను. [illegible] రెవ్వరు లేకపోయిరి.[68] మఱియొకచోట – వీరు ([illegible]) [illegible] పెద్దలచేఁ బోఁగొట్టుకొనఁబడిన చింతలపాటి సంస్థానములోని [illegible] గ్రామములను దిరిగి స్వాధీన మొనరించుకొన [illegible] మును వేంకటాద్రినాయఁడుగా రాక్రమించి తన [illegible] యుండిరి. చంద్రమౌళిగారును తమ దుస్థితిని సూచించు [illegible] "కలెక్టరు" గ నుండిన జా[illegible] దొరవారికి [illegible].[69] [illegible] నిరంకుశత్వమున కివి నిదర్శనములు. వీని వివరములు [illegible] లలోఁ గలవు.

కుంపిణీవారి ప్రభుత్వము ఫ.1196 (1786) లో [illegible] భూపాల పట్టణమును పేరుగల నిజాము పట్టణము [illegible].

(67) శ్రీ రాజా రామబ్రహ్మంగారు. నానారాజన్య చరిత్రము. పు 61

(68) Ibid — P-62 (69) Ibid — P-62

ఇంగ్లీషు కంపెనీవారు ఫ. 1167న నిచటికి వచ్చి ఆండ్రూస్, స్కాటు, ఓక్సు మొదలగువారి యధికారముక్రింద నిజాంపట్టణమును వేలము వేసిరని నాయఁడు కొనెనని ఫ. 1196 మొదలుకొని హానరబిల్ కంపెనీ వారు హమానీ మాల్కియతు జరిగించుకొనుచు నున్నారని యున్నది.[70] దీనిఁబట్టి 1787నుండి కుంపిణీ ప్రభుత్వము గలదని ఓక్సు పేరుండుటచే నితఁడు 1790 ప్రాంతమున నుండుటచే నపుడు నిజాము పట్టణమును నాయఁడు కొనెనని తేలుచున్నది. చారిత్రకముగా 1788నుండి గుంటూరుసీమ పాలనమును – కుంపిణీదని వెనుకనే వ్రాసితిని.

21—3—1785 :—

1. నందిగామ జమీందారయిన నాయఁడు సుభాక్రింద ముర్తుజాంనెగరు జమీందారు సైతమై యున్నారు. సుభాకు జమీందారు బాకీలు పడియుండి వానిని చెల్లింపకయే కుంపిణీవారి యధికారమందున్న నందిగామను జేరుకొనెను. గుంటూరు సర్కారు "నాయకర్వాగీ" యయిన అక్రమఖా ననువాఁడు గొప్పసైన్యముతో మార్గమధ్యము లోని గ్రామములను దోచుకొనుచుఁ గంపెనీవారి భూభాగమునఁ బ్రవేశించెను.

2. కుంపిణీవారి ముఖ్యాధికారిని, జమీందారును బట్టుకొని తన కప్పగింపవలెనని యక్రమఖాను ప్రార్థించెను. జమీందారు – అక్రమఖాను చేసిన నాశనమును గూర్చి కుంపిణీ ముఖ్యాధికారికి ఫిర్యాదు చేసెను.

3. ఆలోచన సభవారును, దాని కధిపతియైనవారును గలిసి దేశమును నాశనముచేయుటను మానుకొనవలసినదిగా – అక్రమఖానుతోను

70) L. R. 56. P. 392

కుంపిణీవారికి నైజాముకు మధ్య సాగుచున్న శాంతి సుహృద్భావములకు భంగపఱచుటకు నేవిధములైన పనులు చేయరాదని జమీందారుకు దెలిపిరి.[71]

25—3—1785 :—

నైజామున కేజంటయిన సిఫ్‌జంగుచేత నందిగామ జమీందారగు వేంకటాద్రినాయఁడతని జమీందారీనుండి వెళ్ళగొట్టబడెను. కంపెనీవారిక్రింద జమీందారు రక్షణ కోరుకొనెను. [illegible] దానికధిపతి మచిలీపట్టణములోని పేటలో నున్నసిక [illegible] సిఫ్ జంగును వెంటనే సైన్యములతో నుపసంహరించుకొనుమని సిఫ్ జంగు - అతని సైన్యముపసంహరించుకొనుచున్నట్లుగా [illegible] కొనవలసినదిగా - కొండపల్లిలోనున్న [illegible]

(71) Guide to the records of Machula Dt. Vol. I

Nandigama — 21-3-'85 "1. Vasireddi Venkatadri Naidu, the Zamindar of Nandigama also owns the Zamindari of Murthuja Nagar under the Subha. The Zamindar having been in arrears to the Subha, came to Nandigama, which is under the management of the company. Ackram khan, the Naik of the Guntur circar, entered the company's territory, with a large army, plundering villages on the way.

2. Ackram khan requests the chief to seize the Zamindar and hand him over to him, whereas the Zamindar complains about the devastation caused by Ackram khan.

3. The chief and council inform Ackram khan that he should desist from ravaging the country and the Zamindar that he should do nothing to disturb the peace existing between the company and the Nizam.

బజెచిరి. హైదరాబాదులోనున్న రెసిడెంటుకు, గవర్నరుకు, కౌన్సిలుకు సంగతులను దెలియఁ జేయుటయైనది.[72]

28—3—1785 :—

2. వేంకటాద్రినాయనిని – కుంపిణీవారికి బాకీపడియున్న తిరుపతి రావును దన కప్పగింప వలసినదిగా కౌన్సిలుకు, దాని ముఖ్యాధికారికి సిఫ్‌జంగు తెలియఁ జేసెను. కాని తిరుపతిరావును స్వాధీనము చేయకుండుటకే – కౌన్సిలు దాని ప్రధానాధికారి నిశ్చయించిరి. తన సైన్యముల నుపసంహరించుకొన వలసినదిగా సిఫ్‌జంగు సాధికార పూర్వకముగాఁ గోరియుండిరి.

3. సిఫ్‌జంగుయొక్క దోపిడి నాపి దేశమును రక్షించుటకు వేంకటాద్రినాయని సైన్యములు – ఐరోపీయ సైన్యానీకముక్రింద నందిగామకు వెడలుచుండెను.[73]

4—4—1785 :—

1. వేంకటాద్రినాయఁడు తాను జెల్లింప వలసిన సిస్తు బకాయీలను జెల్లింపక కొన్ని గ్రామములను దోయించెను. నిజాము సవాబు

(72) Ibid — 25-3-'85— "V. V. N. Zamindar of Nandigama was driven away from his Zamindari by Syff Jung, an agent of the Nizam. The Zamindar seeks protection under the company. The chief and council gave him protection in the Peta of Machuleepatam and direct Syff Jung to with draw immediately and Lt. Mac Neil at Kondapalli to take such measures as to make Syff Jung and his army to withdraw. The circumstances were communicated to the resident at Hyderabad and the Government ard council."

(73) Ibid-28-3-'85 2."Syff Jung informs the chief and council that V. V. N. and Thirupathirao who are in large arrears to the company, may be handed over to him. The chief and council resolve not to hand over Thirupathirao. Syff Jung is ordered to withdraw. 3. V V. N's troops are accompanying to Nandigama under the escort of European troops to protect the country from Syff Jung's depredation.

వేంకటాద్రినాయనిని బట్టి తీసికొనిరమ్మని సిఫ్‌జంగును [illegible]
బంపెను. కాని నాయఁడు మచిలీపట్టణములో – [illegible]
రక్షణలో నుండెను.

2. నాయని హైదరాబాదున కంపవలసినదని [illegible]
లను సిఫ్‌జంగు కోరెను.[74]

20—9—1785 :—

1. జమీందారు తాను–కుంపిణీవారి [illegible]
దసని సిఫ్‌జంగు దోపిడుల వలనఁ గలిగిన నష్టములు [illegible]
నని వేంకటాద్రినాయఁడు విన్నవించుకొనెను. [illegible]
కారి జమీందారి చేతను [illegible]
రావలసిన యాస్తులను తిరిగి [illegible]
జెందిన భూములను సాగు చేయుటకై గ్రా[illegible]
కుంపిణీవారి యనుగ్రహము పోగొట్టుకొనును [illegible]
పతినాయనిని బంపించివేసి వాని సామాను [illegible]
స్వాధీనమునకు సాగుచేయుట కనుమతి [illegible]
త్తర మొసఁగెను.[75]

(74) Ibid - 4-4-'85 — V. V. N. - failed to pay arrears - plundered some villages - Nizam's orders to seize the Zamindar — V. V. N. taken refuge in Machuleepatam.

(75) Ibid 20-9-'85 — Nandigama - 1. The Zamindar represents that he would pay the company's arrears and says that he is not able to bear the losses caused by Syff Jung's inroads.

2. The chief informs the Zamindar that if the personal effects are not returned to Lakshmipathi Naidu and if the inhabitants of his villages taken by the Zamindar to cultivate his lands, are not released, he will lose the favour of the company.

3. The Zamindar replies that Lakshmipathi Naidu was sent back, that his effects were not seized and that his inhabitants were not allowed to cultivate his lands.

9—12—1785 :—

1. జిల్లాలోని దోపిళ్లలో సిఫ్‌జంగు దేవరకోటసీమను సర్వనాశన మొనర్చెను. దేవరకోట ప్రభువగు కోదండరాములు వేంకటాద్రి నాయని మూలమున జరిగిన నష్టములకుఁ బరిహారము కోరెను.

2. వేంకటాద్రినాయఁడొనర్చిన దుష్కృత్యములవల్లఁ దా ననవసరముగా జిల్లాను వదలివేయవలసి వచ్చినదని, అతని దివానుయొక్క సోదరునియొక్క ప్రాణముల రక్షింపవలసినదిగా రాజా వాసిరెడ్డి రాఘవయ్య "ఫిర్యాదు" చేసెను.

3. లక్ష్మీపతినాయని వెంటనే విడుదల చేయవలసినదని, అతని సొమ్ముల, వేంకటాచలము సొమ్ములఁ దిరిగి యీయవలసినదని సిఫ్‌జంగు దోపిళ్ల వలని నష్టములను బరిష్కరించుటకు మచిలీపట్టణమున కొక గుమాస్తాను బంపవలసినదని, అతని కోటను బునర్నిర్మాణము చేయింపవలెనని, కుంపిణీవారి కీయవలసిన సిస్తును జెల్లింప వలసినదని మచిలీపట్టణపు కౌన్సిలు, దాని ముఖ్యాధికారి వేంకటాద్రినాయని కొక యాజ్ఞాపత్రమును జారీచేసిరి. లక్ష్మీపతినాయని విడుదలగాక తక్కిన వాని నేమియుఁ జేయ కూరకుండెను.

4. లక్ష్మీపతినాయఁడు మచిలీపట్టణమునకుఁ బోవుచుండ వేంకటాద్రి నాయఁడు త్రోవకాచి యతనిని బందరు పోనీక నిరోధించెను.

5. నందిగామ జమీలో వేంకటాద్రి నాయనితోపాటు తనకును సమానమైన హక్కు గలదని లక్ష్మీపతినాయఁడు భాగమును గోరుచుండెను.

6. వేంకటాద్రినాయని యవిధేయతాపూర్వకమైన చర్యలను, లక్ష్మీపతినాయని భాగస్వామ్యమును, లక్ష్మీపతినాయనిపై జరుపు దౌర్జన్యమును, మచిలీపట్టణ మండలి కౌన్సిలువారు దాని ప్రధా

నాధికారి మదరాసు గవర్నరుగారికి వారి కౌన్సెలుకుఁ దెలియ పఱచిరి.[76]

22—12—1785 :— నందిగామ

వాసిరెడ్డి వేంకటాద్రినాయనికి సిఫ్‌జంగువలన నష్టకష్టములు గల్గిన వర్తమానము తన కందినదని, చింతపల్లి జమీందారుఁడగు వేంకటాద్రినాయఁడు నందిగామ జమీందారీని, స్వాధీనములో దక్కించుకొన్నంతవఱకు వివాదములు కొనసాగుచునే యుండునని మచిలీపట్టణము

(76) Ibid – 9-12-85 — Nandigama – 1. Syff Jung, in his recent inroads into the district, devastated the country of Devarakota Kodandaram, the renter of that country, wants compensation from V. V. N. for the losses sustained by him.

2 Raja Vasireddi Raghavayya complained that he was unnecessarily forced to leave the district by the unmannerly action of Vasireddi and requests that the lives of his dewan and his brother may be saved.

3. The chief and council have issued an order to V. V. N. to release Lakshmipathi Naidu and return his effects, as also the effects of Venkatachalam, to send a clerk to Machula, to settle about the losses sustained by the inroads of Syff Jung, to rebuild his fort and to pay the arrears due to the company-V. N. did not do any one of these things except to release Lakshmipathi Naidu.

4. When Lakshmipathi Naidu was on his way to Machula, V. N. way laid him and prevented him from going to Machulapatam.

5. Lakshmipathi Naidu claims a share in the Zamindari of Nandigama as he has an equal right to it with V. N.

6. The chief and council report to the Governor and council the refractionary behaviour of V. N, the claim of Lakshmipathi Naidu to the Zamindari equal to that of V. N. and the misconduct of the former towards the latter.

కౌన్సిలు ప్రధానాధికారి గవర్నరునకు – కౌన్సిలునకుఁ దెలియఁ బఱిచెను.[77]

29—12—1785 :— నందిగామ

1. వాసిరెడ్డి వేంకటాద్రినాయఁడు సమస్త విధములైన యల్లర్లను జేయించుచుండెనని పైరుపంటలను, పశుసంపదను దోపిడి చేయించుచుండెనని లక్ష్మీపతినాయఁడు మచిలీపట్టణము కౌన్సిలువారికిఁ పసధి కారులకుఁ దెలిపెను. అట్టి దౌష్ట్యములు జరుప కుండునట్లు నిలుపు చేయింపవలసినదిగా లక్ష్మీపతి ప్రధానాధికారిని ప్రార్థించెను.[78]

11—1—1786 :—

మద్రాసు గవర్నరు వారి కౌన్సిలిట్లు తీర్మానించెను.

I. A. జమీను రెండుగాఁ జీల్చుటకుగాని, జమీందారులిరువు రుండుట గాని శ్రేయస్కరముగాదు.

B. ప్రస్తుతము జమీందారయిన వేంకటాద్రినాయఁడు తనపేష్కసులను చెల్లించుటలో గడవును దప్పకుండుటచేత నతనిని దొలఁగించు పద్ధతి మంచిది గాదు.

C. ప్రస్తుతము చెల్లించు కప్పమునకు రెట్టింపుఁ జెల్లించెదనను లక్ష్మీపతి వాగ్దానము సాధ్యమైనది కాదు, భావ్యమైనది కాదు.

(77) Ibid 22-12-'85 Nandigama. "The chief reports to the Governor and council that he has received intelligence that a dispute has arisen between V. N. and Syff Jung and that such disputes would be continual so long as the Zamindar of Chintapalli (V. N.) holds the Zamindari of Nandigama in the territory.

(78) Ibid 29-12-'85 — Nandigama - "1. Vasireddi Lakshmipathi Naidu complains to the chief that V. N. is committing all sorts of disturbances and plundering crops and cattle. He requests the chief to prevent him from committing atrocities and thus prevent blood shed.

II. వారియుభయులకు(గం) [illegible]
యోగ్యమగు పరిష్కారము [illegible] — [illegible]
మగు పద్ధతి యని మేము సూచించు [illegible][79]

24—2—1786 :—

1. సిఫ్‌జంగు యొక్క [illegible]
వేసినవని చింతపల్లిలోని [illegible]
దండెత్తి రానచ్చుననియు. [illegible]
పెట్టు చుండెననియు – దీని [illegible]
డంగీకరించెనని క్లైవ్ స్మాలువ [illegible]

2. ఈ దిగువ కారణములు [illegible]
హాజరగుట ముఖ్యము.

A. జమీందారీకి వారసత్వ [illegible]
జెనెడ్తో నిర్ధారణ చేయబడదు.

B. నాయుని బంధువై [illegible]
అతని కోటను [illegible]
కొనుట మున్నగు [illegible]
స్వవహరించినాడు. [illegible]
నాయునికి దేవరకోట [illegible]
నాయుడు నష్టపరిహారము [illegible]

(79) Idid – 11-1 1786. Governor and Council.

I. (a) Two Zamindars not well division of Zamindari not good.

(b) The policy of removing the present Zamindar in paying his kists.

(c) The promise of Lakshmipati Naidu to pay thrice the tribute is neither possible nor probable.

II. They suggest that the best way would be to bring them round to an amicable settlement of their differences.

C. అతఁడు నైజాము నెదిరించి నందులకు సిస్తు బకాయిక్రింద నైజాము సైన్యాధికారిచేత నతని జమీ జప్తుచేయఁబడ నున్నది.

D. ఆ కారణమునఁ గోటను, నందిగామ జమీందారీని స్వాధీన పఱుచుకొనునట్లు కుంపిణీ యధికారులు కెప్టెన్ స్కౌలరునకు సూచించిరి.[80]

1—3—1786 — నందిగామ కోటను బట్టుకొనుట —

(1) నందిగామ కోట వరదలచేఁ గొట్టికొనిపోయినదని రక్షణ కను కూల స్థితిలో లేదని కెప్టెనుస్కౌలరు కౌన్సిలు ప్రధానాధికారికిఁ దెలిపెను.

---

(80) Ibid - 24-2-'86 "1. Captain Scouler roports that V. V. N. has agreed to send his Vakil as his fort at Chintapalli is being threatened and he is in constant expectation of being attacked by Syff Jung where is army his encamped nearly.

2. His presence is essential - Reasons.

(a) The right of succession to the Zamindari has to be ascertained.

(b) He has been exceedingly reprehensible in levying war against his relative Lakshmipathi Naidu, razing his fort and plundering his effects. He has to pay compensation to Lakshmipathi Naidu and Kodanda-ram for the losses sustained by them.

(c) He is in rebellion against the Nizam and his Zamindari is about to be attached by the Nizam's Fouzdar for arrears of revenue

(3) They therefore direct captain Scouler to take possession of the fort and the Zamindari of Nandigama.

(2) మాగల్లుకోట మంచిస్థితిలో నున్నదని దానిని స్వాధీన పఱుచు కొనుట కుద్దేశించు చున్నానని తెలియఁ జేసెను.

(3) సమీపములో సిఫ్ జంగు విడిది చేయకుండ నాయఁడు కేసూర్ను చెరువులోని నీటిని బయటకుఁ దోడించి నేలనంతయుఁ దడిపి వేసెను.

(4) వ్యవహారముల సుగమముగాఁ బరిష్కరించుట కవకాశములు గలవని కెప్టెన్ స్కౌల రభిప్రాయపడు చున్నాఁడు.

(5) బోర్డువారి ముందునకువచ్చి జమీందారు కన్పించునంతవఱ కతని జిల్లాలోని పైరు పంటలన్ని కంపెనీవారి రెవెన్యూ రక్షకై జప్తు చేయఁబడి యుండునని కౌన్సిలు దాని ప్రధానాధికారులు జమీందారుకుఁ దెలియ పఱిచిరి.

(6) ఈ వివాదములకు సంబంధించిన విషయములు గవర్నరుకు - కౌన్సిలుకుఁ దెలియ పఱుచుట జరిగినది.[81]

---

(81) Ibid - 1-3-'86 — Nandigama - Seizure of the fort.

1 Capt Scouler informs the chief that the fort of Nandigama has been washed away is not in a fit state of defence.

2 Magallu fort is in a fairly good condition and he intends taking it soon.

3. V. N. drained the water of a tank, Kesoor tank to prevent Syff Jung from camping in the neighbourhood.

4. Captain Scouler thinks that there is every prospect of matters being settled smoothly.

5. The chief and council inform the Zamindar that the crops of his district will remain attached for the safety of the company's revenue till he appears before the board.

6. The Governor and Council are informed of the circumstances of the case.

13—3—1786 :—

కెప్టెన్ స్కౌలరు రిపోర్టు–నందిగామకు రైతులు పంట గైకొనుటకుఁ జేరుట.[82]

29—3—1786 :—

జమీందారుకు సిఫ్‌జంగుకుఁ గల వివాదములు పరిష్కారమైనవి. వేంకటాద్రి నాయని వకీలు సిస్తు బకాయిలను చెల్లించుట కేగను.[83]

24—11—1787 :—

చింతపల్లి, నందిగామల రెండింటికి వేంకటాద్రినాయుఁడు జమీందారుఁడగుట.[84]

22—1—1788 :—

సిస్తు బకాయీలను చెల్లించుటలో–కుంఫిణీవారికి నమ్మకము లేనివారలలో నందిగామ జమీందారయిన వేంకటాద్రినాయుఁ డొకఁడై యున్నాఁడు. నైజాము క్రిందనున్న భాగములలో నొకటియైన చింతలపూడి జమీందారీలో నివసించుచున్నాఁడు. సమనుల పంపిన జవాబురాలేదు. ఈ ప్రదేశములో నున్న వీని న్యాయవాది యతనిని గూర్చి యెప్పు డెట్లు కుంపిణీవారి సిస్తు బకాయీలు చెల్లించునది చెప్ప లేననుచున్నాఁడు.[85]

---

(82) Ibid 13-3-'86 Captain Scouler's report – Ryots in Nandigama take possesion of the crop.

(83) Ibid – 29-3-'86 — Zamindar and Syff Jung -- close – recalled Vakil went to pay the arrears.

(84) 24-11-'87 — V. N. Zamindar of both.

(85) Ibid – 22-1-'88. V. V. N. (Nandigama) is one of those on whom the company places little reliance for the payment of the balance. He resides in his other Zamindari of Chintala-pudi under the Nizam's group. He never responds to summons. His Vakil at this place acknowledges that he cannot give us any information as to how or when he will be able to discharge his arrears to the company.

4—1—1789 :—

నందిగామ బకాయీల చెల్లింపు పరిష్కారము.[86]

ఈ ప్రకారము క్రీ. శ. 1788 వరకు వేంకటాద్రినాయుని ప్రవర్తనము, దుడుకుతనము, నిరంకుశత్వము సిబ్బందిగాను నాయుని కు గల్గించిన యడ్డంకులు కుంపిణీవారి రికార్డులనుబట్టి తెలియుచున్నవి. క్రీ. శ. 1788 లో – కొండవీడు సర్కారు కుంపిణీవారి స్వాధీనమాయెను. నాయని పరాక్రమమును, పలుకుబడిని సహించుటకు వీలులేనంత శక్తిమంతమై యుండెను. అతని శక్తి సంపదనంతయు వినియోగింపక యుంచి కుంపిణీవారు వినుకొండ, బెల్లంకొండ పాలకులగు గుంటూరురావుల నుండి జమీాపాలనమును వేంకటాద్రి నాయునికే యప్పగించిరని మొదట వ్రాసెను. కాని కుంపిణీ ప్రభుత్వమువారు వేంకటాద్రి నాయుని సాగనంపుటకు సమయమునకై నిరీక్షించుచుండిరి. ఈయన మేధావి, తంత్రజ్ఞుడై యుండెను. ఒకవైపున – కుంపిణీవారికి మఱియొక వైపున నైజామునకు కితఁడు లొంగియున్నట్లు నటించుచు స్వాతంత్ర్యముగా పాలింప యత్నించుచుండెను.

క్రీ. శ. 1789 ఆగష్టు 29వ తేదిని పిదప కుంపిణీ ప్రభుత్వము వారు మచిలీపట్టణమునకు రావలసినదిగా సమను జేసిరి. సిస్తు బకాయీలింతవరకు చెల్లింప కుండుటకు గారణములు విశదపరచవలసినదిగా "సంజాయషీ" కోరిరి. (V 2992 పుట 235) 1789 సెప్టెంబరు 2వ తేదీని దాను గుంటూరు పోవలసి యున్నదని యవసరముగా పనులున్నవని తెలిపెను.[87] (V 2997 పుట 150) తిరిగి 1789 అక్టోబరు 16వ తేదీన

(86) 4-1-'89 – Nandigama — Payment of arrears – Adjustment. Guide to Guntur - V. V. N. summoned to Machula - payment of arrears – explanation called for.

(87) Ibid - 2-9-89 V. V. N. necessary in Guntur.

పల్లికి లేఖ వ్రాసి పంపిరి. నాయఁడు తన న్యాయవాదిని బంపెనుగాని కదలలేదు.[88] కుంపిణీవారిని నాయఁడు నిర్లక్ష్యభావముతోఁ జూచుచుండెను.

క్రీ. శ. 1789 డిసెంబరు 31న తేదీని వ్రాయఁబడిన కుంపిణీవారి దినచర్యలలోఁ జాలకాలము వఱకుఁ జింతపల్లి కుటుంబమువారు తమ మన్నవరు – అధికారము నమలు జరుపుట లేదని మాణిక్యారావు కుటుంబమువారు దాని నమలు జరుపు చుండిరని వ్రాయఁబడి యున్నది.[89] (V 2907 – పుట 148)

1791 సెప్టెంబరు 19–వ తేదీని జమీందారగు వేంకటాద్రినాయని ప్రవర్తనమునుగూర్చి కుంపిణీవారు శంకింపసాగిరి. భూసంబంధమగు లెక్కలనుసంసిద్ధపరచు కరణాలు వాసిరెడ్డి వేంకటాద్రినాయని చెప్పు చేతలలో నుండి దొంగలెక్కలను తనకనుకూలముగాఁ జేయుచుండిరి. ఆయన తమ సమక్షమునకుఁ గరణముల సైతము పిలువనంపెను.[90] (Zamindar's misconduct – Karnams called for to the Zamindari – Mr Cockrane altered order of the Karnams) ఈ విషయములఁ గనిపెట్టి కుంపిణీ యధికారులు "కాక్రేన్" అను నధికారి నంపిరి. అతఁడు వచ్చి కరణముల కిచ్చిన హుకుములను 23–9–1791 న తేదిని సవరించి తమ కనుకూలముగాఁ బనిచేయునట్లు నేర్పాటు గావించెను. కాని క్రియ శూన్యమనియే చెప్పవచ్చును. కరణములను నాయఁడన్న భయము, అభిమానముండి చెప్పు చేతలలో నడచుచుండిరి. దీనివలన సక్రమమైన లెక్కలు

(88) 16–10–89 Letter to Chintapalli – Vakil sent

(89) Guide to Guntur — P–148 "31–12–1789 Chintapalli. The Mannavar right has not been exercised by this family for a long time, the Manikyarao family having exercised it.

(90) Ibid – 19–9–'91 — Zamindar's misconduct – Karnams called for to the Zamindari – Cockrane sent.

తయారుకాక కల్పితములైన తప్పుడు లెక్కలే తయారగుచుండెను. (fictitious accounts) కుంపిణీ యధికారులు నాయుడు మొదలగు గుంటూరు మండలములోని జమీందారులను గమిటీ వెనుక 'హాజరు' గావలసినదని కోరుచు 1791లో సమనుల నంపిరి.[91] దీని ప్రకారముగా రావలసియున్న తేదికి రెండు దినములు ముందుగానే తన సిబ్బందితో వచ్చి తగిన వసతు లేర్పాటు చేయలేదని రాజోచిత మర్యాదలు జరుగ లేదని కుంపిణీ యధికారులకు 1791 అక్టోబరు 18-న తేదీని నిష్ఠూర పూర్వకమైన విన్నపము చేసికొన్నట్లు కుంపిణీవారి రికార్డులు తెలుపు చున్నవి.[92] ఈ విధముగా నధికారులను నిర్లక్ష్య మొనర్చుచు తన కేమాత్రమున్నను వానిని బయలు పఱచుచు నధికారుల నవహాస్యముగను పాలొనరించు చున్నట్లు పై సంగతులు విశదము చేయుచున్నవి. అంతకు ముందే మచిలీపట్టణము కౌన్సిలు వారిని - చింతపల్లి జమీందారు చాల నిర్లక్ష్యముతోఁ జూచుచుండెను. ("The Chintapalli Zamindar treated the Machulapatnam Council with disdain.")

వేంకటాద్రి నాయుని కాంగ్ల సైన్యముమీఁద నాస్థాన రాజ వైద్యులమీఁద నమ్మకమున్నట్లు గాన్పించు చున్నది. 1793 ఫిబ్రవరి 12-వ తేదినాఁటి కుంపిణీ రికార్డులనుబట్టి నాయుని యారోగ్యము క్షీణించెనని యాయన భగందర వ్యాధిచే బాధపడుచున్నట్లు తెలియు చున్నది. (Vol. 2889) 1793 జనవరి 22-న తన యాంగ్ల సైన్యవైద్యు డగు డాక్టరు ఫిట్జరాల్డు పరీక్షించెను. తిరిగి ఫిబ్రవరి 3-వ తేదిని పరీ క్షించి యాయనకు భగందరవ్యాధి గల్గినదని శస్త్రచికిత్స కంగీకరింపక పోవుటచే డాక్టరు ఫిట్జరాల్డు బాహ్య చికిత్సలైన పట్టీలు గట్టుచు

(91) Ibid – 11–10–'91 – V. V. N's return to Guntur two days before time – asks for provisions for his men.

(92) Guide to Guntur – 18–10–'91 — "The Committee is not giving him allowances for stay at Guntur.

నవి వేసి నయము చేయుచుండెనని కుంఫిణీవారి రికార్డులు తెల్పుచున్నవి.[93] (Vol 2889 - P-178, 180)

క్రీ. శ. 1794 ఫిబ్రవరి 10వ తేదిని వేంకటాద్రినాయుఁడు చింతపల్లి నుండి నందిగామ చేరుకొనెను.[94] ఆత్మాభిమానముగల నాయుఁడు (The proud chief) చేయు సాహస కృత్యముల కంతు లేకుండెను. క్రీ. శ. 1794 జూను 26-వ తేదినుండి కుంఫిణీవారి దినచర్యను జూడఁగా వారి సిస్తు బకాయీలను చెల్లించుటకు మానూరి వేంకటేశము సాహుకారి నడిగి పైకమును ఋణముగాఁ గైకొన యత్నించుచుండ నాయుఁడతని నడ్డగించి తనకు ఋణము పుట్టకుండఁ జేయుచుండెనని కలెక్టరువారికి మానూరి వేంకటేశము తెలియఁ జేసెనని తెలియుచున్నది.[95] ఇంకను ముజుందారు మానూరి నరసన్న తన దగ్గరనున్న పాటకాఁడగు నౌకరును బంపనందులకు నాయుఁడు విచ్చుకత్తులతో నూర్గురు మనుష్యుల నతనిని జంపుటకుఁ బంపెనని జిల్లాకలెక్టరునకు నివేదించెను. ఇంకను నరసన్న తన మేనల్లునకు నాయుఁడు దుర్బోధచేసి దుర్మార్గవృత్తికిఁ ద్రిప్పుచున్నాఁడనియు నధికారులకుఁ దెలిపెను.[96]

---

(93) Ibid–12-2–'93 — V. N's. health – Surgeon's accommodation.
22–1–'93 — Dr. Fitzerald.
3–2–93 — Examined V. N. and reports that he is suffering from Fistula. He undertakes to heal it by external application of medicines as the patient does not want an operation to be performed.

(94) Ibid – P- 188 – 10–2–'94 – Vasireddi left for Nandigama.

(95) Ibid – 26–6–'94 — Manuri Venkatesam represents to the Collector that Vasireddi prevents a sowcar from giving him a loan for the liquidation of the Company's arrears.

(96) Ibid – P-191. "Muzumdar Manuri Narasanna complains that Vasireddi sent 100 men with drawn swords to put him to death for having refused to send him his servant who is a singer. He also subsequently represents that his nephew was seduced by Vasireddi.

నాయఁడు బలవంతుఁడగుటను కుంపిణీవారు సహింపలేక [illegible] సమయము కొఱకు నిరీక్షించుచున్న కుంపిణీ యధికారులు [illegible] లగుటచే, నుత్తర సర్కారులు సంపూర్ణముగాఁ దమ [illegible] చేతను, ఫ్రెంచివారనామకు లగుటచేతను దమ యధి[illegible] యోగించి యంతకుమున్న చింతపల్లికోటలో నిర్బంధములో నున్న [illegible] జ్ఞాతుల నిర్దఅను పెదతండ్రి పినతండ్రి కుమారులు–చంద్రమౌళి, నాగన్న యనువారల 1794లో విడుదలఁ జేయించిరి. [illegible] 1794 [illegible] 3-వ తేదిని జులై 13-వ తేదిని – చంద్రమౌళి పెట్టుకొన్న "[illegible]" ప్రకారము కుంపిణీ యధికారులతని హక్కును గుర్తించి [illegible] నాగన్నలకు నెలకు నూరురూపాయలు భృతినిచ్చునట్లు 1794 [illegible] 31-వ తేదిని 1794 సెప్టెంబరు 2-వ తేదిని – ఆజ్ఞాపత్రములు [illegible] చేసిరి.[97]

చింతపల్లిలో ఆంగ్ల సైన్యము

ఇంతటితో నాఁగక వేంకటాద్రి నాయుని యధి[illegible] దగ్గించుటకుఁ జింతపల్లికోటలో రెండు దళముల సైన్య[illegible] యుండునని కలెక్టరు వేంకటాద్రి నాయునికిఁ దెలిపెను. [illegible] కలెక్టరుకడకు స్వయముగా వెళ్లి చింతపల్లి కోటలో "[illegible]" స్థలము తక్కువగానున్నదని సైన్యములుంచుట సాధ్యము, సౌకర్యము [illegible] 1795 జూను 30-వ తేదిని నివేదించెను.[98] జమీందారుకు [illegible] కసౌకర్యము గలుగకుండఁ జింతపల్లి కోటను స్వాధీన[illegible]

(97) Ibid – Claim of Chandramouli – 3-7'94, 13-7-'94, 31-8-'94 2–9–94 – V. N. pays allowance Rs. 100 for month.

(98) Ibid 199 – 30–6–'95 — V. V. N. represents to the Collector that as the space in the Chintapalli fort is very small, it is neither possible nor convenient for the Company to place their soldiers there.

సినదిగా రెండు దళముల సైనికులను లెఫ్టినెంటు కలనల్ వించ్ నాయకత్వముక్రిందఁ గుంపిణి యధికారులు 1795 జులై 1-న తెప్పించిరి. ఆ సైన్యము చింతపల్లికోటను స్వాధీనము చేసికొనెను.[99] మాన్యువల్ రచయిత క్రీ. శ. 1794 లో ఒక్కదళమే పంపెనని వ్రాసెను. సరికాదు. తరువాత భూపయ్య మున్నగు వారల్లరులు జరుపు చుండెనని వాని నణచవలసినదని వేంకటాద్రి నాయఁడు 1795 సెప్టెంబరు నాల్గవ తేది నధికారులకు మహజరునంపుకొనెను. (Vol 3047 - పుట 55) ఈ భూపయ్య స్థానికముగానున్న యొక దుండగీఁడు గానచ్చును.[100]

క్రీ. శ. 1795 సెప్టెంబరులో వేంకటాద్రి నాయఁడు దసరా యుత్సవములఁ జింతపల్లి కోటలోనే జరుపుకొనెను. తాను చెల్లింపవలసిన సిస్తు బకాయీల నన్నింటిని గుంపిణీవారికిఁ జెల్లించెను. కలెక్టరునకుఁ దనకోటలోనున్న సైన్యములఁ దొలఁగింపుమని మహజరును 11-9-1795 తేది నంపుకొనెను. కాని బూడిదలోఁ బోసిన పన్నీరువలె మొఱలన్నియు నిష్ఫల మాయెను. చెల్లింపవలసిన సిస్తు సంతటిని 1795 జూను 23 తేదికే చెల్లించి కలెక్టరనుగ్రహము సంపాదించుటకు యత్నించుచుండెను. కలెక్టరును నాయఁడు నియమిత కాలములోఁ బన్నులు చెల్లించినందుల కాతని సత్ప్రవర్తన కానందించి శ్లాఘించుచు నొక లేఖ వ్రాసెను. చింతపల్లి కోటనుండి మాత్రము హూణ సైన్యములఁ దొలఁగింపఁడాయెను. ("The Collector praises the Zamindar for his punctuality and good conduct. Vol 2691 Pages 40-41)

---

(99) Ibid – 1-7-'95 – Lt. Col. winch - Two companies of Sepoys-Orders to take possession of the Fort without putting Zamindar's family to inconvenience.

(100) Ibid 4-9-'95 – Complaint about Bhupayya and his disturbances.

11-9-'95 — Removal of troops from Chintapalli-Petition to Collector - Dasarah celebrations in Chintapalli - arrears paid.

నాయుడు - చంద్రమౌళి వివాదము

విశుచలమైన పిమ్మట వాసిరెడ్డి చంద్రమౌళి తానే [illegible] మైన హక్కుదారునని యంతకంటె నెక్కువ కప్పమును గట్టుటకు సిద్ధముగా నుంటినని యధికారులకు 5-10-1795 తేదిని సూచించెను. అధికారు లాయనను సమను జేసి పిలిపించిరి. వేంకటాద్రి నాయుడు తనకు హాని చేయకుండ వేంకటాపురములోని తన కుటుంబములోని వారిని గాపాడుటకు నౌకరులనిరువురం బంపవలసినదిగా చంద్రమౌళి యధికారులం బ్రార్థించెను.[101] (Vol 29°2 - 11) 1796 జనవరి 12వ తేదిని - చంద్రమౌళి కంపెనీవారి కొక ఫిర్యాదు చేసెను. ఆ ఫిర్యాదులకు జమీందారగు వేంకటాద్రి నాయుడు శేషాచలమును వాని యాస్తి నంతయు దోపిడి చేసెననియుం దన పరగణానుండి వెడలం గొట్టెననియు యున్నది. ఈ ఫిర్యాదునకలును జమీందారు వకీలునకొసంగి నాయుడు గారికిం బ్రత్యుత్తర మీయవలసినదని యధికార పూర్వకముగా నధికారుల నడిగిరి.[102] (Vol 2)92 - 186)

నాయని భయముచేత డివిలోనే [illegible] నదిగా - చంద్రమౌళి 1796- ఫిబ్రవరి 20-వ తేది నధికారులకు [illegible]

(101) Guide to Guntur – 5-10-'95 — Succession – Vasireddi Chandramouli states that he is the real proprietor to the Zamindar and proposes that he is ready to pay an increased tribute. This person is summoned. He requests that a couple of peons may be sent to escort his family to Venkatapuram where they will not be molested by V. V. N. (Vol. 2992 - 11)

(102) Guide to Guntur 12-1-'96 — Vasireddi Chandramouli "He complains that the Zamindar has plundered one Seshachalam of all his property and has turned him out of the Pargana. This is given to the Vakil of the Zamindar to obtain his master's answer. (Vol 2992 – 186)

అట్లుండుటకుఁ జంద్రమౌళి కధికారపూర్వకముగా ననుమతించిరి.[103] క్రీ. శ. 1796 లోనే యాక్రమణములఁ గూర్చిన వివాదాలు సైతము నాయనిపైఁ బడెను. జిల్లాకలెక్టరు, బోర్డువారికి ఫిర్యాదు చేసెను. దాని ననుసరించి బోర్డువారు భీమనారాయణరావు వైపున – కలెక్టరేర్పాటిచిన ప్రతినిధి యధర్మముగా వేంకటాద్రి నాయనిపైఁ జర్య తీసికొనిననుట న్యాయమని యందువలనఁ బ్రాతినిధ్యము, కోరిన ఫలిత మీయలేక పోయెనని నాయఁడు వీని కన్నిటికి బోర్డువారికి జవాబుదారి వహింపవలెనని యింతలో దౌర్జన్యములు జరుగకుండ హెచ్చరింపవలెనని కలెక్టరును బోర్డువారు కోరిరి.[104]

వేంకటాద్రి నాయని నడుపులోఁ బెట్టఁదలఁచి కొన్నాళ్ల నధికారులాయనను గుంటూరులో సైన్యపర్యవేక్షణక్రింద నుంచిరి. ఇఁకఁ దూర్పిండియా కంపెనీవారిపై బలప్రయోగ మొనరింపలేనని నాయఁడు గ్రహించి తంత్రజ్ఞుఁడై యిరువదేండ్లు జాగరూకతతోఁ బరిపాలించెను. (G Mackenzie "Venkatadri Nayudu himself was for a time placed under a guard at Guntur. The proud chief was obliged to recognise the fact that he could no longer use force against the power of the East India Company. But what weapons were still left to him he did use and by intrigue and careful management, continued to extend his power for twenty years more. ఈ విషయమును 1796 నాఁటికి గుర్తించెను. నానారాజన్య చరిత్ర

---

(103) 20–2–'96 — Vasireddi Chandramouli – requests for his remaining in Divi - Fear of V. V. N. - Orders issued (2992V - 235)

(104) Encroachments–The Board, on the complaint of the Collector of Guntur, orders that the Collector's representative, Bhima Narayana Rao, that he improperly proceeded against Vasireddi is just. As such, a representation has not produced the desired effect, he will have to answer the consequences to the Board. Meanwhile it asks the Collector to warn Vasireddi against any attempt of violence."

ములలో వీరబ్రహ్మముగా రిట్లు వ్రాసిరి. పుట 63– మఱియు వేంకటాద్రి నాయఁడు కొంతకాలము గుంటూరున నుండ నిలుపఁబడుటచే వారు తమ రాజధానిని జింతపల్లినుండి యమరావతికి మార్చుకొనిరి. ఇదియుఁ గొంతవఱకు విశ్వాసపాత్రముగానే యున్నది.

తిరుపతియాత్ర (క్రీ. శ. 1796)

వేంకటాద్రి నాయని యిష్టమునకు వ్యతిరేకముగా వా[illegible]లను జింతపల్లి కోట కారాగారమునుండి విడుదల చేయుటయు, [illegible] నిప్పించుట, చేయు పనులలెల్ల నధికారవర్గము కుంఫిణీ ప్రభుత్వమునకుఁ దెలుపుట, కలెక్టరు మున్నగువారు హెచ్చరికలొసఁగుచుండుట, [illegible] మాటికి సంజాయిషీ నడుగుట, గుంటూరులో సైనిక పర్య[illegible] నుంచుట, సివిలుకోర్టు లేర్పడుట, ఏకైక పుత్రిక మరణించుట, పుత్ర సంతానము లేకుండుట మొదలగు కారణముల వలన నాయని మన శ్శాంతికొఱకుఁ బుణ్యార్జనము కొఱకుఁ దిరుమల వేంకటేశ్వరస్వామిని దర్శించుటకు వేంకటాచల మేగఁదలంచెను. 1796 జనవరి 9-వ తేది తిరుపతి పోఁదలంచితినని తీర్థయాత్రకు సెలవొసఁగు చింతపల్లి కోటలోని సైనికులఁ దొలఁగింప వలసినదని కలెక్టరున కొక విజ్ఞాపన పత్రమును దాఖలు చేసెను.[105] (Vol 3047-742, 782) 1796 ఫిబ్రవరి 12-వ తేదీని కుంఫిణీ ప్రభుత్వమువారు నాయని తిరుపతి యాత్ర కనుమతించుచు వారి యాత్రకుఁ గావలసిన వసతులు మార్గమధ్యమునఁ జేయవలసినదని నవాబును గోరిరి. రైలుబండ్లు లేని యా కాలమున నాయఁడు పల్లకీ పైన భద్రగజములపైనఁ బ్రయాణము కొనసాగించెను. 1796 ఫిబ్రవరి 20-వ

(105) **Guide to Guntur – 9-1-'96 — Zamindar's pilgrimage - Request to Collector for withdrawal of troops - Permission to go to Thirupati.**

తేది బయలుదేరి మార్చి 6-వ తేదికిఁ దిరుపతిచేరి [illegible] ప్రాంతముల దర్శించి తీర్థరాజముల సేవించి పరిసరములనున్న దేవాలయములం బరికించి మేనెల 1-వ తేది నాఁటికి మరలఁ దిరుపతిచేరి తరువాత నమరావతికిఁ జేరెను.[106] క్రీ. శ. 1795 సంవత్సరములోని దసరా పండుగ తరువాత నాయఁడు కొన్నాళ్లు గుంటూరు, అమరావతులలో నున్నట్లు గాన్పించుచున్నది. ప్రస్తుతము పెద్ద పోస్టాఫీసుగల గృహములోనే గుంటూరులో నున్నప్పుడు నివసించుచుండెను. దీని చుట్టునున్న యావరణ నాయఁడుగారిది. ఆంగ్లేయ సైన్యములను చింతపల్లి కోట నుండి పంపుటకుఁ జేసిన ప్రయత్నములన్నియు వమ్మగుటచేతఁ దిరిగి చింతపల్లికిఁ బోక యమరావతీ నగర నిర్మాణమొనర్చి యందే నివసించుచుండెను. ఈ నగర నిర్మాణ మొనర్చునపుడు నాయఁ డమరావతి గుంటూరులందే యుండెను. తిరుపతియాత్ర కేగినపుడు 1796 మార్చి 10-వ తేదిని వాసిరెడ్డి చంద్రమౌళి నిజమైన వారసుఁడు తానేనని తననే జమీందారుగ నిల్పవలసినదని కలెక్టరును ప్రార్థించెను.[107] కాని యది నెఱవెఱలేదు. తిరుపతినుండి నాయఁడు వచ్చిన పిమ్మట ననావృష్టిచేఁ బంటలు పండలేదని కలెక్టరుకు మహజరు పంపుచుఁ దనకుఁ బదియేండ్ల వఱకు - కబోల తీయవలెనని కోరెను.[108] 1796 ఆగస్టు నెలలోఁ జింతపల్లి కోటలో నాంగ్లసైన్యముల కధిపతిగా సేనానాయకుఁడుగా "క్యాప్టెన్ పవల్' అనువాఁ డుండెను. చింతపల్లి వాస్తవ్యులు తమ నాంగ్లసైన్య

(106) 12–2–'96— Govt's consent to go to Thirupathi - The Navob is requested to accommodate him on his journey.

20–2–'96, 6–3–'96, 1–5–96 - Thirupathi. (3047 – 742, 782)

(107) Ibid – 10–3–'96 – Chandramouli's request to Collector to restore him.

(108) Ibid – 20–5–'96 – Petition to Collector - Fail of crops for 10 years Kaboliath.

మవమానించుచు హింసించుచున్నదని నాయనికి విన్నవించిరి.[109] [illegible] నాయఁ డధికారుల దృష్టిలోనికిఁ దెచ్చినను బ్రిటీషువారు [illegible] లేకుండెను. అసలీ సైనికులను చింతపల్లి కోటలో నిల్పుటకు [illegible] నాయని బిరుసుఁదన (Turbulence) మణఁచుటకే [illegible] ప్రభుత్వమువారు సైనికులఁ దొలఁగించుట సంభవించలేదు. [illegible] తోనే నాయఁడు చింతపల్లి కోటలో నడుగిడఁ దలఁపలేదు.

---

(109) P-205 – 26–8–'96 — Captain Powell's troops at Chintapalli - Complaint to Zamindar that the Sepoys are insulting and beating them.

చెంచువాండ్ర వధ

దారిదోపిడి దొంగలతో యుద్ధము

వేంకటాద్రి నాయఁడు పాలనకు వచ్చిన కొలఁది వత్సరములకే 1790 – 92 మధ్యకాలములో హైదరాబాదు దక్కను మద్రాసు రాష్ట్రములలో గొప్ప క్షామము సంభవించెను. ఈ క్షామములో మూఁడువంతుల ప్రజలు మరణించి యొకవంతు మాత్రమే బ్రతికిరి. 18 వ శతాబ్ద్యంతములో 1864 నవంబరులో వచ్చిన (దీపావళి యమావాస్య) తుపానుతోఁగూడ నైదు క్షామములు వచ్చెనని 'విలియం డిగ్బీ' వ్రాసెను. ఈ క్షామసమయములో – కుంపిణీవారు చాల ద్రవ్యమును వినియోగించి గోదావరి జిల్లాలో బీదలను రక్షించినట్లు తెలియుచున్నది. ఈ సమయమున నాయఁడు దోపిడిచేయు చెంచులను, దోపిడి దొంగలను బట్టి చిత్రవధ చేసినట్లు గన్పించును. ఈ విధముగా శాంతిభద్రతలను గాపాడెను. ప్రజలకొనర్చిన గొప్పసాయమిదియే.

నాయని పాలన కాలములో మేవరసాలను మనికి చేసికొని కొందఱు చెంచుదొరలు మహారణ్యములఁ దిరుగుచు స్త్రీ పురుషాదుల హింసించుచు సొమ్ముల నపహరించుచు బాటసారుల భీతిల్లఁ జేయుచుఁ దిరుగుచుండిరి. ప్రజలెల్లరు భీతిల్లి నాయనికి దొంగల బాధల మనవి చేసికొనిరి. నాయఁ డీదుర్మార్గములనెల్ల విని తన సేనాధిపతియగు భుజంగరావును బిలిచి యరణ్యంబుల కేగి సామదానంబులఁ జెంచువారలఁ

కోడ్కాని రమ్మని పంపెను. ఆ సేనాధిపతి వెళ్లి చెంచుల పెద్దయగు రామదాసుతో నెమ్మదిగా సంభాషించి వేంకటాద్రిప్రభువు వారి కే కొంతలేకుండఁ బోషించునని చెప్పఁగా నమ్మి వారు నాయని చెంతకుఁ జేరిరి. ఇట్లు వచ్చినవారు 500 అని వీరి నాయకుఁడు కొల్లాయి కిష్టప్ప నాయకుఁడని వంశచరిత్ర. వీరదాసను మఱియొక నాయకుఁడు గలఁడు. వీర లెల్లరు చింతపల్లిలోనుండి కొలువుకూటమ్మున్న రాజసేవ చేయు చుండిరి. నగరిలోనుండియు వారి సహజగుణమును వీడక యథాప్రకారము తమ దుష్కృతముల సాగించుచు స్వేచ్ఛావిహారాసక్తులై సంచరించుచుండిరి. చెంచులు చేయు చేష్టలఁ గని నగరవాసులు భయపడి ప్రభువుతో విన్నవించుకొనిరి.

ఒకనాఁడు రాజువెంటఁ దన సైన్యముతోఁ జెంచునాయకుఁడగు జెల్లా కృష్ణానాయకుఁ డరణ్యమున కేగెను. అచటఁ గూడ వారు తమ సహజవృత్తిని మానరైరి. తమ సమయమునసే చూచు కొల్లలు స్వేచ్ఛా విహార మొనర్చుట నాయఁడు చూచి భయపడెను. వెంటనే సభలో జరిగిన విషయ మంతయుఁ జెప్పి చెంచుల [illegible] మాయోపాయమున వారిని ముదముట్టించ [illegible]. నాయని తండ్రి కాలమున నాలుగు వేల సైన్యముండెను. వేంకటాద్రి నాయని చెంత మూఁడు వేల సైన్యము మాత్రమే యుండెను. అవసరమైనప్పుడు వీరు సైన్యమునకు సాయమొనర్పవలసి యున్నది. [illegible] వారు వీరికి సేనాధిపతులుగా నుండిరి. ఇంకను వీరసింగు, రామసింగు, కృష్ణ సింగు, భుజంగరావు మొదలగు హిందుజనులు [illegible], [illegible] రామోజీ మున్నగు మరాఠా సర్దారు లీయన సైన్యములో నుండిరి. నాయఁడు తనసైనిక వీరులఁ బిల్పించి చెంచులందఱి నేకకాలమునఁ జంపుఁడని యాజ్ఞాపించెను. అట్లే సైనికవీరులు వారితో స్నేహముగా నున్నట్లు నటించి యొకనాఁడు వారి నెల్లర బంధించి నిర్దాక్షిణ్యముగా వధింపఁజొచ్చిరి. అనేకులు చనిపోయిరి. కాని కొందఱు [illegible] లేక సేనాధిపతులు రాజున కెఱింగించిరి. రాజుకూడ స్వయముగా వచ్చి

దుష్ట కృత్యముల నొనర్చినవారిని జంపిన దోషంబు లేదని చెప్పి తక్కిన వారిని గూడ వధింపుఁడని పలికెను. చెంచుల లోని రామదాసు, శ్రీకృష్ణదాసు, భీమదాసు వేంకటదాసు, వీరదాసను వారల శిరస్సులు ఖడ్గములకు గండ్రగొడ్డండ్రకు సైత మలవికాకుండెను. ఎన్ని బాధలు పెట్టి ననువారు మరణింపలేదు. అప్పుడా చెంచునాయకులు వారు పెట్టు బాధ లకుఁ దాళలేక తమశిఖలఁగల తాయెత్తులను దీసి తుపాకిం గాల్చేయుఁడని ప్రార్థించిన సేనానాయకులట్లే యొనర్ప వారు క్షణకాలములోఁ బ్రాణ ములుగోల్పోయిరఁట. అంతలో బోయెతలు వచ్చి మృతులైన భర్తలఁ జూచి నాయని ననేకవిధమ్ముల నిందించి శాపములఁ బెట్టిరి.

ఇట్లు చంపినది దారి దోపిడిగాండ్రగు పచ్చపువాండ్రని, వారిని బంధించి తలారులచేఁ దలలు నరికించి జనులకుఁ జోరభీతి మాన్పిరని చాటు పద్యరత్నాకరము దెల్పుచున్నది. పుట 155 చాటు పద్య మణి మంజరి యిట్లు దెల్పుచున్నది. "అటనుండి కొట్టుక రమ్మన్నాడు" అను సామెతకు వేంకటాద్రి నాయఁడే జనన కారణము. ఆ కాలమునందు దారి దోపిడిగాండ్రు నిండుగా నుండిరట. అనేకుల ప్రాణములఁ గొనుచుఁ బ్రజలకు మిక్కిలి పీడఁ గలిగించుచున్న యీ పచ్చపు దొంగలలో బహు ప్రయత్నమున వేంకటాద్రి నాయఁడు నూర్వురను బట్టించి వరుసగా నిలువఁబెట్టి తలలు నఱుక ప్రారంభింపఁబోఁగా పచ్చపువాండ్రట నుండి కొట్టుకొనుచు రమ్మని కోరిరఁట. (కొందఱి నరికిన తరువాత నేని జాలివడయక పోదని) నాయఁడుగారును నట్లే రెండవప్రక్కనుండి యారంభింపఁజేసి నిశ్శేషముగనే సంహరించి ప్రజలకుఁ జోరభీతి మాన్పిరఁట.[110]

మెకంజీ, పేర్లనొసఁగక యతని జమీందారీని దోపిడీ చేయు చెంచుల గుంపును నిర్మూలించుట కాయన నిశ్చయించెనని 150 మంది నొక విందునకుఁ బిల్పించి యందఱి శిరచ్ఛేదము గావింపఁజేసెనని యా ద్రోహమునకు శాపము నొసఁగిరని భోజనమునకుఁ గూర్చుండినపు

(110) వేటూరి ప్రభాకరశాస్త్రిగారు. చాటుపద్య మణిమంజరి. పుట 66-67

డన్నము పురుషులుగా మాఱుచుండెనని యీ [illegible]
మిక్కిలి ధర్మకార్యము లొనర్చెనని యిట్టి [illegible]
కథలు చెప్పుకొనుచుండిరని యీ సంఘటన [illegible]
గలిగిన కాలములో జరిగెనని వ్రాసిరి.[111] [illegible]
500 చెంచులనని చాటు పద్యమునందున్నది [illegible]
వ్రాతలనుబట్టి 150–అని తెలియుచున్నది. [illegible]
నను వారిని మాయోపాయమున [illegible]
నాయనికి చెంచుల జంపిన పాపము [illegible]
జూచినను చెంచుల ప్రేతయాతనలు [illegible]
సంభవించెనని శివుడును [illegible]
యమరావతీ నగర నిర్మాణ [illegible]
పల్లిని వీడి యమరావతిని గట్టించి [illegible]
చున్నది. కాని యివి చారిత్రక సత్యములు గావు. [illegible]
తరువాతనే దోపిడి దొంగలు [illegible]
దిలకించిన రాజ్యపాలనమును [illegible]
కాడలేదు. దుష్టకృత్యముల నాచరించు [illegible]
నతడు వెనుకంజ వేయలేదు. నిర్భీక [illegible]
గప్పము చెల్లించుచు [illegible] రైతులనుండి సిస్తు వసూలు [illegible]
సిఖ్ జంగు కొన్ని గ్రామములు దోపిడిచేయ [illegible]
ముల దోపిడి చేయించెను. ప్రజానీకము [illegible]
ఇట్టి వాడగుటచే చెంచుల [illegible]

(111) G. Mackenzie – K. D. M. P-312. "It is said that during his energetic days, he had determined to get rid of a tribe of Chenchus who pillaged his Zamindari and so, inviting 150 of the men of the tribe to a feast, he had them all beheaded. Remorse overwhelmed him for his treachery and whenever he sat down to his meals, the grain turned into insects - such is the popular legend."

యుండఁడు. పాపము సంభవించి యున్నను [illegible], బోయెతల శాప నివారణార్థము ధ[illegible]. [illegible] లింగేశ్వరుఁ బ్రతిష్ఠించి యమరావతీ [illegible] చారిత్రక సత్యములనుట కాధారములు [illegible] నందులకు రాజానందించెననియు [illegible] యుండగు నాయఁడు 1790 తరువాత [illegible]. కొండజాతి వారగు చెంచుల వధించుట [illegible], ఆస్థానపండితులు అమాత్యవర్యులు [illegible] సాహసకార్య మొనర్చెనని వంశచరిత్ర [illegible]. [illegible] పిడువని నాయఁడీ సందర్భమునఁ [illegible] గట్టిగా విశ్వసించుచున్నాను.

ఆంగ్లేయ సైన్యములు చింతపల్లికోటలో 1795 లో [illegible] నని వెనుక వ్రాసితిని. నాయఁడు తరువాత [illegible] చెంచులవధ చింతపల్లికోటలో [illegible]. [illegible] యెపుడు జరిగినది వేంకటాద్రీంద్ర చరిత్ర [illegible]. "వేంకటాద్రీశుం [illegible] బరిమార్చుటయే కాక చోరశిఖామణి [illegible]." కుంపిణీవారి రికార్డులను చూడఁగా 1791 లో చిన్న పాపన్న నాయ కుఁడు మొదలగు దొంగలతో యుద్ధము జరుగుట [illegible] జరిగెనని తేలును.[112] అంతయుఁ బూర్వమే [illegible] 1790లో నిది జరిగియుండవలెను. [illegible] చిన్న పాపయ్యానాయఁడు [illegible]. 1790-లో [illegible] వధ వలనఁ బాపము గలిగినను [illegible]

(112) Guide to Guntur – P-162 – 25-9-'91 – His offer to seize the robbers be accepted-Permission to seize Chinnu Papayya Nayaka on 28-10-'91 – Maj. Burr and Zamindar's peons drove out the robbers on 11-11-'91.

ప్రారంభమైనచో నది 1790 లో జరిగి యుండవలెను. అట్లుగాక 1795 – 1796లో జరిగినది. ఈ కారణమువలనఁ గోపము గలిగినగాన సత్యముకాదు. ఇఁక నమరావతీ నిర్మాణమునకుఁ జాగ్రతిక కారణములు గాన్పించుచున్నవి. 1795 జులై 1–వ తేదినుండి చింతపల్లి కోటలో రెండు దళములుగా నాంగ్ల సైనికులు దిగుటవలన నదే కోటలో సకుటుంబముగా నుండుట కిష్టపడక నూత్నముగా నమరావతీ నగర నిర్మాణమొనర్చు కొనెనని యెఱుంగవచ్చును. కాని మెకంజీ 1794–అని, ఒక దశమేయుని వ్రాసెను.[113] ఇది సరికాదు. ఆంగ్లసైన్యము చింతపల్లి నాక్రమించిన పిమ్మట నాయనికి విసువు కలిగి తన నివాసము నమరావతికి మార్చెనని మఱియొకచోట నున్నది.[114] ఈ రీతి చెంచులఁ జంపిన మూడు సంవత్సరముల తదనంతరము నాయఁడమరావతి కేగినట్లు గాన్పించుచున్నది. ఈ సైన్యముల నంపుట కాయన విశ్వప్రయత్నముల నాచరించెను గాని కలెక్టరు మున్నగు నధికారు లంగీకరింపమిచే విసువు, నిరుత్సాహము గల్గి స్థలాంతరమున కేగెను గాని పాతకము గల్గుట వలనఁ గాదని స్పష్టముగాఁ జెప్పవచ్చును. ఎదురులేని వానికీ దుస్థితి సంభవించినదని బాధపడినట్లు తెలియుచున్నది. చింతపల్లి కోటలో నేకైకపుత్రిక చనిపోవుటచేత, పుత్రసంతానము లేకపోవుటచేత

(113) G. Mackenzie – K. D. M. P-165 "Additions were made to the temple at the close of the last century by the Rajah Vasireddi Venkatadri Naidu, who removed his residence from Chintapalli to Amaravathi, because a battalion of Company's sepoys had been stationed at Chintapalli to keep him in order."

Ibid – "He never returned to Chintapalli after it had been desecrated by Company's sepoys and fixed his residence at Amaravathi, lower down the river bank."

(114) Ibid – P-169 – "In 1794, a battalion of Company's sepoys was sent to garrison Chintapalli and the Zamindar, in disgust, changed the residence to Amaravathi."

స్థలాంతరమున కేగిన సంగతి [illegible] యమరావతికిఁ జనెనని యొకరు [illegible] లభ్యము కాలేదు. 14-4-1846 [illegible] వాసిరెడ్డి కుటుంబమునకు దారి [illegible] వ్రాసిన రిపోర్టులో నిట్లు వ్రాసెను. "[illegible] టకుఁ గోటలో నొక దళమును [illegible] పల్లిలో నున్న కుటుంబమును విడనాడి [illegible], ఉద్యానవనములతోఁ గూడిన [illegible] చెను." చింతపల్లినుండి యమరావతికి [illegible] కంటెఁ జక్కఁగా నెవరు వివరించలేదు. "He removed in disgust from his family residence of Chintapalli because it was judged necessary to curb his turbulence by placing a garrison in the fort, and built a new town with palaces and gardens at Amaravathy"

చిన్న పాపయ్య నాయఁడను [illegible] క్రీ. శ. 1790–1792 మధ్య వచ్చిన [illegible] లాచరించుచు శ్రీ పురుషాదులను [illegible]. [illegible] ప్రదేశములోనున్న నైజాము [illegible] నాయఁడు వారిని పట్టుట కనుమతిని గోరుచు 25-9-1791 [illegible] వారికొక మహాజరు నంపెను. 28-10-1791 [illegible]. అప్పటికే గుంటూరుసీమ కంపెనీవారి పాలనలో [illegible] అనువాఁడు కొంత సైన్యముతో వచ్చెను. [illegible] మీ సైన్యము వెంట బయలుదేరిరి. 1791 [illegible] 11వ [illegible] దొంగలతో పిరికి యుద్ధము జరిగెను. [illegible] గొంచిరి. మరికొందఱు పలాయనమ్మై పారిపోయిరి. [illegible] దొంగల బాధ తెచ్చుటఁ గాన్పించదు. [illegible] రులను నాయఁడు దండించుటచే నైజాము [illegible] విడుదముల నొసంగెనని కొందఱు వ్రాసిరి. కాని యిది [illegible] సత్యముగాఁ గాన్పించదు. నైజాము విడుదుల నిచ్చినది 1791 [illegible]

బరులో నగుటచేత, బిరుదావళి నంగీకరించినది అక్టోబరగుటచేత, వాపయ్య నాయకుఁడు మున్నగు తస్కరులతో యుద్ధము చేసినది పాఱద్రోలినది 1791 నవంబరులో నగుటచే నైజాము బిరుదులిచ్చుట తస్కరుల యుద్ధమునకుఁ బూర్వమే యగుచున్నది. కనుక నైజాము బిరుదులు వేఱు కారణమున నీయఁబడి యుండవలెను. యథార్థముగా దొంగలఁ బాఱఁద్రోలినందులకుఁ గాదని నైజాము నవాబున కీయన లక్ష రూపాయలు కాన్కగా నంపెనని దానివలన మానూరి సుల్తాను బిరుదు నొసంగెనని మెకంజీ వ్రాసెను.[115] ఇది సత్యమే.

నైజాము నవాబున కలవిగాని యీ పనిని వేంకటాద్రి నాయఁ డాచరించుటచే నైజా మాయనను బిలిపించెనని గోల్కొండకు లక్ష పూలవరహాలతో చేరెనని నైజాము ప్రభువు తన యతిథిగా నాలుగైదు దినంబు లుంచుకొని మధిర, కంభంమెట్టు సీమల నేలుకొమ్మని సనదు నిచ్చుచు మన్నె సుల్తాను బిరుదు నొసంగెనని వేంకటాద్రి నాయఁ డపుడు స్వదేశమునకు వచ్చెనని వేంకటాద్రీంద్ర చరిత్ర తెలుపుచున్నది. 14-4-1846 తేదిని వ్రాసిన విలియట్ సహితము నాయఁడు లక్ష పగోడాలను నైజామున కిచ్చి మన్నె సుల్తాను బిరుదు నందెనని వ్రాసెను. ("The title of Manne Sultan was purchased from the Nizam by a Nuzzer of a Lakh of Pagodas") లక్ష పగోడాలనఁగా నాలుగు లక్షల రూపాయ లగును. మొత్తముమీఁదఁ గొన్ని లక్షల రూపాయలనిచ్చి యీ బిరుదును గొనెనని స్పష్టమగు చున్నది. వేంకటాద్రి నాయని శాసనములో రెండు లక్షల రూపాయలు నైజామున కిచ్చెనని యుండుటచే నిదియే సత్యమని చెప్పవచ్చును. మొత్తము మీఁదఁ జెంచులను - ఎదురు తిరిగిన పాలెగాండ్ర నణఁచిన తరువాతనే నాయఁడు హైదరాబాదునకు రెండు లక్షల రూపాయలతో నేగి

(115) G. Mackenzie - K. D. M. "From the Nizam, he obtained the title of Manuru Sultan, nominally because he extirpated robbers, but really in consideration of a lakh of rupees, sent."

నైజాము నవాబునకు సమర్పించి మన్నె [illegible] గాన్పించుచున్నది. మన్నె సు[illegible] [illegible] వ్రాసెను. "ఈ లోయలలో [illegible] గ్రామము. [illegible] జమీందారు జయించుటచేత నైజా[illegible] సుల్తాను నామమును ఈ పాళెము [illegible]."116 [illegible] కారులైన పాలెగాం[illegible] [illegible] గ్రామమునకు, పాలెగర్, రామనా[illegible] [illegible] కమ్మలచెర్వును వేంకటాద్రి నా[illegible] [illegible] పాలేగర్, రామనాయ[illegible] [illegible]117 అతని గ్రామములు వాసిరెడ్డి [illegible] జి. మెకంజీ వ్రాసెను. ఇందువలన [illegible] గ్రామములకు పాలెగాండ్రగు రామనా[illegible] జయించెనని వారి గ్రామములను నైజాము, [illegible] చున్నది. ఈరీతి నాయుడు [illegible] ఎదురు తిరిగిన రామనాయుడు మున్నగు [illegible] నైజా మొసంగిన మన్నె సుల్తాను మొదలగు బిరుదములను [illegible] పాపయ్య నాయకుడు మున్నగు [illegible] ధ్వజముల

(116) G. Mackenzie — K. D. M. P-171. "The most southernly village in these valleys Manne Sultan palem, a name which commemorates, the title bestowed by the Nizam upon the Chintapalli Zamindar for his prowess in subduing certain rebel poligars."

(117) Ibid P-202 "His village Kammalacheruvu was given to Vasireddi Venkatadri Naidu (Chenchu village – Poligar named Ramanayak)"

నేర్పఱిచి చింతపల్లి పరిసరములయందు బాటసారులు నిర్భయముగాఁ బోవునట్లు చేసెను. పై నుదాహరించిన మన్నె సుల్తాను పేట నేటి గుంటూరులోని కొత్తపేటయే యని క్రొత్త భావయ్యచౌదరి వ్రాసెను. సరికాదు. వేంకటాద్రీంద్ర చరిత్రలో నాయఁడు గోల్కొండలోని తానీషాను దర్శించి బిరుదులు పొందెనని వ్రాయుట సరికాదు. క్రీ. శ. 1687 నాఁటికే యౌరంగజేబు గోల్కొండను జయించి తానీషాను చెఱనుంచెను. కాన నాయఁడు బిరుదుల నందినది 1791 ప్రాంతమని, యప్పటికి – అసఫ్ జా వంశీయుఁడగు నైజాము నవాబుపాలన మొనర్చు చుండె ననుట స్పష్టము.

అమరావతీ విహారము
నాయని పగం ప్రదేశము

ధనకటకము, ధాన్యకటకము, ధరణికోట యను [illegible] కృష్ణానదీ తీరమునుండి చాళుక్య [illegible] రాజధానిగా వర్ధిల్లెను. [illegible] గల్గెను. ధరణికోట యనునది ముక్కంటి [illegible] రాజధానియని యిచట జైనులకు బ్రాహ్మణు[illegible] నని మద్రాసు [illegible] వారు నిర్దాక్షిణ్యముగా [illegible] వ్రాసెను. (“Capital of Mukkanti or Trilochana Pallava - Disputes between Jains and Brahmins — The Jains were overcome by magic and were ruthlessly destroyed and crushed in oil mills.” క్రీ. శ. 7వ శతాబ్దిలో వచ్చిన హ్యూయన్‌త్సాంగు ధాన్యకటకమును [illegible] ముగా పేర్కొనెను. ఈ స్తూపము 2వేల [illegible] ములుగు వారిచే నిర్మింపబడినది. [illegible] నమరావతీ స్తూపమని పిలువబడినది. క్రీ. శ. 184-194 లోని వాడైన నాగార్జునాచార్యుడు ఇచటి స్తూపమునకు [illegible] ప్రాకారమును గట్టించెనని టిబెటీయ చరిత్రకారుడు తారానాథుడు వ్రాసెను. వేయింటిక్రిత మిచట నమరలింగేశ్వరాలయము [illegible]

చున్నది. బౌద్ధులకు హిందువులకుఁ బోరాటములు జరిగినట్లు లా పోరాటములో హిందువులు బౌద్ధులను వెడలఁగొట్టి వారి స్తూపరాజమును-అమరేశ్వర లింగముగా మార్చినట్లు తెలియుచున్నది.

క్రీ. శ. 12 శతాబ్దిలో సూరదేవుఁడను - ఓఢ్రరాజు నను క్రింద నొక సామంతుఁడుండుట నమరావతి పట్టణమును స్థాపించెనని యుత్కళ దేశ చరిత్ర తెల్పుచున్నదని చరిత్రకారులు వ్రాసిరి.* దేవాలయ మప్పుడే నెలకొల్పఁ బడినట్లు లూహ గలుగుచున్నది. బౌద్ధుల కాలములో విశ్వ విద్యాలయము మున్నగువానితో మహోన్నత స్థితిలో నున్న యమరావతి క్రమముగా శిథిల మాయెను. పై దేవాలయము శిథిలస్థితిలో నుండ 14వ శతాబ్దిలోఁ గొండవీటి సీమను బాలించిన రెడ్లు మరమ్మతు చేయించిరి. అమరేశ్వరాలయమునకు సంబంధించిన శాసనము ముద్రింపఁ బడియే యున్నది. (S. G.G. Vol 6 P. 243) S. G. G. నెం. 224 అమరావతి శాసనములో 1104 (1182 క్రీ.శ.) నాఁటి కోట కేతరాజు శాసనము గలదు. చోళ చాళుక్య సామంతుఁడని, ధాన్య కటకపుర వరాధీశ్వర, అని యుండుఁ గలదు.

అమరావతినిగూర్చి మెకంజీ యిట్లు వ్రాసెను. - "అమరేశ్వర దేవుని గాలిగోపురములో నున్న మంటపానికి తూర్పున నిల్వు స్తంభాన ఉన్న శిలాశాసనం శ్రీమంతు వేమనంగారు శకవర్షంబులు 1283 అగు ప్లవ సంవత్సరము శ్రావణ బహుళ పంచమీ గురువారము, అనపోతయ రెడ్డిగారి శ్రీ ధాన్యవాటీ పురంబున నధీశ్వరుండైన అమరేశ్వర శ్రీమహాదేవునకు - ఆచంద్రార్కము ప్రతిష్ఠ చేసిరి." (క్రీ. శ. 1361) దీనిబట్టి వేమన పునఃప్రతిష్ఠ గావించెనని తిరిగి ముస్లిములు పాడుచేసి రని తెలియుచున్నది. క్రీ. శ. 1515లో శ్రీకృష్ణదేవరాయలు తన భార్యలతో వచ్చి తులాభారమును జరిపి కొంత గ్రామములు నమరేశ్వర

* ఆం. వి. ఆంధ్ర విజ్ఞాన సర్వస్వము. 3. సంపుటము.

స్వామికి సమర్పించెను. మహమ్మదీయులు శిథిల మొనర్చిన తరువాతనే 1626లో-పెద అప్పయ్యగారు తిరిగ పునఃప్రతిష్ఠ [illegible] చేసినట్లు తెలియు చున్నది.[118]

పై దేవాలయము [illegible] మేడ గట్టించి యమరేశ్వరాలయమునకు [illegible] కోనేరులఁ గట్టించుటకు దిబ్బగానున్న యమరావతి [illegible] యందులోని పాలరాళ్లను నాఁపబండలను [illegible] నుపయోగింప నాగెను. ఇది 1795 ఆగస్టునుండి 1797 [illegible] కాలములో జరిగినట్లు కాన్పించును. స్తూపమును [illegible] దాని యాకారము మాఱిపోయెను. [illegible] మార్పవలయునని నాయఁ [illegible] విహారమో, దేవాలయమో, [illegible] తెలియు చున్నది. మఱియు నాయఁడు [illegible] ద్రవ్వింప నొక చిన్నగుడి దానికిఁ [illegible] గాన వచ్చెను. స్తూపపుఱాళ్లనిచ్చవచ్చినట్లు పగులఁ [illegible] బగులు వాఱినట్లు గన్పించినవని యుగములోని [illegible] స్వస్వరూప నాశన మొనరింపఁ బడినవని [illegible] చిన పాశ్చాత్య లేఖకులు వ్రాసిరి. కొన్ని ఱాళ్లను [illegible], కోనేరుల ప్రక్కల కుపయోగించెను. నాఁపరాళ్లను [illegible] నుండు గోడలలోను శాసనములు [illegible] లిన వానిని దేవాలయ సోపానముల కుపయోగించెను. [illegible] శిల్ప సంపదను నాశ మొనర్చుటకు, బౌద్ధస్తూపము [illegible] నాయఁడే హేతుభూతుఁడు. స్తూప నాశనమునకు [illegible] కాన్పించుచున్నవి. అమరావతిలోని భవనములకు—అమరేశ్వరాలయ

(118) Mackenzie – K. D. M. – P-164 "Another dated 1626 records the reconsecration of the temple by పెద అప్పయ్యగారు, perhaps after some pollution by Muhammadans."

నిర్మాణమునకుఁ గావలసిన రాయి వ్యయప్రయాసల సంపన సమీపమున లభించుట దీపాలదిన్నె మధ్యభాగములో నిధి నిక్షేపములు లభించునని యాశించెను ("Expected a treasure.")

ఈ సమయమున నిరుగు పొరుగువారు పాలరాళ్లను, నాప రాళ్లను, బండలను – ఇష్ట మొచ్చినను త్రవ్వికొని పోయి తామిష్టమున్న మొసర్చుకొనుచుండిరి. గృహనిర్మాణమునకు శిలలు గొన్ని రాతి పలకలఁ దీసికొని పోవుచుండిరి. సున్నమునకుగా చక్కని శిల్పములగల విగ్రహము ముక్క– తీసివేయుటకేగాని ఉపయోగములేనట్టి ముక్కలుగాని పసువుల కాపరియొక్క హృదయమున గాలులఁ జూచుచు సంతసపడుచుండెనని మెకంజీ వ్రాసెను.[119] శిల్పము విలువ తెలిసిన వారెవరు. రాజా వేంకటాద్రి నాయుడే ప్రథమ ప్రసిద్ధి గడించిన యమరావతీ స్తూపమును గృహనిర్మాణమునకు కనుగొన్నాడు రాళ్లను దెవ్వుచు ధ్వంస మొనర్చెనని మెకంజీ వ్రాసెను.[120] ఆంగ్లేయుల విజ్ఞాన సర్వస్వమున నీ విషయమే యున్నది. క్రీస్తుశక 1797 సంవత్సరములో – కలనల్ కాలిన్ మెకంజీ మద్రాసు రాష్ట్రమునకు సర్వేజనరలుగానుండి ప్రజలు గనులున్న స్థలములు వీక్షించుటకై యిచట కేతెంచెను. ఆంధ్ర

(119) G. Mackenzie -- K. D. M. -- P-166. "It seems to afford a Hindu herds-boy some pleasure when he knocks the nose or arm off a delicately chiselled figure"

(120) Ibid – P-164. "It was Rajah Vasireddi Venkatadri Naidu who, in searching for building materials, first laid open the famous Buddhist carvings at Amaravathi, so well known now to savants all over the world."

"It was in digging to obtain stone for these buildings that the Rajah's people unearthed portion of the famous Buddhist ruins at Amaravathi, first described by Colonel Colin Mackenzie."

దేశమును వజ్ర దేశముగా [illegible] కోటకు ను త్తరపు దిశ [illegible] రాజ పుత్రిక తన మగనితో పాటు [illegible] చుండ వజ్రాలున్న [illegible].

క్రీ. శ. 13వ శతాబ్దిలో [illegible] నిక్కోలా కాంటీ మొదలుగు [illegible], గోల్కొండ నవాబు [illegible] నేటికి వజ్ర కరూరు [illegible] అమరావతి కెనెడి [illegible] మెకంజీ గుర్తించెను. [illegible] ములుగల [illegible] – అమరావతి [illegible] మెకంజి వచ్చునాటికే [illegible] భాగము పూర్తి [illegible]. అమరావతి [illegible] మైనది. స్థానములో నాయుడికి [illegible] ముత్యము కొన్ని యస్తికలు లభ్యమాయెను. [illegible] చిత్రవస్తు ప్రదర్శనశాలలో నున్నవి. 1797 లో – [illegible] యింక ముందీ శిల్ప సంపద నాశనము [illegible] దగిన నేర్పాటులు గావించెను. "[illegible]" [illegible] నింగ్లాండున కంపెనీ యింపీరియల్ [illegible] 1 [illegible] మెకంజి యమరావతిలోని శిల్పము [illegible] కట్టడముల [illegible] జూచి 1807 లో [illegible] వ్రాసెను.[121]

తిరిగి రెండవమారి 1816 లో అమరావతి [illegible] నంతయు సర్వే చేసి చిత్రకారులతో [illegible] మును రచించెను. నేడీ గ్రంథము [illegible]

(121) C. C. Mackenzie – Asiatic researches for 1807 – Vol IX – P. 272.

గ్రంథాలయములో నున్నది. ఇచట సంప్రాప్తమైన 11 రాళ్లు మచిలీ పట్టణమునకుఁ జేర్పఁబడి యటనుండి 7 కలకత్తాకు 4 ఇంగ్లాండునకుఁ జేర్పఁబడెను. ఈయనయే మఱియొక వర్ణనము 1823 సం॥ జనలులో 15 సంపుటము 464 పుటలో వ్రాసెను. (Asiatic Journal) 1830లో గుంటూరు కలెక్టరు రాబర్టుసన్ వచ్చి వీనిని జూచి మిక్కిలి యుపయోగించెను. 1840 లో వాల్టర్ ఇలియట్ అమరావతిని త్రవ్వించి 90 చలువరాళ్లను మద్రాసున కంపెను. పిమ్మట నవి లండనుకు జేరెను. 1855లో టెయిలరు వీనిఁగూర్చి వర్ణించుచు వ్రాసెను. వేరొక గ్రంథకర్త గ్రీసునకుఁ దూర్పున నున్న వానిలో నిది చాల నభిరుచి గల్పించు ప్రాచీన వస్తు సముదాయమని కొనియాడెను. (K. D. M. P. 166. – Revd W. Taylor says it was never surpassed at any time or place and another author says that this is the most interesting monument of antiquity, east of Greece.) 1867లో ఫెర్గూసన్ 1877లో రాబర్టు సూయెల్ 1881 డిసెంబరులో జేమ్సు బర్గెస 1882లో కెప్టెన్ కోల్ వీనిని జూచి యుపయోగించి వ్రాసిరి. చివరకు కోల్ కు లభ్యమైన 132 చలువరాతి ఫలకములలో 18 లండనుకు 2 బందరుకు రెండు మద్రాసుకు 11 కలకత్తాకుఁ జేరఁగా మిగిలినవన్ని గ్రామస్థులచేత సున్నమునకై కాల్పఁబడెను. బర్గెస్ ఈ నగరము నవాబుల వలన నాశనమైనదని వ్రాసెను. నాయుని మనుమలు రామయ్య సూర్యయ్యలు – అనగా పరిశోధనలో విశేషముగా సాయపడిరని బ్రాహ్మణుల వ్యతిరేకించినను బర్గెసు దేవాలయమునకుఁ దీసికొనిపోయి శాసనములఁ బరిశోధింపఁ జేసిరని మెకంజి వ్రాసెను.[122] పాశ్చాత్యులు మ్లేచ్ఛులని యట్టి వారాలయ ప్రవేశ మొనర్పు హేలచేసిన దినములలో

(122) G. Mackenzie – K. D. M. – P. 164. "They greatly assisted R. Sewell in his investigations and it was through their courtesy in Dec. 1881, that Dr. Burgess was enabled to enter the temple and inspect the inscriptions not withstanding the opposition of the Brahmins."

సంప్రోక్షణ మొనర్చ వలయునని యాస్తికుల విశ్వాసము. ఇట్టి వైదిక సమ్ప్ర కములతో మూఢ విశ్వాసములతో దేశము [illegible]. 1795 లో అమరావతిలో శంఖుస్థాపన మొనర్చినది మొదలు 1797 జనవరి నాటికి నమరావతి నిర్మాణము జరిగెను. [illegible] నిర్మాణము నగర నిర్మాణ మొనర్చు మన సహచరుల [illegible] శిల్పి [illegible] రావించి శీఘ్రగతిని నగరమును నిర్మాణము చేసెను. [illegible] సింప వీలుగా వీధుల నేర్పాటు చేసెను. బ్రాహ్మణులకు [illegible] జేసెను. నేటి కొత్త పట్టణము గన్పించుచున్నది. [illegible] శాలలు, శాల్వలమును [illegible] నందనోద్యాన వనమ్మును, సుదర్శనము [illegible] లయ ప్రాకారాదుల నిర్మించెను. [illegible] మునకు దూర్పు భాగమున ప్రవహించి [illegible] ముగా జేసెనని వంశచరిత్ర తెల్పుచున్నది. [illegible] ప్రాకారములతో, బంగారు కప్పుతో శోభించు రాజప్రాసాదమును [illegible]. విశాలమైన రాజవీధులు ధర్మశాలలు [illegible]. [illegible] రాలయమును బునరుద్ధరించెను. [illegible] యమరావతియు శోభిల్లెను. రామకవి యిట్లు [illegible].

కం. సుమనస్తతి సుమనోబృం
దము, జాహ్నవి కృష్ణ, నందనము [illegible]
య్యమరావతి యమరావతి
యమరేంద్రుఁడు వేంకటాద్రి యనఁజెలరెన్.

మఱియొక కవి యిట్లు వ్రాసెను.

కం. అమరావతియమరావతి
యమరంగనింద్రుండు వేంకటాద్రీంద్రుండే
యమరులు గోత్రామరులే
కమనీయమునందనమ్ము ఘననందనమే.

రామనకవి వాసిరెడ్డీయములో విప్రులకు మేడలిచ్చిన సంగతి యిట్లు చెప్పెను.

> సీ. "తనరాజధానులందున నేకసౌధాళిఁ
> దీర్చినాఁడార్యులఁ జేర్చినాఁడు"

వేంకటాద్రినాయని కైరావతమను గజము గలదు. శివకేశవులను భేదభావము లేక యనేకాలయములఁ గట్టించెను. ఆయన నిర్మింపఁజేసిన ధ్వజస్తంభములను బంగారు మొలాము వేయించెను. అనుగోపురాలను విమానమునకు బంగారు పూఁతగల తొడుగును వేయించెను. వేంకటాచలములో శ్రీకృష్ణదేవరాయలు స్వామి కెదురుగా నమస్కరించుచు నిలిచి యున్నట్లు శిలావిగ్రహము గలదు. అట్లే నాయఁడుగూడ నమరేశ్వరుని కెదుట నిలిచినట్లు శిలావిగ్రహము వేయించుకొని దానికి బంగారుపూఁత పూయించెను. ఈ శిలావిగ్రహము నవకళతో నుట్టిపడుచు నేత్రానందకరమై యానందనమును గొల్పుచున్నది. అమరావతిలోనే యేకలగ్నమున 108 లింగములఁ బ్రతిష్ఠించెను. అనేకోద్యానవనముల వేయించెను. రాగిరేకులతోఁ గప్పబడిన రాజభవనమును గట్టించి యింద్రునివలెఁ దాను నివసింపసాగెను. విష్ణువర్ధన మహారాజు కుమారుఁడగు విజయాదిత్య నరేంద్రుఁడు 48 సంవత్సరములు పాలించి 108 యుద్ధములొనర్చి 108 శివాలయములఁ గట్టించెనని (L. R. 60. సం - పుట 25) తెల్పును. పిఠాపురములోని కుంతీమాధవాలయమును గట్టించిన దీ మహారాజే. ప్రోలయ వేమారెడ్డిగూడ 108 శివాలయములఁ గట్టించి లింగప్రతిష్ఠలఁ జేసెను. నాయఁడును జమీందారయి యుండి వీరి ననుకరించెను. పాశ్చాత్య లేఖకులును నాయఁడు గట్టించిన నగరమును బహువిధముల వర్ణించిరి. మెకంజి యిట్లు వ్రాసెను. విశేషవ్యయముతో నారామములు, దేవాలయముల నిర్మించెను. మండలమునకెల్లఁ గొనియాడునట్టు లొక రాజహర్మ్యమును దాని రాగిరేకులతోఁ

గప్పెను.[123] మఱికొన్నిచోట్ల [illegible]. [illegible] నివసించుట కనేకవర్తకుల నాహ్వానించెను. [illegible] గలకోట విశాలమైన వీథులు [illegible]. [illegible].[124]

చింతపల్లి, పెనుగంచిప్రోలు, [illegible] మొదలగు స్థలములనుండి వైశ్యులను [illegible] జనసమ్మర్ధమును గూర్చి నగరము [illegible], [illegible] ప్రత్యేకమైన వాడ [illegible]. వానిని మెకంజి నాయనికి సమకాలీనుడై [illegible] గలిసి మెలసి మాటాడి నగరములో [illegible]. [illegible] చేసినట్లు బాగడెను. "[illegible]" [illegible]. "[illegible] డమరావతిని రాజధానిగాఁ జేసికొని [illegible], [illegible] ముల నిర్మించెను. అనేక దేవాలయములఁ గట్టించెను." ("He built a new town with Palaces and gardens at Amaravathy ·· and built a lofty Gopuram at Mangalagiri besides numerous Pagodas at Amaravathy, Chebrole etc.')

నగరము పూర్తియైన పిమ్మట బంధుమిత్రులకు [illegible] నాయుడు లేఖల నంపెను. సుబ్బదాసు వంశచరిత్రలో—

సీ. రాచూరిసీమకు రాజనద్యాడగు
సూర్యదేవర వంశ సోముఁడైన...

(123) G. Mackenzie - K. D. M. P–311 — "Where, at a great cost, he laid out gardens, restored temples and erected a palace, the roof of which covered with sheets of burnished copper, was the admiration of the District."

(124) Ibid P. 164 "The Rajah invited merchants from elsewhere, to take up their abode in Amaravathi, laid out broad streets at right angles, planted gardens". Also see 'Burgess's Amaravathi.' Page 14.

గీ. నారసింహాహ్వయునకును జారుమతికిఁ
జానవారలకును మఱి సరసులైన
నీరుకొండవాస్తవ్యాయుల కేలుపడఁగ
నంపుమా శుభలేఖల ననియె నంత.

చానవారి యింటిపేరుచే వీరి ప్రథమ కళత్రము, నీరుకొండవారి కన్య రెండవభార్య. రాచగాని సీమకు రాజన్యుఁడైన సూర్యదేవర నారసింహునకు శుభలేఖ నంపుట సత్యదూరము. నారసింహభూపతి యునికి లేదు. క్రీ. శ. 1700లో – పులివర్తి సీమ కతఁడు చిన్న చౌదరుగా నున్నపుడు కృష్ణాసేని మాణిక్యారావను వెలమ వీరుఁడు పాలించెను. నారసింహ చౌదరికి మాణిక్యారావునకు సమకాలీనుఁడు వాసిరెడ్డి చిన పద్మనాభుఁడై యుండెను. 1797 నాఁటికి (అమరావతిలో గృహప్రవేశము) రాచూరు వెలమవారి పాలనమున నుండెను. 1795 – 1799 మధ్యకాలములో మాణిక్యారావు సీతన్నారావు రావుగారి జమీందారులై యుండెను. కనుక నరసింహ చౌదరి కెట్లు శుభలేఖ నంపును? కనుక నీ విషయ మసత్యమై యుండవోపును.

అమరావతిలోఁ బ్రవేశించుటకు నీయన క్రిందనున్న సామంతులు పెక్కు కానుకల సమర్పించిరని వేంకటాద్రీంద్ర చరిత్రలో నున్నదని యితరులు వ్రాసిరి.

మ. పరిగొండమ్మగ నేని కొల్వకొల సప్పారావు మల్రాజు కీ
సర మానూర్వెలిగోటిరావు కలివశ్వారావు మాణిక్యరా
వని బండీరులగడ్డ కాండ్రడగుల ముఖ్యాసంత సామంత భూ
వరు లారాయని వేంకటాద్రి విభుఁడై శ్వర్యోన్నతిన్ శోభిలన్.

ఈ పద్యమున రాయని నాయునికిఁగల సామంతుల నామములఁ జేర్కొనెను. ఇందులో సప్పారావు, మల్రాజువారు, మానూరివారు, వెలిగోటివారు, మాణిక్యారావు, ఏన్లగడ్డవా రాకాలమునఁ బ్రసిద్ధిగాంచిన జమీందారులే కాని నాయునికి సామంతులు గారు. కాన వీరెల్లరు శుభ

లేఖల నుండి నగర ప్రవేశ సమయమునకు [illegible] సమస్యాంచి యుండవచ్చును. సూక్ష్మదేశమువారా [illegible] పేరు రాచూరాడు, గేసల్లె. ఘుగ్గినట్టి [illegible] స్పష్టము. కనుక వంశ చరిత్ర [illegible] వ్రాసిన [illegible].

క్రీ. శ. 1797 ఫిబ్రవరి [illegible] నాయుడు [illegible] వారములో సమరావతిం ప్రవేశించెను. అప్పటినుండి [illegible] రాజధాని యను రావతియై యుండెను. అప్పటినుండి 20 సంవత్సరములు [illegible]. ప్రవేశోత్సవ సమయమున విద్వాంసుల [illegible] 66 అగ్రహారములు బ్రాహ్మణులకనేక మాన్యములు [illegible] స్త్రమును గట్టించి యుండు [illegible] పించెను. పాపయారాధ్యులవారు, రామునకవి 100 అగ్రహారములు ఇచ్చె నని వ్రాసిరి. రామునకవి యిట్లు వ్రాసెను.

సీ. తక్షాగ్రహారాయుతిగ్రామశతము [illegible]

అని ద్రౌపదీ పరిణయములో—

సీ. అగ్రజన్ములకగ్రహారముల్ సూమూన్ల
మఱచినాఁ డిడినవి మఱచినాఁడు

వాసిరెడ్డీయములో వ్రాసెను. పాపయారాధ్యులవారు—

సీ. అగ్రహారశతంబు లగ్రజన్ములకిచ్చి
బహుకోటులర్థముల్ పంచిపెట్టి

అని దేవీభాగవతమున వ్రాసిరి.

"అగ్రహారశతంబు నను గ్రహించి
బ్రాహ్మణులకిచ్చె నేరాజు బ్రహ్మకల్ప"

అని సుబ్బదాసు వంశచరిత్రలో వ్రాసెను.

1797 నుండి 1804 వరకు
నా య ని పా ల న ము

నాయఁ డంకానాయని దాఁచుట

నాయఁ డమరావతిలోఁ బ్రవేశించి పాలించునపు డొక విశేషము జరిగినట్లు కుంపిణీవారి రికార్డులు తెల్పుచున్నవి. 1797 సెప్టెంబరు 27వ నాఁటి దినచర్య - దేవరకోట జమీందారు పెద్ద కుమారుఁ డంకానాయఁడు నాయఁడు పేటలోని తన తండ్రి యింటిని దోఁచి కొంతసొమ్ము నెత్తుకొని పోయెను. గట్టిగా నతనిని బట్టుకొనవలసినదని కలెక్ట రాజ్ఞాపత్రమును జారీచేసెను. వేంకటాద్రి నాయఁడే యితనిని దాఁచెనని యతని రక్షణలో - అంకానాయఁ డుండెనని యనుమానింపఁ బడుచుండెను.[125] ఇట్లు లధికారుల దృష్టిలో మేధావి, తాంత్రికుఁడని తేలుచున్నది.

అంకానాయఁడు 1798లో దేవరకోట జమీందారాయెను. ఈ అంకన్న నాయఁడు పేటనుండి చల్లపల్లికిఁ దన రాజధానిని మార్చుకొనెను. చల్లపల్లిలో రు. 1,32000లు వ్యయముతోఁ గోటను గట్టెను.

(125) Guide to Guntur — 17–5–1835.

27–9–'97 – "Ankanaidu, the eldest son of the Zamindar of Devarakota plundered his father's house at Naidupeta and had absconded. The Collector's orders are requested for strict search. He is suspected to be taking shelter with Vasireddi Venkatadri Naidu."

ఇతఁడు కాశీయాత్ర చేసి [illegible] కీర్తి గట్టించెను. కాశీయాత్రలో [illegible] గొని "శ్రీమం[illegible]" [illegible] పఱిచెను. [illegible] (పుట 311) [illegible] క్రీ.శ. 1715లో పూర్తి[illegible]గాను. [illegible] అంకినీఁడు అనే [illegible] ముగ్గని అనే బిన్నువారిని ప్ర[illegible] చేసినారు. ఆ స్థలానికి [illegible] గట్టించి [illegible] విశేష ద్రవ్యముతో [illegible] వ్రాసెను.[126]

నాయని [illegible]

అమరావతిలో ప్రవేశించిన [illegible] సాగు చుచే యుండెను. శాసన ధిక్కార[illegible] (Lawless Violence) చివరకు 1798లో [illegible] 1771లో [illegible] జంగుచే వాసిరెడ్డి సంస్థానము[illegible] రాజ మౌళి కనిష్ఠ సోదరుండైన చంద్రమౌళి [illegible] నాల్గవ కుమారుడై యున్నాడు. [illegible] యుండును.[127] ఇతనినే 1785లో [illegible]. 1798లో చంద్రమౌళిని – చింతలపాటినుండి పాఱద్రోలెను. [illegible]

(126) G. Mackenzie – K. D. M. P-325.

(127) G. Mackenzie – K. D. M. P. 311. "The last instance of lawless voilence on the part of V. N. was in 1798 when he turned out of Chintalapadu Vasireddi Chandramouli, the fourth son of Peda Ramalinganna."

దినము లంతరించినవి. [illegible] 1801 లో – కృష్ణానది తీరమున [illegible] ముక్త్యాల [illegible] బంధువైన చంద్రమౌళి నాయుడు [illegible] వచ్చెను. న్యాయస్థానములు స్థాపించిన [illegible] మును స్వాధీన మొనర్చుటకు [illegible] బడెను. చంద్రమౌళి [illegible] యీయంబడుటచే ముక్త్యాల, [illegible] వశమాయెను. [illegible] నొక కుమారుండు గలండు. వీరు [illegible] పాలింపసాగిరి.

క్రీ. శ. 1780 నాంటికి [illegible] జమీందారగు [illegible] వెంకయ్య యను వారు [illegible] జమీందారగు [illegible] ముతో నల్లరులు చేయుచు [illegible] భగ్నము గావించి [illegible] 1781 లో స్ట్రాటను (Strathom) అను నాంగ్ల సేనాని [illegible], ఆండ్రుస్కాట్ అను సేనాని [illegible] లతో మకాము వేసిరి. కొన్నాళ్లకు [illegible] మాంగిపోయెను. నాయుడు వీని సన్నిధిని [illegible] ప్రయోగము సరియైనది (Might is Right) యను దినములు గతించినవని గుర్తించెను.

క్రీ. శ. 1794 నాంటికి [illegible] కౌన్సిలు [illegible] లోనికి వచ్చెను. అప్పుడే కృష్ణా, గుంటూరు జిల్లాలేర్పడెను. [illegible] ప్రభుత్వము సర్వాధికారము [illegible] చే – [illegible] సర్వాధికారులగుటచే నాయుని పరిపాలనము [illegible] లేకుండెను. ఈ కారణమున 23-3-1800 తేదీని వాసిరెడ్డి చంద్రమౌళి తనకు జమీందారీలో [illegible] నాయుడు సుముఖుండాయెను. [illegible] 1800 నాంటికి [illegible]

నట్లు గాన్పించును. 13-11-1801 నాటి కలెక్టరు, బోర్డుకు వ్రాసిన రిపోర్టునుబట్టి నాయుడు బహుమానము స్వీకరించ వచ్చినప్పుడు బాకీలు చెల్లించెనని కొల్లూరు సెటిల్మెంటును గూర్చి యడుగగా రు. 4000 చెల్లింప నంగీకార యోగ్యమైన గుత్తమును ఇచ్చు చెల్లింపు నిర్ణీత కాలమున జాగ్రత్తతోఁ జెల్లించునని యందుచే నాయనికే యీయవచ్చునని తెలియవచ్చుచున్నది.[128] 1801 సెప్టెంబరులో నాయునికి కుంఫిణీ వారు మర్యాద లొనరించిరని తెలియుచున్నది.[129]

శాశ్వతపు జిరాయతి - సంస్థాన విస్తీర్ణత

క్రీ. శ. 1802లో కుంఫిణీ ప్రభుత్వమువారు బందరు జిల్లాలో జిరాయతీ హక్కును ప్రవేశపెట్టిరి. భూములపై వచ్చు నికరపు పంటలో (Gross Produce) సగభాగము మీఁద 2/3 వంతును జమీందారులెల్ల "పేష్కసు"గాఁ జెల్లింపవలెను.[130] శ్రీ వేంకటాద్రి నాయుఁడు తన దాన ధర్మములచే, నుదారగుణములచే గ్రామకరణములు లోఁబఱచుకొనెను. అందువలనఁ దనక్రిందనున్న భూభాగములు నిజమైన విలువను గరణముల

(128) Guide to Guntur – 13-11-1801 — "The Collector reports to board that Vasireddi, when he came to receive presents paid the whole dues. When he was asked about the settlement of the Kolluru village, he agreed to pay a rent of Madras Rs. 4000. This is a reasonable sum and the village may be rented to him for some years as he is very prompt in payment of Kist."

(129) Ibid – 9-01. — Honours for V. V. N.

(130) Guide to the records of Machulapatam District - Vol I - P-4. "In 1802, Government introduced permanent settlement in the Machulapatam District. Each Zamindar has to pay a Peshcash calculated on 2/3 of the half the gross produce of the lands."

పలుకు బడిలో దాఁపఁగలిగెను. దీనిప్రకారము మదరాసు ప్రభుత్వము వారికడఁ దన కనుకూలించు సక్రమమైన జిరాయతీ హక్కును సంపాదించెను. ఇట్లు విశేషాదాయమును గ్రామములనుండి సంపాదించెను.[131] కరణములు దాఁచిన లెక్కలనుగాక "శాశ్వత జిరాయతీ [illegible] చెల్లించు సొమ్ము మితముగానుండ మదరాసు రెవెన్యూబోర్డు తగ్గించెను. రాజోచితముగా వ్యయ మొనరించుచున్నను ధన సమృద్ధి గలిగి తన భూభాగము ననేకవిధముల నభివృద్ధి గావించెను. [illegible] ముక్త్యేశ్వర నాయనిగారి చింతలపాటి సంస్థానాధీనులు తమ [illegible] నాయనికే చెల్లించుట, నాయఁడు మొత్తము గలిపి కంపెనీ వారికిఁ జెల్లించుట జరుగుచుండెను.

రేపల్లె జమీందారులగు మాణిక్యారావు [illegible] ఋణగ్రస్తులై యప్పునకుఁ జెల్లఁగా సంగపురమును, [illegible] నిమిత్తము విక్రయించిన కొల్లూరు నిజాము పట్టణములను గొని [illegible] కొండ జమీలోని గొప్ప భూభాగమును గుత్తకుఁ దీసికొనెను. [illegible] ప్రాంతమునఁగల ఇనగుదురు, ఆకులమన్నాడు, అంబదీపులు, [illegible], మేడూరుఘాట్, జమలావాయిలోని భూభాగమును [illegible]

(131) G. Mackenzie - K. D. M. P-312. "In 1802, when the permanent settlement was made, he had influence sufficient over the village Karnams to conceal the real value of the territory under his control and so obtained an unduly favourable settlement from the Madras Government. He thus derived a large income from his villages." Ibid 348. "Especially that of V. V. N., Peshkush was not only fixed too low, being based on fictitious accounts but was still further reduced by the Board of Revenue of Madras, anxious that the permanent settlement should be moderate."

వరములోని యుత్తర భాగమునకు [illegible] కొనని
మెకంజీ వ్రాసెను.[132]

రాచూరి జమీందారులకు [illegible] వంగిపురము సంతును [illegible] చున్నవి. వంగిపురము కైఫీయతులో [illegible] ప్రవ్యాసనరమునకై వారి 22 గ్రామములు [illegible] నుంచిరని యున్నది. ఇది విక్రయముగా [illegible] కైఫీయతులోను [illegible] ఫ. 1214 లో (క్రీ. శ. 1804) వాసిరెడ్డివారికి [illegible] జెల్లుచున్నదని యున్నది. ఫ. 1211 (క్రీ. శ. 1801) లో [illegible] వేలము వేసిరని నాయుడు కొని ఫ. 1224 [illegible] యున్నది.[133] 1804 (ఫ. 1214) లో [illegible] 22 గ్రామములు కొన్నట్లు కైఫీయతులు [illegible]. (L. R. 3) కొల్లూరు పూర్వము నూజవీడు వారికింద నుండెను. [illegible] దీనిని గొనెను. అన వేమన కొల్లూరు [illegible]. నిజాము పట్టణము కైఫీయతునుబట్టి 1803 లో నిజాము పట్టణమును

(132) G. Mackenzie – K. D. M. P–132 "Although his expenditure was on a princely scale, he was able continually to add to his territory. He took the Vangipuram quarter of Repalle Zamindary in satisfaction of a debt due by the Manikyarao family. He purchased Kolluru and Nizampatnam, sold for arrears of revenue, and rented a great part of the Vinukonda Zamindari. On the Machulipatnam side of the river, he purchased 'Inaguduru, Akulamannadu, and the six islands, Kaldindi and part of the Medurghat and Jamalavayi territory along with other lands in the Rajahmundry district." See also Iliot's report.

(133) L. R. 56 — జిలాయపురము కైఫీయతు

సర్కారు వేలము వేసి [illegible] నాయని [illegible]. 1803లో – కుంపిణీవారు కొన్ని గ్రామములను వేలమునకు [illegible] గాని శాశ్వత భూసనాదారుల [illegible] ఇచ్చి [illegible] వింజమూరు [illegible] శాశ్వత జైఫీయతు [illegible]. [illegible] నాల్గు లక్షల [illegible] గుమ్మకొండ [illegible] "[illegible]" బిరుదము [illegible] వున్నది, [illegible] నిచ్చెను. శాసనములో [illegible] 1802 [illegible] లను, గ్రామములను మాన్యములు [illegible] విక్రయించుకొనెను. [illegible] "క్రీ. శ. 1802 [illegible] సంబంధము [illegible], [illegible] ఇనుమామూలు సర్కారు 204, [illegible] రాంపుపాడు, [illegible], [illegible] రాయని [illegible]. [illegible], [illegible], [illegible] సర్కారు 344, [illegible] నాల్గు గ్రామములు [illegible] జాగీర్దారీ వలన [illegible] గ్రామములను [illegible] అని కలదు. [illegible] 552 గ్రామములు [illegible] కాని వలయములో 551 గ్రామములు సర్కారు [illegible] కొండవీటి కైఫీయతులోనిచట్టి మార్పులు [illegible] ములను [illegible] క్రింద 18 గ్రామము లుండినట్లు "[illegible]" [illegible] 18 గ్రామములు జాగీరని [illegible] "[illegible]" [illegible] నని తెలియుచున్నది.[134] [illegible], [illegible] సరించి ముగ్గురు [illegible] చున్నవి. [illegible], [illegible] నగరని పేర్లు గలవు. [illegible] గ్రామ [illegible], [illegible] గ్రామముల [illegible]

(134) L. R. 14 కొండవీటి కైఫీయతు.

వచ్చియుండును. ఇతఁడు నైజాము వద్ద మూఁడువేల [illegible] మన్సబుదారి నంబెనని శాసనము. చింతపల్లి సంస్థానములో గల [illegible] సంస్థానములోని భాగమగు నంగనూరమును, కొల్లూరు, సిరిపల్లి [illegible] గొనెనని సర్ వాల్టర్ ఇలియట్ కైఫీయతు వ్రాయుచున్నది. కృష్ణ పశ్చిమప్రాంత ములలోను గ్రామములుండుట మనకు తెలియుచున్నది. చింతపల్లిలో నివసించు వాసిరెడ్డి జమీందారులకు [illegible] సంతరావూరు గ్రామములు గలవని [illegible] సత్తెనపల్లి తాలూకా మధ్యలో 2 గ్రామములు గలవని వ్రాసెను. వేంకటాద్రి నాయనికి "హవేలి" రాజా అను పేరుగలదు. హవేలి గ్రామములను గొనుచుండెనని మెకంజి వ్రాసెను. మచిలీపట్టణములోని వీరు గట్టించిన భవనమును హవేలీ భవనమందురు.[135]

నాయని సంస్థానములో వజ్రములు లభించు గల గ్రామములు గలవు. కృష్ణానదీ తీరమునఁగల కొల్లూరును [illegible] గోల్కొండ రాజ్యములోఁ గలిపెను. ఇచట లభించిన శాసనము వలన [illegible] - కొండిలూరు, కొడంలూరు, అని పిలువబడుచుండెను. ప్రస్తుతము కొల్లూరుగా మారినది. "టావర్నియరు" అను ఫ్రెంచి యాత్రికుఁడు క్రీ. శ. 1645లోఁ జూచెను. తిరిగి 1653లో - కొల్లూరు గనులలో [illegible] వజ్రమును గాంచెను. అది యండాకారముగా, నిర్మలముగా నున్నదని [illegible] మైనది 36 మాంగలీనుల బరువని (6½ క్యారెట్లు) [illegible] వ్రాసెను. ఇచటనే కోహినూరు వజ్రము లభించెను. ఈ గ్రామము కోట కేతరాజు పాలనమునుండి విఖ్యాతి గడించుచున్నది. ఇంకను వీరి రాజ్యములోని కొండపల్లి కల్లూరు గ్రామములో [illegible]

(135) G. Mackenzie – K. D. M. – P-348 "V. V. N. was called in Machula the Haveli Rajah and a large building he erected in that town was known as the Haveli Kacheri. He brought also Haveli lands – V. V. N. brought the Haveli lands of Kondapalli, the Nizampatnam Haveli and the Akula Mannad and Inuguduru Havelis near Machula."

వర్తించుచుండెను. ఇతఁడు రత్నపరీక్షయందు నిపుణుఁడు. ఇతఁడు [illegible]లో నివసించును. (శ్రీ) [illegible] భోజనాదులు చేయుచుండెను. [illegible] న్నాఁడు కొండవీటికంటె వాసియగు గొప్పదగు [illegible] యేటిలో [illegible] [illegible] దీసికొనెను. [illegible] నాయఁడు రత్నగజాశ్వములతో గొల్లని వెంట నిడుకొని [illegible] కేగి యచ్చోట నగరమును రాజ్యస్థానముగా జేసి [illegible] యమరావతికి వచ్చెను. కొండవీటిపల్లి [illegible] [illegible] గెలిచెను. ఈ యమరావతికి [illegible] దూరములోను నున్నది. ఆ [illegible] చింతపల్లి [illegible] గొల్లఁడు కొండవీటి [illegible] నవ్వి [illegible] వెంటనే వెళ్లి యమూల్యములగు వజ్రములు [illegible] చుట [illegible]. కాని [illegible] చింతపల్లిలోఁ గాక యమరావతిలో [illegible] యున్నవి.

వినుకొండ [illegible] వజ్ర, వైడూర్య, [illegible] గోమేధిక పుష్యరాగ, ముత్యాలు [illegible] రాజున కట్టి యధికారమిచ్చిరని [illegible] టచే కోట [illegible] రాజధాని [illegible] వచ్చెనని [illegible] గ్రామము [illegible] తెల్పుచున్నవి. (I. R. 56) ఇట్టి గ్రామములు [illegible] పాలనలో నుండుటచే [illegible] వాని కిచ్చుటకు ప్రజలన్న ముందు [illegible].

నాయని రాజ్యములోని కొన్ని గ్రామములు [illegible] సంపాదించెను. కొన్నిటిని నాయని తండ్రియగు జగ్గన్న [illegible]. శత్రువుల చేతులలోఁ బడిన కొన్నిటిని మరల నాయఁడు [illegible] చక్కఁగాఁ బాలించెను. ఇతఁడమరావతిలోఁ గీర్తిధ్వజమును [illegible]చెను. చనిపోవునాఁటికి వెనుక చెప్పిన గ్రామములు [illegible] నుండెను. 50 లక్షల [illegible] రూపాయలు [illegible]

నిలువ యుంచెను. [illegible] యున్న రాజభవనము మున్నగునవి [illegible] నవి.

లాభము, చేకూర్పులు, [illegible] ములు లభ్య[illegible] నాట్లు చేసెను. [illegible] స్థలములు బాగుచేయించుచుండెను. [illegible] న్నది. ఇట్లు విశేష [illegible] ను, ఎన్ని వ్యయము లొనరించినను, [illegible] రము భరి ధనాగారమునకు [illegible] వలన బలవంతుడై [illegible]. అట్టిదైన నాయునికి [illegible].

సంస్థాన [illegible] గ్రామ [illegible] లను, వేలములో వచ్చిన గ్రామములను, [illegible] గ్రామ ములను గాని వానికి [illegible] ప్రభుత్వమువారి జోక్యము [illegible] దప్పకుండ నిశ్చయముగా చెల్లించుచుండెను. [136] [illegible] నాయుడు [illegible] తలంచి ముందుగా [illegible] వీరికిగల గుంటూరు, బందరు, రాజమహేంద్రి [illegible] గ్రామములు పాలకుడై సకాలములో [illegible] వసూలు చేయుచుండుటచే ప్రభుత్వమునకు "[illegible]" ప్రకారము కప్పము చెల్లించుచుండెను. [illegible] విధేయుడై వారి శాసనము [illegible] యిట్లు వ్రాసెను.

(136) G. Mackenzie – K. D. M. — P. 312 "In paying the Peshkush due on all these lands, he was always punctual, so to avoid going any pretent to Govt. for interference."

చం. స్వాకృతవిభుత్వవేళను [illegible]
త్యకలితమై విసర్గ్రనులరారుటు [illegible]
యి కలుగ వారిచేస్వామహా [illegible]
త్సవలుగి వేంకటాద్రి [illegible].

కుంపిణీవారి గిల్లా దొరగారి [illegible] 1801 [illegible] 9వ [illegible] 20వ తేదిని వారణాశి కేగుట కనుజ్ఞ [illegible] యును.[137] కలెక్టరు నాయునికి [illegible] వ్యయము [illegible] గూర్చి [illegible] రాది బాధలం గూర్చి [illegible] కింకను యుద్ధములు జరుగు [illegible] యుండెను. విషయములు [illegible] రెండవ మహారాష్ట్ర యుద్ధము [illegible] 1803 [illegible] పలుకుబడి [illegible] నేర్పడెను. [illegible] బోయినం బిగిరాని [illegible]. 1802 [illegible] 21న [illegible] శ్రీరంగము, రామేశ్వరయాత్రకు [illegible] కోరెను.[138] కలెక్ట [illegible] "[illegible]" [illegible] తింపలేనని [illegible]. [illegible] (6-9-1803 [illegible]) [illegible] నాయుడు యాత్ర సల్పెను.

---

(137) Guide to Guntur – 9-6-01, 20-6-01, Pilgrimage to Benares-Collector's permission to go, - But expenses - permanent - settlement expenses – inconveniences etc."

(138) 21-7-02 — Pilgrimage to Sreerangam and Rameswaram-Guntur Collector sends V. N.

దత్తపుత్ర యోగము

క్రీ. శ. 1783లో వేంకటాద్రినాయుడు రాజ్యమునకు వచ్చి పాలనము సాగింపనెంచి పినతండ్రి, పినతండ్రి కుమారులును నాగన్న, చంద్రమౌళి యనువారలం చింతపల్లికోటలో బంధించెను. వీరు 1794లో – కుంపిణీవారి జోక్యమువలన విడుదల పొందిరి. వారికి రాజ్యాధికార మొసంగక పోయినను నాగన్న వరుస పాలనమునకుం జంద్రమౌళికిం బ్రభుత్వమువారు భృతిని స్థాపించిరని మెకంజీ వ్రాసెను. నాయునికిం బుత్రసంతతి లేనందున – అప్పుగన్న [illegible] సన్ను కములు గలవాండగుట 1798లో – చంద్రమౌళి కుమారుండగు జగన్నాథబాబును, మొదటి భార్యయగు వెల్లమాంబా సమేతుండై దత్త పుత్ర స్వీకారము గావించుకొనెను. ఇట్లు పుత్రులులేని కొఱంత దీర్చుకొనెను. ఈ బాలుండు రామనాథబాబుకంటె సుమారు పెద్దవాండు.

నాయని ద్వితీయకళత్రమగు పార్వతీదేవికి సంతానము లేదు. ఆమెయుం దనకు దత్తపుత్రుని బ్రసాదింపుమని కోరంగాను క్రీ. శ. 1807లో నాగన్న పుత్రుండగు రామనాథబాబును బాలుని పార్వతీ సహితుండై దత్త పుత్ర స్వీకారమును గావించుకొనెను. వీనింబట్టి నాయనికి నాగన్న, చంద్రమౌళులందు ద్వేషభావము లేదని మెకంజీ వ్రాతలు సత్యముగానున్నట్లు దోంచుచున్నవి.[139] మొదట శత్రువనిపించుకొన్న వేంకటాద్రి నాయండు దాయాదులకు మిత్రుండాయెను.

(139) **G. Mackenzie – K. D. M. — 'He seems to have borne no active ill will towards the two cousins, who were released from imprisonment at Chintapalli in 1794."**

చంద్రమౌళి రెండవ కుమారుఁడగు జగన్నాథబాబు 1797 సం చంద్రమౌళికి జన్మించెనని 1798లో దత్తుగయని 1803లో వివాహ - అచ్చమ్మ రంగమ్మయను నిరువుర బాలికల బెండ్లి చేసెనని యిట్లే 1806లో రామనాథబాబను కుమారుఁడు నాగన్న యనఘ పాపయ్యకుఁ గల్గెనని రామనాథబాబునుగూడ 1807లో దత్తత స్వీకరించెనని మెకంజీ వ్రాసెను.[140] 1816 సెప్టెంబరు 16వ తేది నాయుఁడు మరణించెను. తనతండ్రి చనిపోవునాటికి పెద్దవానికి 19 సం. 3 నెలలు వయస్సని కంపెనీ రికార్డులు తెల్పుటచే నితఁడు 1797 జులైలో పింగళినామ సం॥ ఆషాఢ ములో జన్మించెనని తోఁచుచున్నది. రామనాథబాబునకుఁ దండ్రి మరణించునాటికి 16 స. 3 నెలలు ప్రాయమని పై రికార్డులు తెల్పుటచే నితనిజననము 1800జూను రౌద్రి జ్యేష్ఠమాస మగుచున్నది. కనుక మెకంజి వ్రాసిన జననకాలము 1806 కాదనుట స్పష్టము. ఈతఁడు నాగన్నకు రెండవ కుమారుఁడే. సాధారణముగా జ్యేష్ఠుని దత్తస్వీకారమున కొసంగరాదని హిందూ ధర్మశాస్త్రములు నుడువుచున్నవి. దీని ననుసరించియే నాయుఁడు దత్తత గ్రహించెను. నాయునికి సంతతిలేమి శాస్త్రప్రసక్తిఁ దలఁచి దత్తత చేసికొనెనని సమకాలీనులగు [illegible] రాధ్యులవారీ క్రింది పద్యముల వ్రాసిరి.

సీ. విబుధ దేవేంద్రుఁడౌ వేంకటాద్రీంద్రుఁడు
సంతతిలేమి శాస్త్రప్రసక్తిఁ
దలఁచి పితృవ్యసంభవుఁడైన మాళయ్య
పాపయ్య సుతులకుఁ బుట్టినట్టి
యిజ్జగన్నాథమణిగుని రామనా
థాఖ్యుఁ దోడ్తెచ్చి పౌత్రులుగఁ

(140) Ibid – P. 313 "So also when in 1806, a younger named Ramanatha Babu was born to the other cousin, Naganna, Alias Papayya, Raja Venkatadri in 1807 adopted this boy also as his son."

జేకొని యిరువుర చేతుల నన్యోన్యగ్ర
ముద్ధి నొసఁగి కృతార్థనృపత్తిఁ
గన్న కొమరులకన్నను గన్నులఁ దమఁ
గన్న కొమరులు వారలు గ్క-భిక్షవ్తి
దంప్రసులకుఁ గూర్మిస్ఫూర్తి తెలఁగినసఁ
జెలువొసంగిన చేగంపుఁ జెట్టులనఁగ.

రామనకవియు నీయన చేసికొన్న గొప్ప పనిం గూర్చి యిట్లు వ్రాసెను.

ఉ. బాపురె నిస్తుసూజవిభవమ్ము నిరర్గళవూమమఁ గీర్తిలా
శ్రీనృపతి వేంకటాద్రి నృపశేఖరుఁ డొప్ప పవిత్ర్యాంగమాదన
శ్రీపరమానురక్తిఁ దనజ్యేష్ఠకనిష్ఠ పవిత్రనృపుత్రులా
పాపయ చంద్రమౌళులను వారి తనూజుల నిర్వురన్ రహిన్.

సీ. సభ్యోక్త ధర్మశాస్త్రప్రకారమ్మున
నంగీకరించెఁ దా నాత్మజులుగ
వారిలోఁ బ్రాయంపు వ్యత్యయస్థితిఁబట్టి
ఘను జగన్నాథశాంబనిను వాని
జ్యేష్ఠునిగా నిజజ్యేష్ఠ పురంధ్రికి
నలరామనాథశాంబను కుమారు
ని గనిష్ఠునిగ స్వకనిష్ఠపురంధ్రికి
నిడువురు సతులకు నిరువురాత్మ
జులఁ గ్రమంబున దత్తతనలవరించె
స్వాన్వయం బభివృద్ధిగానంతఁ దత్కు-
మారులిర్వురు రామలక్ష్మిజాలమాక్కి-
మహితచర్యల నభివర్ధమానులైరి.

ద్రౌపదీ పరిణయమున నిట్లున్నది.

శా. ప్రఖ్యాతంబగు వాసిరెడ్డికుల సంప్రాప్తోన్నత [illegible]
ప్రఖ్యాతంబుగ [illegible]
విఖ్యాతోన్నత [illegible]
ప్రఖ్యాతంబుగ విప్రసత్కారముని [illegible].

సీ. నిజమహోత్కృష్ట కనిష్ఠపుత్రు [illegible]
భవ్యాంబుమునట్టి [illegible]
మహాళులన్ వాసికుమారుల నిచ్చి
సంగీతనిరంతర దానాత్మజులగ
వారిలో నొక్కకన్న అచ్చమ్మను బట్టి
ఘనుడు జగన్నాథబాబునకు వాని
నగ్రజుండునుసగా నలరామనాథ బా
బునువాని రెండవ తనయునిగను
మార్చివారల స్వగ్రామమున్ వెలయు
నతుల కీర్తిసౌఖ్య సుగుణముల నిడు
పట్టెపై హారి దుక్కాణిజాంబవారలు గెలువ
బంచశర సౌఖ్యమును గలిగించినట్లు.

నాయుడుగారు ఇరువురి జనియించి రాజకీయము నేర్పించి బుద్ధిమంతులం జేసెను. పుత్రులవిశేషము కుశాగ్రబుద్ధి కోనుటయేగాక భుజశౌర్యములు గల్గి తండ్రి భక్తితో [illegible] మెలగుచుండిరి. వారలు సకలా వంతులైన [illegible] రాజపుత్రికలం [illegible] పరిణయ మొనర్చెనని వెంకటాద్రినాయని చరిత్రనూ చున్నది. [illegible] ప్రాంతలంబట్టి జగన్నాథబాబున [illegible] తండ్రి [illegible] నిరువురం బెండ్లి చేసెనని తెలియుచున్నది.[141] [illegible] భావములు లేనివాడును పూర్వాచారపరాయణుడని చెప్పబడుచున్నది.

(141) G. Mackenzie – K. D. M. – P. 313 — "And in 1803, married him to two girls, named Atchamma and Rangumma."

టీకాల వైద్యము

"ఎడ్వర్డు జెన్నరు" అను నాంగ్లేయుండు మశూచికమునకు నారంభ టీకాలు వేయుటఁ గనిపెట్టెను. ఇతఁడు 1749 మే 17వ తేదిని జన్మించి 1823 జనవరి 26వ తేది మరణించెను. 1769 లో జాన్ హంటరు అను వానియొద్ద శిష్యుఁడుగాఁ జేరెను. 30 ఏండ్లు పరిశోధన మొనర్చెను. 1780 నాఁటి కింతను బరిశోధనము గావించుచు 1799 నాఁటికి టీకాలు వేసిన మశూచికము రాదని నిర్ధరించెను. నెపోలియను సమకాలికుండై యితఁడు వాని ప్రశంసలనందెను. 1799 లో టీకా లింగ్లాండులో నారంభమై 1801–1804 మధ్య మన దేశమున వ్యాపించెను. 6–6–1801 21–12–1801 నాఁటి కుంపిణీ రికార్డుల ననుసరించి గుంటూరు కృష్ణా మండలములలో మశూచి తీవ్రముగా నున్నట్లు వేనవేలు జనులు మరణించుచున్నట్లు తెలియును.[142] టీకాలు వేయు పద్ధతి యప్పుడే మన రాజధానిలోఁ బ్రారంభమైనది. ప్రజలు టీకాలు వేయించుకొనుటకు జంకు చుండిరి. శాస్త్రీయ పద్ధతి నభిమానించువారు లేరైరి. ఈ చికిత్సను బ్రోత్సహించు బ్రాహ్మణ వైద్యులకు బహుమానముల నిత్తుమని కుంపిణీవారు ప్రకటించిరి. ("**But suggest the grant of rewards to intelligent Brahmin doctors who are prepared to come forward to encourage the system.**)"

అపుడు "క్లైవు" మదరాసు గవర్నరుగానుండి నాయనిగారిని పిలిచి దీనిఁ బ్రచార మొనర్పఁగోరెను. నాయఁడు ముందుగా టీకాలు

(142) Guide to guntur – 21-12-01, 6-6-01, small pox.

వేయించుకొని దీనివలన హాని గలుగదని ప్రజల కుద్బోధించెను. దానిచే ప్రజలెల్లరు గుర్తించి యాచికిత్సను జేయించుకొనిరి. దీనిచే వేలకొలది రక్షింపఁ బడిరి. వేంకటాద్రి నాయని ధర్మపరత్వమును జూచి క్లైవు మెచ్చుకొని 500 తులముల వెండి పళ్లెమును, అత్తరుదాన్, పన్నీరుదాన్, పాన్ దాన్ అనువానిని సబహుమానముగా సమర్పించెను. ఇది 1804 లో నీయఁబడెను. దీనితో నొక సర్టిఫికెట్టును సహితము యొసఁగెను. వాసిరెడ్డి వారు దాఁచిన ముద్రిత పత్రమునుబట్టి, కామాసికవి పద్యములఁబట్టి వేంకటాద్రీంద్ర చరిత్రనుబట్టి తెలియుచున్నది. పాన్ దాన్ వగైరా వస్తువు లన్నియు నాయని వంశీయులకడఁ గలవు.

ముద్రిత పత్రమున నిట్లున్నది. "ప్రేమస్వరూపుఁడైన భగవంతుని పేరుతో – సర్వశక్తివంతమైన ప్రాగ్దేశసంఘము సహాయమున ప్రజాభిమానము నందిన, ఘనమైన లార్డు క్లైవు సాహేబు బహదూరు పరిపాలన కాలములోఁ బ్రబలతరమైన యంటువ్యాధియగు మశూచికము సోకిన ప్రాంతములందెల్ల వ్యాపించిన దినములలో – చింతపల్లి జమీందారగు వాసిరెడ్డి వేంకటాద్రినాయఁడు చేసిన సహాయపూర్వక సాహాయ్యసహకారముల వలన సత్సంకల్పము వలన సామాన్యప్రజలయెడఁగల మానవత్వపూర్వకమగు శ్రద్ధవలన వారి సేవల జ్ఞాపకార్థము మొగల్లు జమీందారు మూలమున 1215 హిజరీ శోభన 16వ దినమున నేఁడు యీయఁబడినది. మనస్సాక్షి సమ్మతము, సత్యసమ్మతము గల విశ్వాసముతో నీ పళ్లెము వారికి బహూకరించఁబడినది." (ఇది సరియైన యనువాదము).[143] ఇది క్రీ. శ. 1804 అగుట నిశ్చయము.

(143) వేంకటాద్రి నాయని వంశీయులు దాఁచిన ముద్రిత పత్రము

In the name of the loving God.

On behalf of the powerful East India Company during the administration of the popular and Majestie Lord Clive Sahib Bahadur, with due sympathy, conciousness and sincere belief in respect of the hearty co-operation and assistance rendered in the time of great epedimic small-pox by Vasireddi Venkatadri Naidu, Zamindar of Chintapalli in the surrounding Taluks and in consideration of his good will and humane interest in human lives, this tray is Presented to him in token of his services through Zamindar Mogalla on this day of Shoban of 1215 of Hizary.

రామన్నకవి వాసిరెడ్డీయములో క్లైవు గవర్నరుగా నున్నపుడు మశూచిక సమయమునఁ జేసిన సేవకై నాయనికి రౌప్యపు బళ్లెర మొసంగెనని వ్రాసెను.

మ. కలితస్ఫోటక రోగహారియగు టీకాసైవ్యయుం గ్రాంపు సం
దలిదీ హిందువులొప్పకున్న హితబోధన్ వశ్యులం జేయ రం
జిలి యవ్వానికి క్లైవుగొనరు ఘటించెన్ రౌప్యపుం బళ్లెరం
బులు నేతాదృశ వేంకటాద్రి నృపమాన్యుం డెన్న సామాన్యుఁడే.

వేంకటాద్రీంద్ర చరిత్రకర్త "బ్రిటిషువారి మన్ననలకుఁ బాత్రుఁడైన క్లైవు భారతావనియందున్న సమయమునఁ గృష్ణా గుంటూరు మండలములందు స్ఫోటక మతివ్యాప్తినంది వేనకువేల నాంధ్రులను వన పొట్టఁ బెట్టుకొనుచుండెను" అని వ్రాసెను. వీరి యభిప్రాయ ప్రకారము క్లైవు రాబర్టు క్లైవు గాఁగలఁడు. బ్రిటిషువారి మన్ననలకుఁ బాత్రుఁడై నవాఁడు రాబర్టు క్లైవు. ఇతని జననము 1724. వీరు 1744 లో మదరాసు వచ్చి కుంపిణీ వారికి లేఖకులుగాఁ బనిచేసిరి. క్రమముగా సేనాధికారియై యనేక యుద్ధముల జయముగాంచి 1757 జూను 23వ తేదీ జరిగిన ప్లాసీ యుద్ధానంతరము బెంగాలులో రాజ్యమును సంపాదించి 1758 లో బెంగాలు గవర్నరాయెను. 1760 ఫిబ్రవరిలో నింగ్లాండున కేగి యట 1765 వఱకుండెను. రెండవసారి 1765లో వచ్చి బెంగాలు గవర్నరాయెను. తిరిగి 1767లో నింగ్లాండు చేరెను. అచట 1774 లో – ఏఁబదవ యేటఁ దుపాకితోఁ గాల్చుకొని చనిపోయెను. 1774 నాఁటికి వేంకటాద్రి నాయఁడు 13 సంవత్సరముల బాలుఁడు. నాయని పట్టాభిషేక సమయమున (1783) రాబర్టు క్లైవు మరణించెను. క్లైవు మరణమునాఁటికి జెన్నరు టీకా వైద్యమును గన్పెట్టలేదు. కనుక నాయనికి వెండిపళ్లెమిచ్చినది రాబర్టు క్లైవు కాదు. లార్డు క్లైవని పేరుగల మఱియొకఁడు 1798–1804 వఱకు మద్రాసు గవర్నరుగా నుండెను. కనుక నాయనికి వెండిపళ్లెము, సర్టిఫికెట్టు మున్నగునవి యిచ్చినది బ్రిటిషు సామ్రాజ్య సంస్థాపకుండగు రాబర్టు క్లైవుగాక లార్డు క్లైవు మాత్రమే. రాబర్టు క్లైవు మదరాసు

గవర్నరుగా నుండలేదు. శాసనముసంగూడ మద్రాసు [illegible] వలన తబఖు అత్తరుదాన్, పానదాన్, పన్నీరుదాన్ [illegible] మతుల నందెనని యున్నది.

క్రీ. శ. 1804 సెప్టెంబరు 17వ తేది [illegible] పరిశీలింప టీకాలు వేయించుకొన్నవారిని గూర్చి, [illegible] గిన ఫలితములఁగూర్చి బోర్డువారు వైద్య సంఘమువారి [illegible] ప్రచారముచేసినట్లు కాన్పించుచున్నది.[144] 1893 మార్చి [illegible] వేంకటాద్రి నాయనికి మశూచికము వచ్చినట్లు [illegible] తెల్పుచున్నవి. (Guide to the records of the Machulipatam District-Vol. II P. 112.)

---

(144) Guide to Guntur – 17–9–1804 — Small-pox inocculation.

The Board communicates the copies of the proceedings of the Medical Board an abstract statement of cases vaccinated by them and the general report of the Medical Board on the effect of vaccination in all parts of the Presidency.

Vol 2953 – 417 –67.

ఆస్థానకవులు - కవితాగోష్ఠి

వేంకటాద్రి నాయని సభలోఁ దొమ్మండుగురు కవులు గలరను వినికిడి గలదని చెళ్లపిళ్ల వేంకట శాస్త్రులవారు వ్రాసిరి. అష్టదిగ్గజములుగలరని కొందఱు వ్రాసిరి. ఇది సత్యసమ్మతముగానున్నది. సంగమేశ్వర శాస్త్రియను నామాంతరముగల పాపయారాధ్యులవారు సంస్థాన పండితులలో విఖ్యాతి గాంచినవారు. ఏ సమస్యనైనఁ ద్రుటిలోఁ బూరింపఁగల విద్వత్సార్వభౌములు వీరు. ఇతఁ డక్షరాభ్యాసము చేసిన గురువు కాకపోయినను బంచాక్షరీ మంత్రోపదేశ మొనర్చిన గురువుగాఁ గాన్పించు చున్నది. వీరు 1770లో జన్మించి 1852లో మరణించినట్లు తెలియుచున్నది.

భార్యావియోగము ప్రాప్తించినపు డేకప్రాసతో 27 పద్యముల నాశువుగా రచించెనని నాల్గవ చరణము "ముక్తిద్వారము తల్పుదీయఁగదె చాముండా! జగజ్జీవనీ" యను మకుటము గలదై భార్యకు ముక్తి గల్గించు నుద్దేశముతో రచింపఁ బడెనని పెద్దలు చెప్పుదురు. అసూయాయత్తచిత్తులగు తోటిపండితులపహాస్యముగా నిక్కడ నితఁడు పద్యములతో ముక్తిద్వారము తీయుమన్నంత నక్కడ జగజ్జనని తల్పు తీయునా! సంగీతమునకుఁ జింతకాయలు రాలునా! యని పల్కిరఁట. నాయఁడట్టి కవులతో నాకును నమ్మకముగలదని వాదించెను. పండితులు వినక "అయ్యా! పరలోకమునందలి ద్వారము మాట

యటుంతము. ఈ లోకము నందలి యమ్మవారి దేవళము గాలిగోపుర మూయించి పరీక్షింప వలసినదని పల్కెను. అట్లు తలుపులు మూయగా నాతని పద్యములు చదివింప దొడగెనే యనురాగవతి [illegible] దేవాలయ ద్వారములు తెరచుకొనెనని కొందరు [illegible] శాస్త్రిగారు వ్రాసిరి. తాడేపల్లి వేంకటప్పయ్య శాస్త్రిగారు విరచిత [illegible] సర్వమధురమను గ్రంథపీఠికలో నున్నది. ఏకామ్రనాథస్తవమున [illegible] గించు మణిమేఖలకథ దేవీ భాగవత పీఠికలో నున్నది. ఇవి యెంతవరకు సత్యములనుట కెంతమాత్రము వలనుపడదు.

వీరికి మొదట వేమనారాధ్యుల సంగమేశ్వర శాస్త్రి యను పేరు గలదు. వాసిరెడ్డి చంద్రమౌళి - అహల్యాసంక్రందనము [illegible] మిచ్చినట్లు

గీ. అట్టిసాహస విక్రమార్కాంకమైన
వాసిరెడ్డ్యన్వయాగ్రగణ్యాఖ్య భవవిభుండు
చంద్రమౌళీంద్రభూపాల జనవిభుండు
కొలువుదీరి మహోత్సవానందుఁ డగుచు.

పిలిపించెనని కృతినిమ్మనుమని కోరఁగా దీని నిచ్చెనని యున్నది. సర్వమధురగ్రంథ పీఠికలో గల్పించిన గ్రంథముల పట్టిక యున్నది. 1. అహల్యాసంక్రందనవిలాసము 2. వేమనారాధ్యచరిత్రము 3. రసిక హృదయానురంజనము 4. శంతను చరిత్ర 5. ఘటోత్కచచరిత్ర 6. సూర్యాత్మజా పరిణయము 7. సర్వమధురము (అచ్చతెనుఁగు) 8. దేవీభాగవతము. ఇక సంస్కృతములో 1. కళ్యాణచంపువు 2. [illegible] చంపువు 3. ఆర్యాశతి శివస్తోత్రము మున్నగునవి. [illegible] సంస్కృతాంధ్రముల శతాధికగ్రంథములు వ్రాసెనని మనుమలు వ్రాసిరి. సర్వమధురములో వేంకటాద్రి నాయుని పేరు లేక జగన్నాథబాబు పేరుండుటచే నీ గ్రంథము 1816-1825 మధ్యకాలమున రచింపబడి యుండవచ్చును. భార్య మరణించినపుడు వ్రాసిన చాటువులకా స్వత

రూప తారావళి, అవసానదశను గూర్చి వ్రాసిన పద్యములు దేవీభాగవత పీఠికలో నున్నవి. ఈయన కుమారుడగు వియ్యన్నారాధ్యులు మను మఁడు బసవయ్యశాస్త్రియు విద్వత్కవులై యుండిరి. వీరి పద్యములు దేవీభాగవత పీఠికలో నున్నవి. పాపయారాధ్యులవారి విద్యా గురువు శ్రీ శంభులింగము. శివస్తోత్ర నక్షత్రమాల

అంబుధినిషంగ చాముండికాంతరంగ
చంద్రధవళాంగ క్రౌంచాచలేంద్రలింగ

అను రెండు చరణముల మకుటముతో నున్నవి. శ్రీశంకరస్వామి స్తవ ములో

పుష్పగిరిపీఠసంస్థాన పూజ్యమాన
మన్మతస్థాపనాచార్య సర్వవంద్య
శంకరనృసింహ భారతీస్వామిహృత్సదయ
జలజదళమధ్యచర సేళి చంద్రమౌళి.

యను మకుటము గలదు. ఇంకను, కనకదుర్గా స్తవము, మల్లికార్జున స్తవము, కలితగుణవర్గ బెజవాడ కనకదుర్గ, బెజవాడ మల్లికార్జునలింగా, యను మకుటములతో నీ రెండు స్తవములను

“ప్రస్థానావసరంబు డాసెదటే కేర్పు స్నిపసూ భ్రామరీ!”

యనుమకుటముతో భ్రామరీ స్తవము నవసానదశయందు వ్రాసిరి. సాహిత్య విద్యావిశారదుఁ డగుటయే కాక సాహిత్య రసపోషణ రామ రాజభూషణ మహాకవివలె గాన విద్యా కళానిధి యయ్యనుండెను. వీరి పుత్రులగు వియ్యన్నారాధ్యులవారును – పద్వలేశ్వర నక్షత్రమాల, భ్రమరాంబా స్తవ శార్దూలాష్టకము, భీమేశ్వర స్తవ సీసమాలా చతుష్ట యాదికమును వ్రాసిరి.

కళాలంకారుండగు "బుచ్చిరాజు" అను నాయని ఆస్థానకవి యని వేంకటశాస్త్రిగారు వ్రాసిరి. ఈ కవివరుల నాక్షేపించుచు మాన్యశ్రీ గోమఠము సాంబయ్యగారు ఇట్లు చెప్పినారు.

గీ. పలుమఱుం గళంబు కలుపను కొండుముం గొంకుఁ
కలిగాడింది కనకనకేల గొంకుఁ
గవనముసజనక పిమ్మటను గాను బోను
బుధజనాటన్యటుశ్లాఘ బుచ్చిరాజు.

అపుడే మఱియొకఁడు ఇట్లు చెప్పినాఁడు.

కం. కొంకనతమరాడినపాట
బొంకేలగు వేంకటాద్రి భూపాలక గాం
భీర్యం కేలవానికిం గల
సంకేయుచు పొట్టసిల్లు గసన గనుగుడ్.

కవులు గొందఱు సంస్థాన విద్వత్కవి గోష్ఠులలో నిట్లు పలుకఁ జూచి ప్రత్యుత్తరముగా బుచ్చి పెద్ద క్రింది రీతిని —

ఉ. పన్నిన సత్ప్రబంధమున భాగమునౌ గుణ మూనకేసుచే
మన్ననమానితి మానకులమునమానుఁ దలంతుగా చేసుకొందు నేం
కన్నకు లోపమేమి? కవివరా! కవనాలను వేంకటాద్రి రా
జన్న! గణించి మీరలు సమూహమతిన్ బోధించి నాకుఁ జాలదే.

చేసుకొంద వేంకటకవి సిరియాగి గ్రాహ్యుఁడందని కందుకూరి వీరేశలింగము పంతులుగారు వ్రాసిరి. కాని యది సత్యము కాదని పెద్దలు వ్రాసిరి. నాయని ఆస్థానమున వచ్చిన విద్వాంసుడు శాస్త్రి యను కవి గలఁడు. ఒకసారి ప్రభుసద్యులగు వేంకటాద్రి నాయుఁడుగారు

"వారికివారికినీ మఱియు
వారికి వారికి వారివారికిన్"

శ్రీ రాజా వేంకటాద్రి నాయఁడు

అను సమస్యనీయఁ నితఁడిట్లు పూ[illegible].

ఉ. భూరిమణీ మనోజ్ఞమగు [illegible]
[illegible]రమానసలౌకసి [illegible]
సూరిజనుల్ పఠీకుఁడను [illegible]
వారికి వారికన్ [illegible].

కృష్ణాజిల్లా నందిగామ తాలూకా [illegible] దిట్టకవి రామచంద్రకవి యను వాఁడు [illegible]. ఈ కవి 1. [illegible], 2. [illegible], 3. రాజ గోపాలశతకము, 4. [illegible], 5. [illegible] దండకము, 6. వాసిరెడ్డి [illegible] కృష్ణారావు గారు వ్రాసిరి. ఈ గ్రంథములు [illegible]. తక్కిన కవీశ్వరుల నామములు [illegible] వాది రామసుకవి తన గ్రామమగు [illegible] భాగ్యరాశియని నాయని [illegible]. [illegible] రుగా విద్యాభవనమును [illegible] చుండు వాఁడని తెలియుచున్నది. [illegible] శ్రీకృష్ణదేవరాయల [illegible] విజయ సభాభవనమును బోలియున్నది.

చెళ్లపిళ్ల వేంకటశాస్త్రులవారు [illegible] వ్రాయుచు నీ విషయములన్నియు సాకల్యముగా [illegible], [illegible] పద్య మణిమంజరి మున్నగు గ్రంథములు [illegible] ముల నుండుటవలన నితఁడు విద్వత్కవుల [illegible] చెప్పవచ్చును. చాటుపద్య మణిమంజరి (67వ పుట) [illegible] చున్నది. "ఒకప్పుడు వాసిరెడ్డి వేంకటాద్రి నాయఁడును, [illegible] మల్రాజు గుండారాయఁడును, నూజవీటి [illegible], [illegible] యంకినీడును, మొదలుగాఁ గొందఱు జమీందారులు [illegible] గోష్ఠీ వినోదములు సల్పుకొను సందర్భమున హాస్యచతురుఁడగు [illegible]

[illegible] కడచిన తరువాత లోకము మసల నెట్లు [illegible]. అంత అంగీకరించి [illegible] ముప్పారాయఁడు చనిపోయెనా! [illegible] తాను జనిపోయెనా! వేశ్యలందఱు [illegible] నాయఁడు చనిపోయెనా! యుంపఱు నల్లో [illegible] చనిపోయెనా! యుంపఱు నాహాయని [illegible]." [illegible] శాస్త్రి గారిట్లు వ్రాసిరి. "బావా! నేను [illegible] ముద్రించెదను. నీవు [illegible] బండి [illegible] అనేకములు నాయనిఁ గూర్చి [illegible] కవి, [illegible] నాయఁడా పఠించుమని, కవితాగోష్ఠి [illegible] నిశ్చయముగాఁ జెప్పవచ్చును. నాయనిఁ గూర్చి [illegible] పద్యము [illegible].

౯. [illegible]
[illegible] కొసఁగు
[illegible]
[illegible] భోజనంబు.

చాటుపద్య రత్నాకరము 163 పుటలో నిట్లున్నది. "ఈపద్యమును రచించిన కవి రాళ్ళభండి పట్టాభిరామరాజను భట్టుసయు (ఇతఁడు మల రాజువారి యాస్థానకవి) నితఁడు కృష్ణాస్నానమునకై యమరావతి కేగి నప్పుడు వేంకటాద్రి నాయఁడు గారిని దర్శించి చెప్పెననియు – నీ విష యము నెఱిఁగి మలరాజు వేంకట గుండారాయణంగారు రౌద్ర మూర్తులై "మన యుప్పుపులుసులతోఁ బెరిగి సాటివానినట్లు పొగడిన యీ కృతఘ్నుఁడు మనదేశములో నడుగుఁబెట్టినేని ఫిరంగితోఁ గాల్చుఁడు" అని తన సైనికులకు నుత్తరవు చేసెననియు – నీ సంగతి నంతయు విని యీ భట్టు వేంకటాద్రి నాయనిగారి వద్దనే యమరావతిలో

శ్రీ రాజా వేంకటాద్రి నాయుడు

నుండి తరువాత కొలఁది కాలమునకే [illegible] గలదు. అచట నుండియే

ఆ. వెలమదొరలలోపల [illegible]
గానుపీసమైనఁ గా[illegible]
మెచ్చనీని మంచి మా[illegible]
అలిఁగనీని బ్రా[illegible]ము.

అను పద్యమును వ్రాసెనని [illegible] కుంచె నొక [illegible] గా[illegible]. [illegible] గుంటూరు మండలములోని [illegible] మని మైదోలు రామ[illegible]ని. [illegible] ముల వాసరము[illegible]ని, కోట [illegible] పద్య రత్నాకరములో నున్నది.

ధర్మకార్యములు

తులాభారము

నాయఁ డనేక ధర్మకార్యము లొనరించి శాశ్వత యశఃకాముం డయ్యెను. సామాన్యమైన జమీందారయ్యు శ్రీకృష్ణరాయలవలె, రెడ్డి భూమీశులవలె ననేక దాన ధర్మములొనర్చి యనన్య దుర్లభంబగు యశమ్ము నార్జించెను. వీరినిగూర్చి పాపయారాధ్యులవా రిట్లు వ్రాసిరి.

సీ. దుర్గాష్టకంబుపైఁ దోరణంబులు గట్టి
శత్రుమంత్రాంగముల్ చక్కఁబఱిచి
ధరనిండ శాసనస్తంభముల్ వేయించి
కోట్యన్న దాతయై కొమరుమిగిలి
యగ్రహారశతంబు లగ్రవర్ణుల కిచ్చి
బహుకోటులర్థముల్ సంచిపెట్టి
హరిహరాలయశతం బలరారఁగాఁ జేసి
నిత్యలింగార్చనానియతిఁ గాంచి
ఘనతులాభారనిత్య విఖ్యాతినొనరి
మణికిరీటంబు పెట్టిన మండలేంద్రుఁ
డద్రి రాష్ట్రీరుఁ డవ్వేంకటాద్రి విభుఁడు
మన్నె హంవీరుఁ డమ్మేటి నెన్నఁదరమె.

శ్రీ రాజా వేంకటాద్రి నాయుడు

రామన ద్రౌపదీ పరిణయములో [illegible] —

సీ. స్థాపిత స్థానీయ [illegible]
మణిపుణ్యాలాభ స[illegible]
తక్ష్మాగ్రహా [illegible]
శాసనిత [illegible]
దా[illegible] కాశీనేతి [illegible]
దగ[illegible]
దఖిల [illegible]
కుంభ[illegible]
దీక్ష సంగీత సాహిత్య విద్యా[illegible]
దక్షి[illegible]
బహుశస్త్రసం[illegible]
చా[illegible]
ప్రతిపండితా [illegible]
నేక [illegible]
గండకీజాస్న [illegible]
తోపన [illegible]
సకలకవీంద్ర సం[illegible]భాగ్య[illegible]
క హిరణ్యగర్భ యా[illegible]
భగవతీపూజనాపరుండు శ్రీ[illegible]
శేషధరణి సమాన్విష్ట [illegible]

గీ. చారుచాముండి కామేశ్వరసువర్ణ
సౌధమంటప గోపురసాలకల్ప
న ప్రథమ కర్తయగుచు నానాధరిత్రి
నేలె సవ్వేంకటాద్రి భూపాలమౌళి.

సీ. ప్రాజ్ఞాగ్నికృత రౌప్య పాత్రాన్న దానుండు
క్రౌంచపట్టణ పుసగ్రంథకారి
నానాదిగంతవిన్యస్త కీర్తిధ్వజుం
డాప్త తులాభారుఁ డరివిదారి......

చం. శ్రీ మనసస్మృతిస్సమాచరిత సంతత షోడశదానకాలవం
భమున నెసంగు సబ్బహుసపక్షములన్ విబుధాళి కీప్సితా
ర్థములిసు వేంకటాద్రి నృపుఁ డాదరించి సమత్వ మొందలే
కమ్మృతకడుఁగను దుర్యశముహస్తె నురస్థకళంకమన్ మిమన్.

రామసకవి వాసిరెడ్డీయములో నిట్లు వ్రాసెను.

సీ. చాముండి కామరేశ్వర సౌధమంటప
ప్రాకార గోపురప్రౌఢకారి
ప్రతిచండికానవరాత్ర వ్రతాయుత
దంపతి పూజైక ధన్యమూర్తి
యఖిల పుణ్యస్థలాభ్యాన్న సత్రస్థాపి
క్రౌంచపట్టణ పుసగ్రంథకర్త
శతమహాక్రతుపుణ్య సంపాదకుఁడు సదా
ద్విజభుక్తి శేషభోక్తృ నియముండు
టసటిస పార్థివ దేవ సమర్చన
కరుఁడు పంచాక్షరీ కర్మఠుండు
లలితసాలగ్రామ లక్షమండపస్థాప్త
ర శతకీర్తి ధ్వజరచన విటపుఁ
డగ్జ్వతిమత రహస్యజ్ఞాని గోదాన
స్వగరాజు నిర్మితనగరపాలకుఁ
డసస్మృతిస్సదీప్రసంగా కర్ణనరతుండు
బహుసప్త సంతాన మహితసుకృతి

గీ. సర్వసర్వంసహా దేవ్యఖర్వగర్వ
దివ్యసీమంత సమారాధ్య సింహాస
రాజ్యసింహాసనస్థుండై ప్రస్తుతాత్మ
వేంకటాద్రి మనోధృతి నేలె ఘనత.

మ. ధరణీశు ల్బహుమంది లేర ? సమీ తద్ధర్మవిఖ్యాతి నెవ్వాడు ను
ర్వర విప్రాళికి వాసికెక్కినుల స్వగ్రామ ద్వాదశాగ్రహారస్థల
ఖరిమాతో స్వక్షేత్రహిరణ్యగర్భముఖముల్ గావించి యీ సాంద్రకీర్తిశో
త్కరతద్ధర్మవిలాస బాంధవ్యమహిప్రాభవ్య మొప్పించ నీ దివ్యశ్రీ.

సీ. అగ్రజన్ములకగ్రహారముల్ సకలాఢ్య
మఱచినాఁ డిడినవి మఱచినాఁడు.
ధర్మరాసుల తులాభారము లున్నవాఁడు
దూఁగినాఁ డుయ్యాలి ద్రోఁగినాఁడు
తనరాజధానులందు ననేకశాఖాళి
దీర్చినాఁ డార్యులఁ జేర్చినాఁడు
పండితులకుఁ బైఁడిపాత్రల సన్నుతిఁబో
సంగినాఁ డవియు నొసంగినాఁడు.

గీ. స్తంభశైల శ్రీసుతాద్రిప్రధానదుర్గ
దశక పరిపాలనాధాకితప్రభుత్వ
సుఘటితాశాంత కీర్తిధ్వజుఁ డతఁడు
నృపతిమాత్రుండె వేంకటాద్రి ప్రభుండు.

ఈకవీశ్వరుల పద్యములఁ దిలకింపఁగా నాయుఁడు నానాధర్మకార్యములఁ బెక్కింటి నాచరించినట్లు సుబోధక మగుచున్నది. (1) శాసన స్తంభములు వేయుట (2) అన్నదాన మొనర్చుట (3) బ్రాహ్మణులకు నూరగ్రహారము లిచ్చుట (4) కోట్లకొలఁది ద్రవ్యమును ధర్మముగా

నిచ్చుట (5) నూరు హరిహరాలయములఁ గట్టించుట (6) తులాభారము ముమ్మారు దూఁగి తద్ధనము దానమొసఁగుట (7) దశ గ్రామముల నిర్మించుట (8) నూరు యజ్ఞములు చేయుట (9) గోవుల దాన మొసఁగుట (10) పుణ్యక్షేత్రములనెల్ల సత్రములు స్థాపించుట (11) సప్త సంతానము లుంచుట (12) దేవీ నవరాత్రములలో దంపతులఁ బూజించి సమారాధనము లొనర్చుట (13) బంగారు గోగర్భమున దూరి దానిని దానము చేయుట (14) షోడశదానము లొసఁగుట (15) శివలింగముల 101 నేక కాలమున ప్రతిష్ఠించుట (16) 108 కీర్తిధ్వజముల నిల్పుట (17) ఆర్యులకు సౌధములఁ గట్టించి యిచ్చుట (18) పండితులకు హేమపాత్రలలో భోజనంబిడి యవియొసంగుట (19) అనేక దేవాలయములఁ గట్టించి వానికిఁ బ్రాకార గోపుర మంటపాదులనిర్మించుట (20) దేవాలయార్చకులకు మాన్యము లొసఁగుట(21) ప్రతిసంవత్సరమును పేదలకు నూర్గురకు వివాహములు చేయించుట (22) సంవత్సరమునకు నూర్గురకుపనయనము చేయించుట మున్నగునవి వీని ప్రాశస్త్యమును దెల్పును. ఇలియట్ తన రిపోర్టులో ననేక దేవాలయముల నిర్మించెనని, పుణ్యస్థలములలో 30. అడుగులెత్తు గల్గి బంగారుపూఁత పూయఁబడిన 108 ధ్వజ స్తంభముల స్థాపించెనని వ్రాసెను.[145] కాశీరామేశ్వర యాత్రలకుఁ బోయినపు డనేక ధర్మము లొనర్చెను. నాయని ధర్మము లనంతములుగా నున్నవని జి. మెకంజి వ్రాసెను. ("His charities were lavish")

భారతదేశ నరపతులలో ననేకులు స్వర్ణతులాభారము జరుపుకొని యాబంగారమును భూసురులకు దానమొసంగిన యుదంతములు పెక్కు చరిత్రములలోఁ గాన్పించుచున్నవి. కొండవీటి రెడ్డిరాజులలోఁ బేర్గాంచిన కుమారగిరి ప్రభువు వసంతోత్సవముల విఖ్యాతినందెను. అందువలనే యితనిని వసంత రాయలనియు నందురు. తన కుమారునితో వచ్చి దాక్షారామమునఁ దులాదానము జరిపి యతఁడు జయించిన

(145) Sir W. Elliots report

భూమండలమునకుఁ గుమారుని [illegible] బూనె
నని చరిత్రలు నుడువుచున్నవి.

ఆంధ్రభోజుండైన శ్రీకృష్ణదేవరాయలు [illegible] సెలా
భారము జరిపెనని శాసనములు [illegible]. [illegible]
మంచాల గ్రామ కైఫీయతునుబట్టి [illegible]
వీటికి విచ్చేసి దుర్గము ముట్టి వాడు [illegible]
ద్రోయించి దుర్గముపైనున్న [illegible]
కుమారుడగు వీరభద్రగజపతి [illegible] వచ్చి
యమరేశ్వర మహాదేవు సన్నిధి [illegible]
నవధరించి తమదేవులు [illegible]
చున్నది. (L. R. 15 పుట 432) [illegible]
"రాయలు శా. శ. 1437 (1515) [illegible]
ద్వాదశీ భానువారమున అమరేశ్వర సన్నిధిని [illegible] మహా
దానంచేయ నవధరించి తమదేవులు ([illegible]) [illegible]
రత్నధేను మహాదానమున్ను తిరుమలదేవి [illegible]
మహాదానమున్ను చేయించి [illegible] (నా[illegible]దేవి
యని కొన్ని చోట్ల) తండ్రి నరసారాయని గారికి [illegible]
మగ్గాలి గ్రామము చతుర్వేద విద్యాపారంగులైన [illegible]
లకు" ఒసంగెనని తెలియవచ్చుచున్నది.[146] [illegible]
రము రాయలు వివాహమాడిన 12 గురు భార్యలలోను [illegible]
ముఖ్యమైనవారు. అందు – ఒరిస్సా రాజకుమా[illegible][147] [illegible]
భార్య కంబము నుండు వచ్చి యమరేశ్వర [illegible]
గడపెదనని చెప్ప రాయ లంగీకరించి [illegible]
ద్రవ్యమును వెచ్చపెట్టుకొనుచు [illegible]

(146) L. R. 38 — అమరావతి కైఫీయతు

(147) R. Seweel – Forgotten Empire – P. 247 — "Out of the 12 lawfully wedded queens of the Rajah, only 3 were regarded the most important and of these was the princess of Orissa."

లామెను వీడి హంపి కేగెనని సతత మిరువురు భార్యలే వెంటఁ బోవుచుండిరని కొన్ని కైఫీయతులు తెల్పును. తిరుపతిలోఁ గూడ స్వామి ముందు రాయలు తన యిరువురి భార్యలతో నిలిచియున్న శిలావిగ్రహములు నేఁటికి మనము గాంచుచున్నాము.

ఆర్కియలాజికల్ రిపోర్టులోను రాయల తులాపురుషదాన మిచట జరిగెనని క్రీ. శ. 1515 లో రాయలు భార్యలు చిన్నాదేవి, తిరుమలదేవి యమరేశ్వరుని దర్శించి తులాపురుష, రత్నధేను, సప్త సాగర దానముల నర్పించిరని దేవాలయమునకుఁ గొన్ని గ్రామములు దానః మొసంగిరని కలదు.[148] లూడస్ ఆచార్యుఁడు (Prof. Ludas) ఎపిగ్రాఫికా ఇండియా 7వ సంపుటములో వ్రాయుచు రాయలు తులా పురుష దానమును అమరేశ్వరస్వామి సన్నిధి నొనర్చిన విషయము తిరువణ్ణామలై రికార్డులోను గలదని వ్రాసెను.[149] పైఁజెప్పిన రాణు లిరువురు రాణ్మహేంద్రవరములో ననేక దానములు చేసిరని శాసనములు దెల్పుచున్నవి. ఈ కుటుంబములోని రాయలు వదినె వరదరాజమ్మ కంభము చెరువు కట్టించెనని కంభము తాలూకా తుర్మిళ్ల గ్రామ కైఫీయతు తెల్పుచున్నది.[150] కొరుకొండ గ్రామ కైఫీయతునుబట్టి రాయలు పొట్నూరునుండి వడ్డాది, మాడుగులపాడు సాధించి గజపతితో యుద్ధముచేయుటచేత రాయలవెంట భార్యలుండి దానధర్మములు చేయుచుండిరని తెలియుచున్నది.[151]

అచ్యుత దేవరాయలు శా. శ. 1454 నందన కటకమాసము శుక్లపక్షము ద్వాదశి భానువారము దినమున భార్య వరదాదేవి కుమారుఁడగు వేంకటాద్రి శిక్కరదయార్ కంచిలో వరదరాజస్వామిని దర్శించి తులాపురుషదానము, సహస్ర గోదానములుచేసి స్వామికి

(148) Archaclogical report – 1903 – 4
(149) Archaclogical report – 1908 – 9-P 1718
(150) L. R. 4 – P. 318
(151) L R. – 19.

సమర్పించిరని మెకంజి కైఫీయతులు తెల్పుచున్నవి. [illegible] పాలనా కాలము క్రీ. శ. 1531 - 1541. [illegible] ముత్యములతోఁ దూఁగి వానిని [illegible] తెల్పు చున్నవి. (Arch. Report. 1903 - 1904. Page 142. Atchutaraya performed the Thulapurusha Dana ceremony: he weighed himself against pearls.)

ఛత్రపతి శివాజీ స్వర్ణ[illegible] దాన మొసంగుటచేత రాజపుత్ర[illegible] దించెను. శివాజీ రాజవంశమును [illegible] బ్రాహ్మణులు ప్రయత్నించిరని "డఫ్" [illegible] వ్రాసెను.[152] ఈరీతిగా విజయనగర[illegible], [illegible] ఛత్రపతి శివాజీ మున్నగువారు [illegible] గలవారని స్పష్టమగుచున్నది.

వేంకటాద్రినాయఁడు [illegible] నగరమును [illegible] బ్రాహ్మణ[illegible] ములు గావించెను. రాయలు [illegible] శాసనములఁ గాంచి శాసన పరిశోధకులచే [illegible] శ్రీకృష్ణ దేవరాయలు బంగారముతోఁ దూఁగి [illegible] స్వర్ణ[illegible] లగు బ్రాహ్మణుల కొసంగిరని తెలియుచున్నది. [illegible] నాయనికి రాయలవలె స్వర్ణతులాదాన [illegible] నధికముగా నుంచుటకై [illegible] భూషణమ్ములతో బ్రాహ్మణులకు [illegible] తను నేర్పాటులు గావింపుఁడని మంత్రివర్యుల [illegible]

(152) Grant Duff - History of the Maharattas - P 207. "Sivajee, having been weighed against gold the amount of which was distributed to Brahmins, obtained a high rank among Rajputs, from whom the Brahmins tried to prove his descent."

రాజంబును సుందరముగా నిర్మింపఁజేసి పందిళ్లు తోరణంబులు గట్టించి యందొక తులనుంచి వెండిబంగారులఁ గావలసినంత దోడ్కొని వచ్చిరి. నాయఁడు నవరత్న ఖచితంబైన కిరీటంబును, భుజకీర్తులను, రత్న హారంబులను, విలువైన దుకూలంబుల ధరించి యొకసారి వెండితోను, మఱియొకమాఱు సువర్ణముతోను దూఁగి యా వెండిబంగారముల మ్రుక్కలుచేసి బ్రాహ్మణులకు దానముగా నొసఁగెను. ఈ విషయమును శాపయారాధ్యులవారు వ్రాసిరి.

గీ. ఘనతులాభార నిత్యవిఖ్యాతి నలరి
మణికిరీటంబు వెట్టిన మండలీంద్రుఁ
డద్రిరాడ్ధీరుఁ డవ్వేంకటాద్రివిభుఁడు
మన్నెహంవీరుఁ డమ్మేటి నెన్నఁ దరమె.

అమరవాది రామనకవి వాసిరెడ్డీయములో నిట్లు వ్రాసెను.

సీ. భర్మరాసుల తులాభారముల్
ముమ్మాఱు దూఁగినాఁ డయ్యాయిమ్రోఁగినాఁడు

ఈకవియే ద్రౌపదీ పరిణయములో నిట్లు వ్రాసెను.

సీ. "ఆత్తతులాభారుఁ డరివిదారి"

వాసిరెడ్డి సుబ్బదాసు వంశచరిత్రలో నిట్లు పేర్కొనెను.

సీ. ఘనతులాభారంబు మునుకొని యేరాజు
ముమ్మాఱు దూఁగె సమ్మోద మలర

ఈకవియే మఱియొకచోట నిట్లు వ్రాసెను.

సీ. ఘనతులాభారంబు కాంక్షమీఱఁగఁ దూఁగె
ముమ్మాఱు పృథివి సమ్మోద పడఁగఁ
దత్కాంచనంబును ధారణీసురముఖ్యులకు
నిచ్చెఁ బాపకళంక మడఁగ

పాపకళంక మంగీకరింపక పోయినను [illegible], బ్రాహ్మణులకు దానము [illegible] ఈ తులాభారమును గూర్చి [illegible] రెండునాళ్లు [illegible] ధర్మముగా నొసంగను.''[153] [illegible] రజితమును, ఒకసారి స్వర్ణమును బ్రాహ్మణులకు [illegible].''[154] ఈ ప్రకారము [illegible] తులాభారముచేసి బ్రాహ్మణులకు [illegible] [illegible] [illegible] యము. ఎప్పుడు జరిగినను [illegible] యతులాభార [illegible] క్రీ. శ. 1802 పరీధావి సంవత్సర [illegible] వారి జమీలో చేరినపని, [illegible] కాలమందు [illegible] పూర్వకముగా సర్వాగ్రహారముగాను, [illegible] సోయాలవారికి యిచ్చినారు గనుక [illegible] గుతూ వున్నది.'' అని కలదు.[155] కనుక 1802 [illegible] దానము జరిగితేనని స్పష్టమగుచున్నది. [illegible] బట్టి క్రీ. శ. 1806 [illegible] 19వ తేదిని [illegible] జరిగెనని స్పష్టమగుచున్నది.

(153) G. Mackenzie – K. D. M. – "And thrice he distribtued his weight in silver and once in gold to Brahmans."

(154) Elliot's Report – "And twice he distributed his weight in silver and once in gold to Brahmans."

(155) L. R. 56 - పుట 552 - [illegible]

ధర్మకార్యములు

మ. క్షయ సంవత్సర మాఘశుద్ధ శుభ చంచద్ద్వాదశీజీవ వా
రయుతశ్రేష్ఠపునర్వసు ప్రఘుష సద్రాశిం దులాభార మే
నయశీలుం డమరావతీ పురములోనం దూఁగి నానార్థి సం
చయ హర్షాప్తిధనంబొసంగెఁ గవులెంచన్ వేంకటాద్రీంద్రు రీ
తి యనంగాఁదగి వాసిరెడ్డికులముం దేజంబు చెన్నారఁగన్.

తులాభారము జరిగినపు డొక కవి నాయని సంబోధించెను.

కం. ఇలఁగల నృపతులు నీతోఁ
దులఁదూఁగక యున్న నీవు తులఁదూఁగితివా
భళిభళి బంగారముతో
బలసాంద్రా వేంకటాద్రి పార్థివచంద్రా!

హిరణ్యగర్భ మఖము

అమరావతీ నగరములో 101 శివాలయములు [illegible] సుము
హూర్తమున లింగప్రతిష్ఠలు [illegible] తెలుపు
చున్నది. అమరావతి [illegible] సమయమున
బ్రాహ్మణులు [illegible] వారికి
సమృద్ధిగా సన్నదానము [illegible], [illegible], ఏ
సమయమున నిచ్చెను. 1797 [illegible]
నవి యన్నియు నప్పుడే జరిగినవి [illegible] మును
నాయుడు బంగారముతో [illegible] చేయించి
సామంతరాజుల [illegible] దాని గర్భమున [illegible] బ్రాహ్మ
ణులకీయ నుంచిన [illegible]
దానిని దమ కీయనలెనవియు [illegible]
బ్రాహ్మణులే వ్రాసి [illegible]
బంగారు గోవు [illegible] ఫలములు [illegible]
నని వాసిరెడ్డి [illegible] తెలుపుచున్నది. [illegible]
వాసిరెడ్డీయములో [illegible].

మ. ధరణీశుల్ బహుమంది [illegible] విద్వాంసు ను
ద్వర విప్రాళికి వాసిరెడ్డికుల [illegible]
ఖర మాతో [illegible] హిరణ్యగర్భ [illegible]
త్కరతద్భర్మ పిటంబులు [illegible].

జ్యోతిశ్శాస్త్రవేత్తలు రాజచంద్రుడు [illegible] గర్భము [illegible] సుము
హూర్తంబును నిర్ణయించిరని యప్పుడు [illegible]

ద్రీంద్ర చరిత్ర తెలుపుచున్నది. ఇందువలన గృహప్రవేశ తరుణమునఁ గాక మఱియొకతూఱి గోగర్భముం జొచ్చెనని ఆయన యభిప్రాయము. ఏది సత్యమో చెప్పుట కితర చారిత్రక ప్రమాణములు నాకు లభ్యము కాలేదు. మఱియొక తరుణంబున గోగర్భమునఁ బ్రవేశించువో నా కాలమును దెలిసికొనుట కాధారములు లభ్యము కాలేదు. చరిత్ర కారు లెవ్వ రీ విషయమును బ్రస్తావింపలేదు. శాసనములో శివప్రతిష్ఠలఁ గావించి హిరణ్యగర్భ క్రతు వొనరించి యని యుండుటచేత నమరావతీ నగర ప్రవేశకాలమందే బంగారుగోవును బ్రవేశించెనని చెప్పనగును. సరసహృదయాను రంజనములో

"సిద్ధపంచాక్షరీ సిద్ధిఘనుఁడు,
సాంగహిరణ్యగర్భాధ్వర ప్రవణుఁ"

డని పేర్కొని యున్నది. కాని కాలమును జెప్పలేదు. కాంచీమాహాత్మ్య ములో నీ క్రతువు నిట్లు వర్ణించిరి.

కం. తగమత్స్య పురాణోదిత
మగునట్టి హిరణ్యగర్భమను నధ్వరమున్
మిగులఁగ ధర్మతనూజుని
యగణిత సద్రాజసూయ మట్లులఁ జేసెన్.

మయూర వాహనారోహణము

మయూర వాహనారోహణ మొనర్చిన పుణ్యాత్ముఁడు మరణ బాధనుండి విముక్తుఁ డగునని మునులు వచించిరి. దీని ననుసరించి పార్వతీ పరమేశ్వరుల కుమారుండగు కుమారస్వామి మయూర వాహనుఁడై ముల్లోకములఁ దిరిగి మోక్షద్వారమునఁ బ్రవేశించెనని పురాణ గాథలు గలవు. నాయఁడును గుమారస్వామివలె మయూరము నెక్కి మోక్షము నంద నిశ్చయించెనఁట. తత్క్షణమే మంత్రి సత్తముల

రావించి విశ్వకర్మల రప్పించి మ[illegible]
యాజ్ఞాపించి సువ్వర్ణఖండములఁ [illegible]

ఒక దినంబున నెమలివాహనారూ [illegible]
నెంచి ముఖ్యబంధువులు, ఉద్యోగులు, [illegible]
అనేకు లా రేగింపులో శాస్త్రోక్తముగ [illegible]
గెను. నగరవాసులు తమ వాకిళ్ళను [illegible]
నగరములో సర్వత్ర [illegible]
లాసగము [illegible]. నాయఁడు నిజ [illegible]
ములను జాంబూనదాంబరాలంకారములతో [illegible]
చరిత్రలో నున్నది. పాశ్చాత్యుల [illegible]
లేదు. ఎప్పుడు జరిగినదో తెలిసికొనుటకు [illegible]
కాశీరామేశ్వర యాత్రలు జరిగిన [illegible] 1812–1816
మధ్య జరిగెనని తోఁచుచున్నది. [illegible]
వ్రాయఁబడిన శాసనములో "కాశీరామేశ్వర [illegible]
యాత్ర లొనరించి యసంఖ్యాకముగా [illegible], గోదాన
ములు మున్నగునవి యిచ్చి నెమలివాహనారూఢుఁడై [illegible]
పురము ప్రవేశించుట నమరావతి రాజధానిలో [illegible]
నెమలి వాహనా రోహణమును [illegible]
గౌరణము.

శ్రీ రాజా వాసిరెడ్డి వెంకటాద్రి నాయఁడు – అమరావతి

(శ్రీ) రాజా [illegible] ఖడ్గరాజము

అత్తరుదాన్ పన్నీరుదా[illegible]

(శ్రీ) రాజా వెంకటాద్రి నాయనింగారి [illegible]

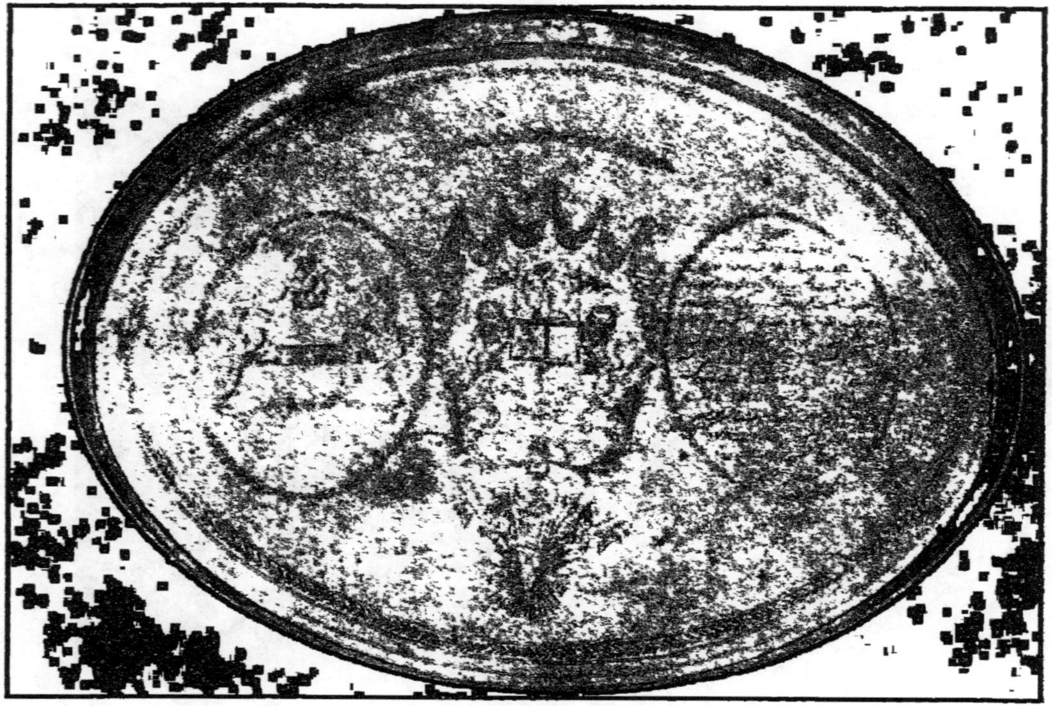

శ్రీ రాజా వెంకటాద్రినాయని గారికి లార్డు క్లైవుగారిచే బహూకరింపబడిన 500 తులముల వెండిపళ్లెరము

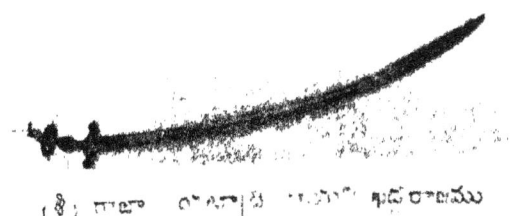

(శ్రీ) రాజా [illegible] ఖడ్గరాజము

అత్తరుదాన్ పన్నీరుదాని

(శ్రీ) రాజా వెంకటాద్రి నాయనింగారికి బాద్షా [illegible]

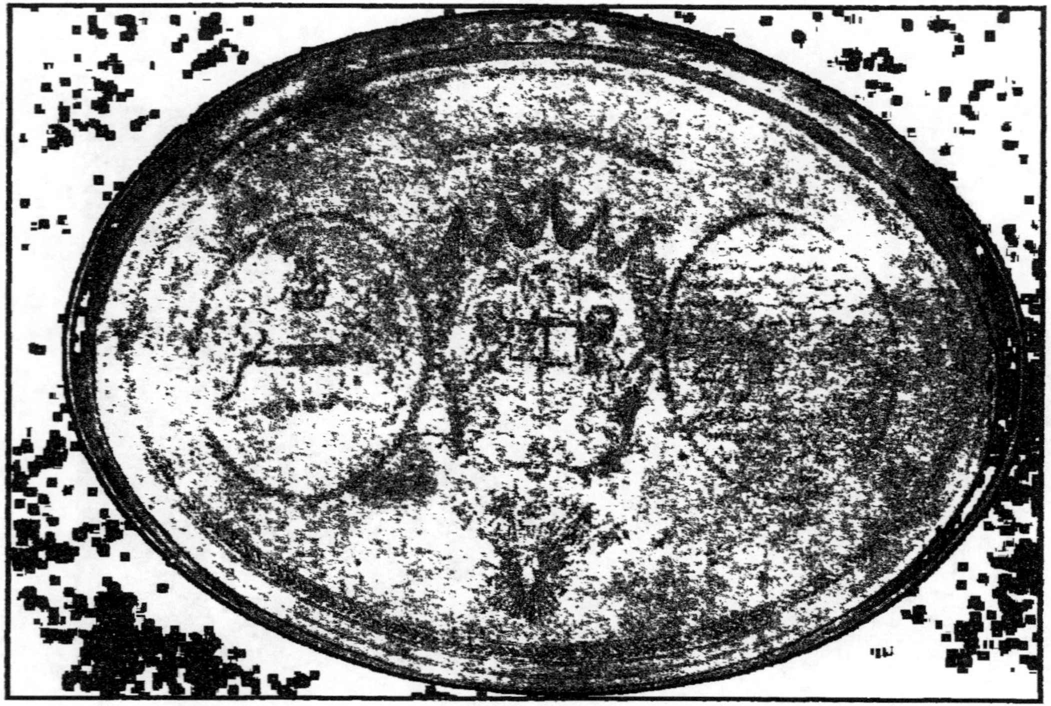

శ్రీ రాజా వెంకటాద్రినాయని గారికి లార్డు క్లైవుగారిచే బహూకరింపబడిన 500 తులముల వెండిపళ్లెరము

౮ అమరలింగేశ్వరాలయము — అమరావతి

ముఖ్య దేవాలయ నిర్మాణము - అమరావతి

నాయనిగారి శాసనములలో ''మంగళగిరి నృసింహస్వామి వారికి అమరావత్యమరేశ్వర స్వామివారికి అద్భుత విమాన మంటప ప్రాకార గోపురములను మఱికొన్ని గ్రామాదులలో శివకేశవాద్యాలయ గోపుర ప్రాకారమంటపాదులను, చేబ్రోలులో బ్రహ్మాలయమును నిర్మింపఁజేసి యష్టోత్తర శతాలయములలో నొక్కపర్యాయ మొక్క లగ్నమున శివప్రతిష్ఠలఁ గావించి సనాతన, నూతన దేవాలయములలో స్వర్ణ ధ్వజ శిఖర ప్రతిష్ఠల నొనరించి'' రని యున్నది. చింతపల్లియును లక్ష్మీపురమునుండి మాఱిన తరువాత రాజధాని యమరావతి కనుక సచట దేవాలయ నిర్మాణమునుగూర్చి ముందుగాఁ దెలిసికొందము.

ప్రోలయ వేమారెడ్డివలె నాయఁ డమరావతిలో 108 శివాలయములఁ గట్టించి యందొకే లగ్నమున ప్రతిష్ఠల నొనర్చెను.[156] కొందఱు 101 శివాలయములని వ్రాసిరి. శాసన మిట్లు చెప్పుటచే మన కిదియే ప్రమాణముగానున్నది. శిథిలావస్థలోనున్న యాలయమును బాగు చేయించి స్వామివారికిఁ గల్యాణమంటపమును విమానప్రాకార గోపురములఁ గట్టించెను. విమానకలశములు, ధ్వజస్తంభములు మొదలగు వానికి బంగారుపూఁతఁ బూయించి ప్రకాశమానము చేసెను. స్వామివారి పూజాపురస్కారములకు 9మంది యర్చకుల నేర్పాటుచేసి వారి

(156) G. Mackenzie – K. D. M. – P. 11 — Polaya Vemareddi dedicated 108 temples to the worship of Siva."

జీవనోపాధికి [illegible] ఈనాటి నై[illegible]కులు. [illegible] తలకొక [illegible] (12 [illegible]) [illegible]. తన ఉద్యానవనము [illegible] [illegible] ముసు సమర్పించు [illegible]. [illegible] [illegible], [illegible] జరుపు కొను [illegible] ఇప్పటికున్న 108 శివాలయములకు, [illegible] లేదు. [illegible] [illegible] నా సంస్థానము [illegible] దాని [illegible] చెను. నాయుడు "[illegible]" [illegible] 314 గ్రామములు జగన్నాథ[illegible] భాగమును 237 గ్రామములు రామనాథ[illegible] 1,14[illegible] ధర్మ వాహేయను పేరుతో ధర్మాన్నము [illegible]. ఈ ధర్మ వాహేయను భాగమును నాయుడు [illegible], అర్చకుల పోషణకు, నిత్యధర్మముల్కై [illegible]. [illegible] నైవేద్యమునకై తలచుచుని నాయుడు దేవస్థానము [illegible] దేవాలయములకు చేయుక మరగించెను.

అమరావతి నవనాగరికను [illegible] ప్రశస్త[illegible] ముగా చేయవలెనని యెంచి యావత్తు [illegible] దేవాలయము నకు నాల్గువైపుల [illegible]. [illegible] నాల్గిటిని గావించెను. అమరావతి, చేబ్రోలులలో పదేసి దేవాలయము లను, మంగళగిరిలో [illegible] గోపురమును కట్టించెనని యెంచి రాష్ట్ర ములో ముఖ్యమైన దేవాలయములన్న 80 [illegible] బంగారు పూతగల 180 ఇత్తడి స్తంభముల సిద్ధము చేసిన [illegible] వ్రాసెను.

శ్రీ అమరలింగేశ్వరస్వామివారు - అమరావతి

అమ్మవారు - అమరావతి

మెకంజీ సైత మమరాతి దేవాలయమును గూర్చి వ్రాసెను.[157] ఇలియట్, 108 అనుటకు బదులు 180 అని పొరపాటున వ్రాసెను. అమరేశ్వరాలయమును బునరుద్ధరించి తూర్పుదిశ శివగంగయను కొలఁకును ద్రవ్వించెను.

వైకుంఠపురము

దేవలోకములోని వైకుంఠపురముగా దీనిని జేయవలెనని నాయని తలంపు. కైఫీయతులలో నిట్లున్నది. "కొండకు దిగువను రాజా వాసిరెడ్డి వేంకటాద్రి నాయఁడు ఆలయాలు, ప్రాకారాలు కట్టించి రౌద్రినామ సంవత్సర ఆశ్వీజ శుద్ధ పాడ్యమి రోజున (క్రీ. శ. 1800) శ్రీ వేంకటేశ్వరస్వామి వారిని ప్రతిష్ఠచేసి" దిగువ తిరుపతియని నామకరణ మొనర్చిరి. "ఈ ప్రకారంగా వుండబడ్డది గనుక మహాపుణ్యక్షేత్రమని వాసిరెడ్డి వేంకటాద్రి నాయుడుగారు ఈ వూరికి వైకుంఠపురం అని పేరు పెట్టి శ్రీస్వామివారికి ప్రాతఃక్కాలం దధ్యోజనం మహానైవేద్యం తిరుపణ్యారం మొదలగు నిత్యనైవేద్య దీపారాధనలు జరిగిస్తూ నిత్యోత్సవ, పక్షోత్సవ, మాసోత్సవ, సంవత్సరోత్సవములు మొదలగు వుత్సవములు జరిగిస్తూ వున్నారు. ఈ స్థళానికి పూర్వమునుండి స్థానాచార్యులు బంధవిరామభట్టరు. వెంకట భట్టరాచార్యులువారు వుండగా 8 సంవత్సరముల

---

(157) Mr. Waltier Elliot— "He built a lofty Gopuram (or temple tower) at Mangalagiri besides numerous Pagodas at Amaravathi, Chebrolu etc. He set up 180 pillars of brass, each richly gilt and 30 feet in height at the principal shrines throughout his domain."

G. Mackenzie — K. D. M. - P. 164. "Additions were made to the temple at the close of the last century by V. V. N. It is a fact that he created 108 pillars before various shrines, of gilt.copper, 30 feet in height."

క్రింద వీరిని అక్కడ రాజేసి వాసిరెడ్డి [illegible] శ్రీ రంగ రాజభట్టరు సర్వజ్ఞ భట్టరాచార్యులగా [illegible] వారు స్వామి యున్నారు."158

57వ సంపుటమున [illegible] వేంకటాద్రినాయుడు అనువారిని [illegible] శ. 1711 (క్రీ.శ. 1789) లో [illegible] మాన [illegible] 1199 (క్రీ. శ. 1789) అని" [illegible] "[illegible] నది సమీపమున వైకుంఠపురము [illegible] వైష్ణవ బ్రాహ్మణులను [illegible] దేవాలయ శిఖరములు [illegible]" అని [illegible] వ్రాసెను.159 ఇంచుమించు నాయుడు [illegible] వచ్చును.

చేబ్రోలు దేవాలయ నిర్మాణము

వేంకటాద్రినాయుని సంస్థానములో చేబ్రోలు ముఖ్యస్థానమట. మెకంజీ యిట్లు వ్రాసెను. "ఇతడు చేబ్రోలులో నింకొక నివాసము గట్టించి దానికి చతుర్ముఖ పురమని నామకరణ మొనర్చెను.160 ఇచ్చటనే [illegible]

(158) L. R. 39 and 57.

(159) G. Mackenzie – K. D. M. – P. 189. "North of Pedda Maddur on the river bank is Vaikuntapuram where Raja Vasireddi established some Vaishnavite Brahmins and embellished some of the temples with burnished copper spires."

(160) G. Mackenzie – K. D. M. – "He built another residence at Chebrolu, which he called 'Chathurmukapuram."

[illegible] దేవాలయము - [illegible]

(శ్రీ) భావనారాయణస్వామివారి ఆలయ గ్రంథాలయము, పొన్నూరు

వ్రాసెను.[161] చింతపల్లిని విడిచినతరువాత సంవత్సరములో నాఱు మాసములు - అమరావతిలోను, ఆఱుమాసములు చేబ్రోలులో నున్నట్లు తెలియుచున్నది. చేబ్రోలులో నున్నపుడు సమీప ప్రాంతములగు చిట్టడవులకు నాయఁడు వేటకుఁ బోవుచుండెడివాఁడని చేబ్రోలులో నేఁటికిఁ జెప్పుకొందురు. చేబ్రోలు నొక ముఖ్యనివాసముగాఁ జేసికొనుటచే 1806 లో నొక హవేలీని గట్టించెను. ఇది సుప్రసిద్ధమైన గ్రామము. దీనిని జైనులు విస్తరింపఁ జేసిరని దేవాలయముల నిర్మించిరని మును ముందు దీనికి జయసప్రోలను పేరు గలదని యిదియే చేబ్రోలయినదని ప్రతాపరుద్ర మహారాజు సహస్రలింగప్రతిష్ఠ గావించెనని యీ కైఫీయతు తెల్పుచున్నది. ఈ పట్టణ శిథిలములఁ గాంచి జనశ్రుతినిబట్టి యిచట బంగారము లభించునని నాయఁ డాశించెను.

మెకంజి యిట్లు వ్రాసెను.[162] ఇచట వెండి బంగారు నాణెములు లభ్యమైనవి. చింతపల్లి జమీందారు రాజా వాసిరెడ్డి వేంకటాద్రి నాయఁడు దాఁపఁబడిన నిధి నిక్షేపముల వెదకుటకై చేబ్రోలులోని ప్రాచీన హిందూ దేవాలయముల నాశన మొనర్చెనని వదంతి కలదు. జమీందారు కొన్ని దేవాలయములఁ బునరుద్ధరణ మొనర్చి చతుర్ముఖ పురమని పేరిడెను.

లాము కైఫీయతులో నిట్లున్నది. "ఆ బావి మాదన్న బావియని చెప్పుకొంటారు. అక్కడ ధనం వున్నదని వాడికి కలిగివున్నందున ఈ

(161) Sir Walter Elliot – "He also erected residences at Chebrolu and other places."

(162) G. Mackenzie – K. D. M. – P. 203 – "Gold and Silver Coins have been found here resently and rumour says that much of the destruction of the old Hindu Temples in Chebrolu was due to the search for hidden treasure at the beginning of this century by Rajah V. V. N., Zamindar of Chintapalli. The Zamindar however rebuilt or restored some temples and gave to place its name of Chathurmukhapuram, the city facing the four points of the compass.

కార్తీకమాసంలో రాజా వాసి[illegible] నాయుడుగారు అమరావతినుంచి అక్కడి [illegible] గని అనే అత్యంత [illegible] బ్రాహ్మణులు సవాళ్లకున్ను [illegible] వచ్చి సవరపు [illegible] గులు అక్కడ ధనం వున్నదా [illegible] వారు చెప్పినప్రకారం మూడు [illegible] గ్రహించినారు. ఆ [illegible] సం-శాసనానికి ఉత్తరంగా [illegible] × 2 గజాలు [illegible] 1½ [illegible] × 3 - తూర్పు 20గజాలలో 3×5, [illegible] నాయుడు [illegible] చోట్ల బంగారము [illegible] చున్నది.

కొండవీటి కైఫీయతులో (L. R. 57) [illegible] నిక్షేపము లభించెనని, అనుమకొండ ప్రవేశించి, [illegible] ప్రోలరాజు 108 శివాలయములు కట్టించెనని యున్నది. [illegible] లభ్యమైనదని కొన్ని కైఫీయతులు తెల్పుచున్నవి. 19వ శతాబ్దిలో బంగారము అనేక స్థలముల లభ్యమైనట్లు తెలియుచున్నది. 1874లో - [illegible] అనేక స్థలముల బంగారునాణెములు, [illegible] ఇటుకరాళ్లవంటి బంగారపు కడ్డీలతో కూడిన నిక్షేపము లభించెనని మెకంజి వ్రాసెను.[163]

ఈ క్షేత్రములో 100 ఆలయములు [illegible] నాయుడు నిర్మించెనని పూజాదికములకు వసతి ఏర్పాటు చేసెనని కొన్ని [illegible] పురస్కారములు జరుగుచుండెనని తాను వింటినని చల్లపల్లి, వేంకటశాస్త్రి వ్రాసెను. వేంకటాద్రీంద్ర చరిత్ర కర్తయు నిట్లు వ్రాసెను. "[illegible] గ్రామంబున లెక్కకు మిక్కుటంబగు దేవాలయంబులును, [illegible]

(163) G. Mackenzie — K. D. M. – P. 204 – "Some workmen came upon a treasure consisting of several masses of molten gold as large as bricks."

గలన్న. వేంకటాద్రీశుండు శతాధిక దేవాలయంబుల నిర్మించెనని యుండుటచే నివి యవియేనని కొందఱ తలంపు" కాని కైఫీయతులల్లో 9 ఆలయములఁ గట్టించెనని యున్నది. చతుర్ముఖాలయమునకుఁ జుట్టు 8 దిక్కుల 8 ఆలయములఁ గట్టిరని మొత్తము 9 ఆలయముల నితఁడు నిర్మించెనని పెద్దలు చెప్పుదురు. కురువింద తోమిన స్తంభాలను వరిగడ్డితోఁ గాల్చిన తరువాత కురువిందరసము పోయెనని యీవల వారావలికి నావలివారీవలికిఁ గాన్పింప కుండిరని దొంగలు పురంబు చొచ్చి కొల్లగొట్టిరని పెద్దలు నేటికిఁ జెప్పుచున్నారు. చేబ్రోలు కైఫీయతులో "క్రీ. శ. 1710 జమీందార్లు పంచుకొన్నపుడు చేబ్రోలు సమతు 22 గ్రామాదులు వాసిరెడ్డి పద్మనాభంగారి వశములో చేరినందున పద్మనాభం, చంద్రమౌళి, పెదరామలింగము, నర్సన్న, సూరన్న, చినరామలింగన్న ప్రభుత్వంలో నిజామద్దౌలా పెద్దకుమారుడు నాజరుజంగు – ఈ సర్కారు పరాసువారి కిచ్చిరి. వారు ఖిలము చేసిరి. రామలింగము, జగ్గయ్య, రామన్నగార్లు ప్రభుత్వము చేసిన తర్వాత జగ్గయ్య కొడుకు అయిన రాజా వేంకటాద్రి నాయుడు ప్రభుత్వానికి వచ్చి భీమేశ్వర, కేశవ, ఆంజనేయస్వాముల ప్రమాదీచ సంవత్సరములో (1793) పునఃప్రతిష్ఠలు చేయించి శుక్లనామ సం (1809) సహస్ర లింగేశ్వరస్వామిని, చంద్రమౌళీశ్వరస్వామిని, శ్రీ రంగనాయకస్వామిని, వేణుగోపాలస్వామిని ప్రతిష్ఠ చేసినారు. శుక్లనామ సం. మార్గశిర శుద్ధ ౧౨ (1809) వేంకటాద్రి నాయుడు ఈ లింగమూర్తిని (సహస్ర లింగేశ్వరస్వామిని) తీసుకొని పోయి పడమటి భాగమందున చిన్న ఆలయముకట్టి ప్రతిష్ఠలు చేయించినారు. ఇంకను. శా. శ. 1728 న (క్రీ. శ. 1806) ముఖమంటపము ముందట భూగోళప్రకారము కట్టిన దేవాలయమందు కురువింద తోమిన స్తంభాలు నాల్గు ఉన్నవి. వాటియందు నీడ చూస్తే చుట్టు ఆమడ దూరముననున్న పల్లెలు, సస్యములు, మనుష్యులు అగుపడెను. చోరులు కూడ కనబడుచుండుటచేత వారు క్రోధముచేత వరిగడ్డితో తగలవేసిరి. ఇంకను ముఖమంటపం విప్పించి ఆ రాళ్లు తీసుకొని పోయిరి.

ఆ పూర్వోత్తరమునందున్న కుమారస్వామి [illegible] విగ్రహాన్ని [illegible] వల్ల నరసింహం చేత కృష్ణదాసు [illegible] [illegible] తీసుకొని వచ్చి అక్కడ ప్రతిష్ఠ చేసుకొన్నారు."

"వేంకటాద్రి నాయుడు ఫ 1222 (క్రీ. శ. 1812) [illegible] బ్రహ్మ అనే దేవస్థాన [illegible] చుట్టు రాళ్లు కట్టించి ఆ కోనేరును [illegible] బ్రహ్మ [illegible] చేసినారు. ఆ కోనేరును బ్రహ్మ [illegible] ఫ 1216 (1806) లో చేబ్రోలు గ్రామం [illegible] 30 [illegible] ఫ 1226 (1816) లో శ్రీ వేంకటాద్రి నాయుడు [illegible] చేసినారు. చేబ్రోలునుండి [illegible] 1 [illegible] అరమైలు [illegible] ఉన్నటువంటి [illegible], ఈ ప్రకారానికి భూమి వల్లనూ [illegible]." (L. R. 14) [illegible] 260 [illegible] తెల్పును "వేయి స్తంభాల [illegible] దారువులు యార్లగడ్డ అక్కన్నగారు [illegible] అక్షయ సంవత్సరములో విప్పించి ఆ రాళ్లు [illegible].

కుమారస్వామి [illegible] నాయుడు తిరిగి సంప్రోక్షణము చేయించి ఉత్తర [illegible] ద్వారములు ఎక్కడా లేని ప్రమాణంగా [illegible] గోపుర ద్వారాలకు ముందు జగతికి కొద్దిదూరంలో [illegible] సోపానాలు కట్టించినారు. ఇప్పుడు అవి [illegible] లక్ష్మీ నారాయణ ఆలయం అంతర్వు [illegible] నాయుడు పునఃసంప్రోక్షణ చేయించేటప్పుడు ఈ స్థలానికి వచ్చి లక్ష్మీనారాయణ విగ్రహాన్ని తీయించి ముఖమంటపంలో ఉంచి ఈ [illegible] భాగమందు పూర్వోక్తమైన దేవాలయం [illegible] ఆ స్థలమందున్న చెన్న కేశవస్వామి విగ్రహాన్ని తీసుకవచ్చి లక్ష్మీనారాయణ స్థానమందు ప్రతిష్ఠ చేయించినారు. ఇప్పుడు చెన్నకేశవస్వామి వారి ఆలయం

అంటూ ఉన్నారు. అర్చన జరుగుతూవున్నది. మల్లేశ్వరస్వామిని దేవా బత్తుని రామాచార్యులుగారు ప్రతిష్ఠ చేసినారు. శుక్లనామ సం. (క్రీ. శ. 1809) వేంకటాద్రి నాయుడు ఈ గుంట (కోనేరు) ప్రాంతమున నాల్గు పార్శ్వముల నాల్గు కొద్దిగుళ్లు కట్టించినారు. దక్షిణపార్శ్వమందు రంగనాయకుల విగ్రహం పొన్నూరు భావనారాయణస్వామి గుళ్లో వుండగా తెప్పించి ప్రతిష్ఠ చేసినారు (1810లోనని L. R. 39 లోని పొన్నూరికైఫీయతు.) పశ్చిమం సహస్రేశ్వరుడనే లింగమూర్తి ఆలయం పూర్వం ప్రతాపరుద్రుడు ప్రతిష్ఠచేసిన లింగమూర్తిని తీసుకవచ్చి ప్రతిష్ఠచేసినారు-ఉత్తరం వేణుగోపాలస్వామి ప్రస్తుత నామంకల వైకుంఠపురం పూర్వం బంధవిరామం గనుక అక్కడనుంచి విగ్రహం తెప్పించి ప్రతిష్ఠ చేసినారు. తూర్పు చంద్రమౌళీశ్వరుడు. వీరు నాగేశ్వరస్వామి వారి ఆలయానికి బయట ఆగ్నేయ భాగమందునను లింగమూర్తి వుండగా తీసుకవచ్చి ప్రతిష్ఠ చేసి చంద్రమౌళీశ్వరుడనే పేరుపెట్టినారు. ఈ నాల్గు వేంకటాద్రినాయుడుగారు ప్రతిష్ఠ చేసినారు. చేబ్రోలుకు ప్రస్తుతం చతుర్ముఖ పట్టణమని పేరు పెట్టినారు.

ఇంకను తూర్పున జయిన పట్టణము గలదు. జైన విగ్రహాలు లేవు. దీనికి కృతయుగములోని చింతామణి పురమని, త్రేతాయుగమున తామ్రపురమని, ద్వాపరమున జయవోలు అని కలియుగమున - చేబ్రోలు అని పేర్లు కలవు. త్రిభువన మల్లదేవర, కుమారస్వామి ఆలయ ప్రాకారములు ఈశాన్యం గుహారసంచేసి 20 స్తంభాల ముఖమంటపం కట్టించెను. వేయి స్తంభాలతో కట్టించెను. 8 దుర్గా ప్రతిమలున్నవి. జైనులుండుటచే జయప్రోలు అని పేరు వచ్చినది. ప్రతాపరుద్రుడు ఓరుగల్లులో 10 శివాలయములు కట్టించి యిచటికి వచ్చి సహస్ర శివలింగ ప్రతిష్ఠ చేసెను. గణపతి దిగ్విజయయాత్ర చేసెను. సేనతో కొలువుదీరి ఈ గ్రామములు యిచ్చెను. 1. నారికేళపూడి 2. వేజెళ్ల 3. ఉమ్మెత్తలపూడి 4. సుద్దపల్లి 5. సోరపూడి 6. ముల్కలపూడి. అందు స్వామికి సగం కొల్లూరు - అనంతేశ్వరునికి సగం - గుమ్మపూడి - వడ్లపూడి గూడపూడి'' యని కలదు.

క్రీ. శ. 1213 [illegible] 1128 నాంటి దేవాలయము. [illegible] 1157 [illegible] మానుకూరు గ్రామ [illegible] నుండి [illegible] 1804 [illegible] నాయుడుగారు [illegible] మస్తరి దినమున్న "[illegible] వేంకటాద్రి నాయుడు [illegible] ఆ విగ్రహాన్ని [illegible] దేవుళ్ళ – ఆ విగ్రహాన్ని [illegible] వెలుపల భూస్థా[illegible]." (L. R. 39-P. 413)

[illegible] నాయుడు [illegible] వచ్చి [illegible] చేబ్రోలులో [illegible] చేయించవలెనని [illegible] 1216 సం. లో (1806) [illegible] ములు జరిగినవి. [illegible] వుంచి వెళ్లినారు" (L. R. 19-P. 446) [illegible]

నాయుడు చేబ్రోలులోని [illegible] 1. [illegible] ఇచ్చెను. (L. R. 14) (L. R. 19) ని బట్టి [illegible] కట్టించి 1/4 కు. భూమి [illegible] 1/2 కు. భూమి [illegible] స్వామికి 1/2 కు. భూమి [illegible] 1½ కు. భూమి. [illegible] లయములయందు దేవదాసీలు, [illegible] 5¼ కుచ్చెళ్ల భూమి ఈనాముగా ఇచ్చినట్లు [illegible].

ఈ చేబ్రోలు గ్రామము చారిత్రక ప్రసిద్ధి గాంచినది. 9వ శతాబ్ది నాఁటి యుద్ధమల్లుని కాలమునకే యీ గ్రామము సుప్రసిద్ధి నందెను. ఇచటఁ గార్తికేయస్వామి వారి యాలయము గలదు. ఈ స్వామికి బెజవాడలో గుడియు, మఠమును యుద్ధమల్లుఁడు గట్టించెననియు నిచట నుండి యుత్సవ సమయమున - చేబ్రోలునుండి బెజవాడవఱకు జన సమూహము పోవుచుండెనని తెలియుచున్నది. ఇచట లభించిన క్రీ. శ. 1145 నాఁటి శాసనమును బట్టి భీమయపండు వంశమునఁ బుట్టిన దేశటి పండు షట్సహస్రావని నేలెనని తెలియుచున్నది.

మంగళాద్రి నృసింహమూర్తి గోపుర నిర్మాణము

మన దేశమునఁ జారిత్రక సత్యములుగాని కథలెన్నో వాడుకలోఁ గలవు. రామాపురములో (మునగోడు సమితి) శ్రీరాముఁడు నివసించె నఁట. (L. R. 56) సీతాజేవి ముట్లూరులో రజస్వలయై గుడ్డలాఱవేసె నన్న కథ దీనికి రజస్వాలపురమని పేరు గలదనుట (L. R. 57) భద్రాద్రి వద్ద శ్రీరాముఁడు పర్ణశాలఁగట్టి నివసించెననుట, కిష్కింధయను హాంపీక్షేత్రముకడ వాలి సుగ్రీవు లుండిరనుట, పాండవులు మంగళగిరిలో నృసింహస్వామిని బ్రతిష్ఠ చేసిరనుట, మున్నగు కథ లనేకములు గలవు. ఇవి యన్నియు పుక్కిటిపురాణ గాథలని యబద్ధపుఁ బుట్టలని జనరల్ కనింగుహాము వంటివారు చెప్పిరి. చారిత్రకముగా బ్రాహ్మణుల గ్రంథ జాలమంతయుఁ బూర్తిగా విలువ లేనిదని మెకంజి వ్రాసెను.[164]

వేంకటాద్రి నాయుఁడు మంగళాద్రిని (875 అడుగుల ఎత్తుగల కొండ) మంచి గోపురమును, ప్రాకారమంటపాదులఁ గట్టింపఁ దలఁచి తన రాష్ట్రములోని నిపుణులగు శిల్పుల రావించి వానిని దయూరు

(164) G. Mackenzie – K. D. M. P–11. "The Brahminical legends are lying gabbles, a strong phrase used by Gen. Cunningham. The Brahmins' books are singularly valueless in this regard."

చేయించని పక్షమున [illegible] తను కట్టించుకొను గోపురములు [illegible] గ్రామములనుండి రాళ్లను [illegible] పించెను. [illegible] గోపుర [illegible] ప్రాకార మంటపములు [illegible] వారిని జూచి [illegible] మంగళాద్రి [illegible] త్సవ, పర్వోత్సవాదులు జరుపుటకు [illegible]

పని పూర్తియైన [illegible] గోపురము [illegible] దీనింగాంచి [illegible] ఒడుగును జూచిన భక్తులు దీని [illegible] చెప్ప గోపుర నిర్మాత దాని [illegible] యచట సుప్రసిద్ధుండగు శిల్పితో [illegible] కుశాగ్రబుద్ధి యుగులుచే గ్రహించి గోపురమ్మునకు [illegible] విధిప్రదేశము లేదా యనెను. దీనిని గ్రహించి గోపుర నిర్మాతయగు మన [illegible] వచ్చి గోపురమునకు [illegible] కోనేరును త్రవ్వించెను. ఉత్తరమున కోనేరు గోపురము [illegible] దక్షిణమునకు వంగి యున్నగా నిలుచుండెను. ఈ కోనేరు [illegible] బున నున్నట్లున్నది. దీనిని [illegible] చుందురు.

ఇది జరిగిన తర్వాత స్వామి [illegible] నాయుడు [illegible] యేర్పాట్లుచేసి మాన్యమ్ము లొసంగి [illegible] నుండియే రాజ్య పాలన మొనర్చెను. మంగళాద్రిలో నీ గోపురములు నిర్మించునప్పుడు సపరివారముగా నాయుడచట నున్నట్లు గాన్పించును. మంగళగిరి గాలిగోపురమును గట్టించుటకో, మరమ్మతు చేయించుటకో నాయు

వలన జరిగెనని మెకంజి వ్రాసెను.[165] ఇలియట్ సైతము తన నివేదికలో నీ విషయ ముల్లేఖించెను.[166] అమరావతీ నగర ప్రవేశము తరువాత నిది జరుగుటచే నీ నిర్మాణము 1807 ప్రాంతమున జరిగి యుండవచ్చును. నాయఁ డొకసారి మంగళగిరి గుహను బ్రవేశించెనని యందు ఋషీశ్వరు లుండిరని వారెంమలకు వచ్చితిరని యడుగఁగాఁ దమ దర్శన భాగ్యమున కేతెంచితిని. నేను గలియుగ దేవేంద్రుఁడను. ఈ పర్వతము నారాజ్యములోనిది. నాయేలుబడిలోనున్న ప్రదేశమునకు వచ్చుట కర్హత గలదని సవినయముగా మనవి చేసెనఁట. అంతట వారు స్వామిని సేవింపుఁడని వచించి తీర్థ ప్రసాదములఁ నొసంగి మఱియొక మార్గమునఁ బంపిరని యీ రహస్య మెవరికిఁ జెప్పవలదని చెప్పిరని యొక కథ గలదు.

మంగళగిరి నృసింహస్వామి పానకము త్రావుట సత్యమాయని పరీక్షించుటకు నాయఁడు తన బావమఱఁదియు, శాక్తేయోపాసకులైన యార్లగడ్డ అంకినీనితోఁ గలిసి పానకాలస్వామి కడకు వెళ్లిరఁట. కరాళ వక్త్రమునఁ దన దక్షిణహస్తము నునుచిరఁట. కొంతవఱకుఁ బోవుసరికి హస్తము నమలుచున్నట్లును విపరీతమైన బాధ కలుగుచున్నట్లుండెనఁట. అంకినీఁడుగారికి వేయి పాములు, వేయి తేళ్లు గఱచినంత బాధగా నుండెనఁట. అపుడు స్వామి వేడఁ జేయి పట్టు వీడెనఁట. రక్తమాంసములు మాత్రము లేక శల్యావశిష్టముగా నుండ వారు విస్మయాన్వితులై స్వామికి నా శరీర మాహారమైనది. నా జన్మము సార్థక మైనదని సంతోషముతో నాలయ గోపురాదులఁ గట్టించెనఁట. ఆనాఁటినుండి నాయని దక్షిణహస్త మశక్తముగా నుండెనని చల్లపల్లి ప్రభువు శ్రీ రాజా

(165) G. Mackenzie – K. D M. P–312 "He built or repaired the lofty Gopuram at Mangalagiri."

(166) Elliot's report — "He built a lofty Gopuram (or temple tower) at Mangalagiri."

యార్లగడ్డ మల్లికార్జున ప్రసాదరావుగారు [illegible] వారలు. ఇది చినది [illegible] జాత్ర కార్యక్రమములు [illegible].

పొన్నూరు దేవాలయము

పొన్నూరు శ్రీ భావనారాయణ [illegible] దేవాలయము చారిత్రక ప్రసిద్ధి నందినది. (L. R. 39) [illegible] బట్టి కొండవీటి సామ్రాజ్యము [illegible] బట్టి యీ దేవాలయము ప్రాముఖ్యత [illegible]. పొన్నూరునకు [illegible] గలదు. [illegible] శాసనము క్రీ. శ. 1100 నాటి[illegible]. [illegible] విష్ణుదేవునకు సమర్పింపబడినది. [illegible]. పొన్నూరు తమిళభాషా [illegible] – [illegible] రాజులచే ఈ నామకరణ [illegible].[167] [illegible] లన్నిటిలో – పొన్నూరు భావనారాయణ [illegible] పొన్నూరై [illegible].

కొండవీటి [illegible] (L. R. 39) [illegible] పతిష్ఠైన సంబంధాల [illegible] దేవాలయము [illegible]

(167) C. Mackenzie – K. D. M. "Krishna District Manual - P.204 "Kulottunga Chola's grant A. D. 1109 – It is dedicated to Vishnu under the title of Bhavanarayana Swamy and its Sanskrit name is Swarna or golden; Ponnur, being a Tamil form of the name given probably by the Chola Kings."

శ్రీ భావనారాయణస్వామివారి ఆలయము - పొన్నూరు

[illegible] – శ్రీ [illegible] స్వామివారు, [illegible]

చున్నది. మహారాజ ప్రశస్తి రచించిన కృష్ణరాయ విజయములోను, రాయవాచకములోను, అప్పకవి పేర్కొన్నది. మహారాజ ప్రశస్తి-

ఉ. పివిగనె తిరువాడను గవించినహించె వెలుగోటివారిగా
రా వెలవారు గూడుకొని రాత్రిపసల్ చలుపంగసేతులో—

కృష్ణు వ్రాసెను. ఇతని నంద్యాలవారి పేరు ననేకములైన కైఫీయతులలో నున్నది. (L, R 15) లోని గండికోట కైఫీయతు ననుసరించి నంద్యాల తిమ్మయ్య గండికోట సీమను బరిపాలించెనని తెలియుచున్నది. నంద్యాల వంశీయులు గండికోట రాజ్యాధిపతులుగా నుండిరి. గండికోటలో వీరి పక్షమున – పెమ్మసాని తిమ్మానాయుఁడు గారుండి యధికారము చేయు చుండెనని (క్రీ. శ. 1551-1585) సదాశివరాయని కాలములో (1646) తిమ్మానాయని మనుమని కాలములోఁ గోట నిర్మింపఁబడెనని స్థానికము లైన కైఫీయతులు తెల్పుచున్నవి.[168] పింగళి సూరన నంద్యాల కృష్ణ భూమిభుని తమ్ముఁడగు నారపరాజును పేర్కొనెను. కాని యీ నారప రాజు పేర్కొన్నాడు దేవాలయ నిర్మాత కాఁడు. కర్నూలు జిల్లాలోని నాయకులు, నంద్యాల సీమల నీ నంద్యాల వంశజు లేలినట్లు తెలియు టచే – నంద్యాల సీమ యున్నట్లు సిద్ధాంతించుకొన వచ్చునని పూర్వపు ధన్యగ్రంథకర్తయైన రాజా శ్రీ వాసిరెడ్డి హరిహరప్రసాదు బహద్దూరు వారు వ్రాసినట్లు సత్యముగా నే కాన్పించును. మొత్తముమీఁద నంద్యాల నారపరాజను నొక సీమాధిపతి యాలయ నిర్మాణమును గావించెనని తెలియును. కాని యీయన కాలము తెలియకున్నది.

కాశీభట్టను బ్రాహ్మణునకు సంతానము లేనందున, యాతని సోదరి నరసింహుఁడను గోపయ్యయని కాశీవిశ్వనాథుని కడ పసనం గలిగిన మేనల్లునకీయ వాగ్దాన మొసఁగెనని తరువాత నీయన సందేహ భావనారాయణస్వామి సాక్ష్యమునకు వచ్చెనను కథ గలదని బోరెండ్రు వ్రాసెను. కైఫీయతులో నిట్లే యున్నది. దీనిని శాసనములపై

(168) L. R.XI P. 8.

న్నక్రిందివి. [illegible] 'శాస్త్రాభిమాన [illegible] అప్పకవి [illegible] పాటలు, పోసన్నాడు [illegible] అప్పకవి [illegible] చక్రవర్తి [illegible] నారాయణ[illegible] చినమాదన్న 18 [illegible] క్రీ. శ. 1750లో [illegible] దేవాలయములో [illegible] దేవాలయ[illegible] ప్రతిష్ఠ[illegible] రాజరాజ [illegible] చిన [illegible] రాజ్యమునేలెను. [illegible] క్రీ. శ. [illegible] నుండి 1119 వరకు [illegible] 1068 నుండి [illegible] దేవాలయమునకు [illegible]

పోసన్నాడు భూషణా[illegible] శిలాశాసనము లున్నవి. [illegible] ద్వార మొదటనున్న [illegible] శాసనము. [illegible] శ. 1041 (క్రీ. శ. 1119 వికారి) నాటిది. శ్రీ [illegible] రాజుల శాసనమై యున్నది. ఈ శాసనములో [illegible] అర్చన భోగములను, స్థానికులను, [illegible] గ్రామములు – పొరటూరు (పొరసూరు) [illegible], పోసన్నాడు, [illegible] పాడు, ములుకుమురు, గ్రామములు [illegible]

బ్రహ్మ సరోవర తీరమున శిలా శాసనము - పొన్నూరు

శిలా శాసనము - విమ్మూరు

ఉత్సవిగ్రహములు :-

శ్రీ భావనారాయణస్వామివారి ఆలయం, పొన్నూరు.

దేవాలయ స్తంభముపై శాసనము - పోన్నూరు

చేసినారని ఆచంద్రార్కస్థాయిగా నొసంగిరని యున్నది. ఇందలి పొరటూరు పొన్నూరని మన్నూరు మన్నవయని చెప్పవచ్చును. బొడలపాడు బోడిపాలెమని శ్రీ హరిహరప్రసాదు దొరవారు తెలిపిరి. అది సరికాదు. "బొడలు" అను జైనుని నామముతో బొడలపాడని వచ్చియుండును ఇదియే బోడపాడయినదని మెకంజి కైఫీయతులో నున్నది. కనుక నిందలి బొడలపాడే బోడపాడనుట స్పష్టము.

♦కుళోత్తుంగుని పిమ్మట గోడ గోపాలదాసుల శాసనము ముఖ్యమైనది. "శా.శ. 1192 యువ చైత్ర శు 15 గురువారము (1270 A. D.) భావనారాయణ దేవరకు శాస్త్రార్థమైన వైశాఖ తిరునాళ్లకున్ను విశేష తిరు ఆభరణాలకున్ను గోడ నారాయణదాసు తమ్ములు-ఎనమదల బలంజగత నారాయణ దాసులవారి తమ్ముడు గోడ గోపాలదాసులు గనెకపాటిలో ఆయూరి విశేష విద్వన్మహా జనులచేతను కాలోచిత మూల్యము పుట్ట విలిచికొని తమ తల్లిదండ్రులకు పుణ్యముగాను ధార వోసి ఆచంద్రార్కముగా ఇచ్చిరి. ఇందులోపలను వాపి వీరు మరమున క్షేత్రాలు కు ౦౹౹౦ (3/4) నీరునేల కు ౨ (2) ఈ పుణ్యకాలమందు విలిచి ధారవోసి యిచ్చిన క్షేత్రాలు వంకాయలపాటను కాలోచిత మూల్యముపెట్టి విలిచి యిచ్చినవి. పేర్లు-ఖండీలు వున్నవి. పరిచేత చేతరాజు వంకాయలపాటి పొలమునందు శ్రీ భావదేవరకు తమ తలి దండ్రులకు పుణ్యముగాను ఇచ్చినది. ఖం-౧-(1) గోపాలదాసులు శ్రీ పొరనూరి పొలములో కాలోచిత మూల్యము లిచ్చికొని తమ తలిదండ్రులకు పుణ్యముగాను ధారవోసెను." అని యున్నది.

దీనితర్వాత "శా. శ. 1315 శ్రీముఖ వైశాఖ శుద్ధ 5 గురువారము (1393-A. D.) లక్కనపల్లి భావన తమ్ముడు అయిన ఇంగరి కొమ్మమూరివారు శ్రీ భావనూరు భావనారాయణ పెరుమాళ్లకు-తమ తండ్రులు పుణ్యముగాను ధారవోసి యిచ్చినది. కొమ్మమూరి ఉత్తర

♦ఈ శాసనము శయన మందిరమునకానుకొని దక్షిణ దిశనున్నది.

భాగాన [illegible] [illegible] [illegible]
[illegible] (౧౧) [illegible] [illegible] [illegible] [illegible]
[illegible] – "శా. శ. 1338 (1416 A. D.) [illegible] [illegible]
నాయుడు [illegible] [illegible] [illegible] [illegible]
[illegible] [illegible] [illegible]
[illegible] [illegible] [illegible]
[illegible] [illegible] [illegible]
[illegible] (శ్రీ) [illegible] [illegible]
[illegible] [illegible]" [illegible].

[illegible] [illegible] [illegible]
1437 [illegible] [illegible] 12 [illegible] [illegible]
A great error, [illegible] [illegible]
[illegible] [illegible] – [illegible] [illegible]
[illegible] [illegible] [illegible]
గారు [illegible] [illegible] [illegible]
(శ్రీ) [illegible] [illegible] [illegible]
[illegible] [illegible] [illegible]. [illegible]
[illegible] – "శా. శ. 1477 [illegible] (1555 A. D.) [illegible]
[illegible] [illegible] 10 [illegible] – [illegible]
శా. శ. 1535 (A. D. 1613) [illegible] [illegible]
[illegible] [illegible]" [illegible] [illegible]
[illegible] [illegible] "[illegible] [illegible]
రాజా" అని [illegible]. [illegible] "[illegible]
[illegible] [illegible]" [illegible]. [illegible]
[illegible] (1550–1580) [illegible] [illegible],
[illegible] శా. శ. 1585 (A. D. 1619) [illegible] [illegible]. [illegible]

మూలవిరాట్ - శ్రీ భావనారాయణస్వామివారు, పొన్నూరు.

శ్రీ కాశీ విశ్వనాథస్వామివారు, పొన్నూరు.

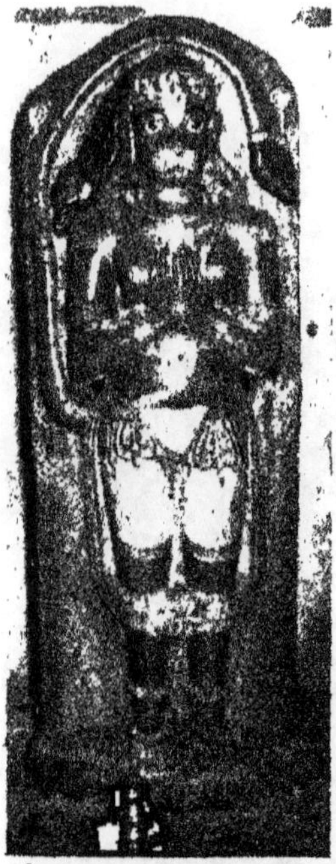

శ్రీ ఆంజనేయస్వామి వారు
పొన్నూరు

శ్రీ భావనారాయణస్వామి దేవాలయ
దక్షిణకుడ్య శిల్పము - పొన్నూరు

ధ్వజస్తంభము
(శ్రీ) భావనారాయణస్వామివారు - పొన్నూరు

శ్రీ వినాయకస్వామి - పొన్నూరు

[illegible]

[illegible]

క్రీ. శ. 1555 లో గుంటుపల్లి ముత్తరాజయ్య నౌకరీ చేయుట కీనాములు నిచ్చుట సత్యముగాఁ గాన్పించుచున్నది.

తదుపరి రావుగారు జమీందారులు శ్రీ మాణిక్యారావు జగ్గన్నారావుగారు ప్రాకారాదులఁ గట్టించిరి. "శా. శ. 1694 నందన (క్రీ. శ. 1772) లో స్వామివారి నిత్య నైవేద్య దీపారాధన నిత్యోత్సవ, పక్షోత్సవ, మాసోత్సవములు జరుగఁ గలందులకు-పౌన్నూరులో 72 మూరపగ్గాన కుచ్చెల కు 64 కుంటల ప్రాప్తిని కు 12½ భూమి ఖండ్రిక పూర్వ నిర్ణయప్రకారము స్వయందాన ధారాపూర్వకముగా సర్పణచేసి ప్రతి సంవత్సరము ధ్వజారోహణాది కళ్యాణ మహోత్సవములు - వసన్తోత్సవ, నవరాత్రోత్సవ, జయంత్యుత్సవములు జరుపఁ గలందులకు - పౌన్నూరు సముతు గ్రామాదుల "యయివేజులలో 250 వరహాలు నిర్ణయముచేసి యీ రీతిగాఁ జాలదినములు జరిపించిరి." వీరి తర్వాత రాజా భావయ్య మాణిక్యారాయనింగారు తండ్రి గారు జరిపిన మాన్యాలు కొనసాగించ జరుపుచున్నారు. రక్తాక్షి సంవత్సరమున (1804) మాణిక్యారావుగారి నుండి - కుల - వైదికములవలన రాజా వాసిరెడ్డి వేంకటాద్రి నాయుడుగారు సర్వాధికారముగా "మాతలి" వ్రాయించుకొనిరి.

దేవతలు :

1. గర్భగుడి- శ్రీ భావనారాయణ స్వామివారు.
2. ప్రక్కగదిమున- రంగనాయకుల విగ్రహముతీసి 1810 లో చేబ్రోలు చేర్చిరి.
3. [illegible]- రాజ్యలక్ష్మీ దేవాలయము.
4. స్వామివారి ఆగ్నేయమున-గూని గోవిందు దంపతుల విగ్రహములు.
5. [illegible]-నైఋతి బ్రహ్మవిగ్రహమును వేంకటాద్రి నాయఁడు ఉత్తర ద్వారమునకు [illegible] భూస్థాపన కొనర్చెను. ఆలయ మున్నది. విగ్రహము లేదు.

6. ఈశాన్యములో – [illegible]

7. [illegible] – [illegible]

8. [illegible]

9. బ్రాహ్మణులకు. [illegible]

వాసిరెడ్డి [illegible] "రాజా భావన్నా మాణిక్యారావు" శ. 1201 (క్రీ. శ. 1792) [illegible] [169] [illegible] సరికాదు. పులిగడ్డ [illegible] మాణిక్యారావు శ 1213 [illegible] (1818) పొన్నూరు [illegible] 20 గ్రామ [illegible] గారికి విక్రయమును [illegible] రథికారము గల్గియుండెను.[170] శ 1214లో పొన్నూరు మొదలగు 22 గ్రామములను వాసిరెడ్డివారు కొనిరని (1804 A. D.) [illegible] తెలుపుచున్నది. [illegible] తెల్పుచున్నది.[171] పిదప [illegible] భావన్నా మాణిక్యారావుగారి నాయుడు పొన్నూరు మొదలగు 22 గ్రామములు క్రీ. శ. 1804లో విక్రయింపబడినట్లు స్పష్టమగుచున్నది. L. R. 39 లోని పొన్నూరు కైఫీయతును బట్టి పులిగడ్డ [illegible] – [illegible]

(169) L. R. II – P. 474
(170) L. R. V – పొన్నూరు కైఫీయతు
(171) L. R. III – వంగిపురము కైఫీయతు

ముఖ్య దేవాలయ నిర్మాణము

దూత నామ సంవత్సర పుష్యశుద్ధ 13సోమవారము (క్రీ.శ.8-1-1811)న వ్రాసినట్లు తేలుచున్నది-నిరుటి సంవత్సరమనుటచేత 1810లో నీ దేవాలయము బాగుచేసినట్లు గాన్పించుచున్నది.

చాలకాలమునుండి వేంకటాద్రినాయనిగారికి పొన్నూరు దేవాలయముమీఁదఁ జూపు పడెనఁట. సమయము కనిపెట్టి డబ్బు కక్కుర్తిగానున్నపుడు మాణిక్యారావుగారికి ధనమిచ్చి విక్రయించుకొనెనఁట.

ఇతర దేవాలయముల [illegible]

పూర్వము [illegible] 44 [illegible]
చేసినారు [illegible] 31 [illegible]
తెల్పుచున్నవి. [illegible]
లోనగు [illegible] దేవాలయములు [illegible]
[illegible]
1752 మొదలు 175[illegible]
ఖాను [illegible]
నప్పుడు ఫ్రాన్సువారు [illegible]
ములు [illegible]
క్రైస్తవ మతము, [illegible]
జేసిరని, [illegible]
నిలువు [illegible] యున్న [illegible]
లయములో - [illegible]
బుల్ కంపెనీవారు" [illegible]

ఫ్రెంచివారి పాలనాకాలమునందును సుప్రసిద్ధ[illegible], [illegible]
హిందూ దేవాలయములు [illegible]
లలో నున్నది. నిజాము - ఉల్ ముల్కు [illegible]
రాజ్యమును ఫ్రాన్సువారి కిచ్చియుండిరి వారు దేవాలయముల [illegible]
దాయముల కుపద్రవములు కల్గించిరని [illegible] తెల్పుచున్నవి.
వరదరాజస్వామివారి దేవాలయమును [illegible]

"ముషేవిస్సేను" అను దొర యీ గ్రామమునకువచ్చి పరభాగమందు మేడఁ గట్టించుకొని 1167 ఫజలీనఱ కేడేండ్లు ప్రభుత్వముచేసి మరణించి రని – ఓలేటిగ్రామ కైఫీయతు తెల్పుచున్నది. ఈ ప్రకార మనేక దేవాలయములు ధూప దీప నైవేద్యాదులు లేక జీర్ణస్థితిలో నుండ నాయఁడు వానిని మరమ్మతు చేయించి పెస్కూ-చోట్ల సర్చుకుల నుంచి వారి కీనాముల నొసంగెను. ఈ దిగువ సీయఁబడిన దేవాలయములు నాయని యీనాము లందినవి.

1. అల్లూరు (L R. 39) — "ఫ 1212 క్రీ. శ. 1802లో – కుంపిణీ వారు వేలం వేసినందున రాజా వాసిరెడ్డి వేంకటాద్రి నాయుడు బహద్దూర్ మన్నె సుల్తానుగారు కొని ఖాజీపాలెం గ్రామములో వారు శివాలయము కట్టిస్తే నిత్య నైవేద్య దీపారాధనలు జరుగ గలందులకు కుచ్చెళ్లు కుంట్లు పల్లంమెరక యీనాముగాయిచ్చినారు. సవరహీ ఫజలీ మొదలుకొని ఫజలీ 1220 వఱకు 9 సంవత్సరములు అధికారము చేస్తూ ససరహీ మాన్యాలు జరిపిస్తూ యున్నారు."

2. ఎంద్రాయి — మొదట హంద్రి కాకోనప్ప కుమాళ్లు అప్పాళ్లు అనంతప్ప శివాలయము కట్టించి ఆంజనేయులవారి ఆలయము కట్టించి ప్రతిష్ఠ చేయించినారు. ఆ శివాలయము తదనంతరము అంతరువుపడి లింగము భిన్నమై పోయినందున యీస్థలం పూర్వమున హంద్రికవారు ప్రతిష్ఠచేసిన స్థలమని రాజా వేంకటాద్రి నాయుడుగారు తిరిగి దేవళము కట్టించి ఆనందనామ సం. లో (క్రీ. శ. 1794) లింగాన్ని తెప్పించి ప్రతిష్ఠచేయించి ఏకాంబరేశ్వరుడని ప్రతిష్ఠ చేయించినారు."

3. లాం.— వేంకటాద్రి నాయఁడు బంగారము కొఱకు మూఁడు చోట్లను త్రవ్వించెనని వెనుక చెప్పితిని.

4. రేపల్లె :— రంగనాయకులు విగ్రహము గైకొనిపోయి చేబ్రోలులో నుంచిరి. త్రిముఖ బ్రహ్మదేవుని నుత్తర ద్వారమునకు వెలుపల భూస్థాపితము చేయించిరి.

5. చింతపోలు :— "రాజా [illegible] నాయుడుగారు [illegible] క్రీ. శ. 1216 [illegible] 1806 [illegible] [illegible] [illegible] కనుక [illegible] ఇచ్చినారు."

6. చింతపల్లి (L. R. 39) :— "[illegible] [illegible] [illegible] మున పంట పెడుసు) వ్రాయించి [illegible] ఇచ్చినారు.

కుచ్చెళ్లు ½ — గాలి [illegible] క్రీ. శ. 1785
శా. శ. 1707

కుచ్చెళ్లు ¼ — 1795 అమ్మనాయన్న [illegible] శా. శ. 1717

కుచ్చెళ్లు 1 — అమ్మనాయన్న [illegible] క్రీ. శ. 1786
శా. శ. 1708

కుచ్చెళ్లు 1 — 1793సం. [illegible] శా. శ. 1715
(కాళహస్తి వారి)

7. తాళ్లూరు :— [172] చింతపల్లి [illegible] రాజా వాసిరెడ్డి వేంకటాద్రి నాయుడు 35పుట్ల క్రయధనము చేసినారు. ఈ గ్రామ మధ్య మందు గోపాలస్వామి దేవాలయమున్నది. [illegible] ఆనంద సంవత్సరమందు 1794 – రాజా వాసిరెడ్డి వేంకటాద్రి నాయుడు జీర్ణోద్ధారం చేసినారు. ఈ దేవస్థానం [illegible] దీనికి ఉత్తరము శివాలయం ఉన్నది. [illegible] నామ సం. క్రీ. శ. 1789 .... [illegible]

(172) L. R. 56

సైతము నాయఁడు బాగుచేయించి యుండవచ్చును. (L. R 3), 59 - 60 సంపుటములనుబట్టి యిచట మల్లేశ్వరస్వామికి $\frac{1}{2}$ కుచ్చె లీనా మిచ్చెనని తెలియుచున్నది. ఇందులోని వేణుగోపాల దేవాలయమున కఱ కుచ్చె లీనామిచ్చెనని రొంపిచర్ల సీతారాములను వైఖానసునర్చకునిగా నియమించిరని తెలియుచున్నది. (L R, 3) సం. తాళ్లూరును గూర్చి యిట్లు తెల్పుచున్నది. "రాజా వాసిరెడ్డి వేంకటాద్రి నాయుడు ప్రభుత్వం చేసేటప్పుడు తాళ్లూరు బుచ్చిరాజు గ్రామాని కుత్తరభాగములో సౌమ్య సంవత్సరములో శివాలయము కట్టించి మల్లేశ్వరస్వామి పేర లింగమూర్తి ప్రతిష్ఠచేసి శ్రీ వీరభద్రస్వామి ప్రతిష్ఠ చేసిరి. ముంజ్లపూడి జులుపాలుడనే పూజారి వెలనాటి బ్రాహ్మణులను నియమించినారు. కనుక ఈ దేవుల నిత్యనైవేద్య దీపారాధనల జరుగ గలందులకు వేంకటాద్రినాయనిగారు కుచ్చెళ్లు ౦౪౦ పొలము మాన్యము యిప్పించి మఱిన్ని ఆనందనామ సం. లో గ్రామ మధ్యమందు పూర్వీకమైన విష్ణుస్థలము ఖిలపడి బహు దినాలనుంచి అర్చనాదులు లేక విగ్రహములున్న లేకపోయె. గనుక సదరహీ సం. లో శ్రీ వేణుగోపాలస్వామిని ప్రతిష్ఠ చేయించి యీ స్వామివారిని పూజించటానికి రొంపిచర్ల సీతారాముడనే విఖునసుణ్ణి నిర్ణయించి యీ స్వామివారి నిత్య నైవేద్య దీపారాధనలకు కుచ్చెళ్లు ౦౪౦ మాన్యం యిప్పించి యిదివరకు ప్రభుత్వము చేస్తూ యున్నారు. (L. R. 60) సంపుటమును బట్టి సౌమ్య సం. లో తాళ్లూరి బుచ్చిరాజు ఉత్తరమున శివాలయము కట్టించి మల్లేశ్వరస్వామిని ప్రతిష్ఠ చేసిరి'' అని తెలియుచున్నది.

8. చాలేమఱ్ఱు — ఇది మునుగోడు సముతులోనిది. ఇందలి వీరభద్రాలయమునకు - అఱకుచ్చె లీనా మిచ్చిరని (L. R. 60) సంపుటమువలనఁ తెలియుచున్నది. ఇందలి యాంజనేయాలయమునకు 1. కుచ్చె లీనా మిచ్చిరి. ఆంజనేయ స్థలమున్నదని యీశాన్యమూల దీనిని 30 సం. క్రిందట ముత్తారెడ్డియను సంసారి ప్రతిష్ఠ చేయించినాఁడని నైవేద్య దీపారాధనలకు అ. కు. మాన్యము రాజా వాసిరెడ్డి వేంకటాద్రి నాయఁడుగా

ఇచ్చినారని [illegible] [illegible] [illegible] [illegible].[173] ఇప్పట్ల ప్రభుత్వములో సగ్రహారముగా [illegible] [illegible] 50 సంవత్సరాల [illegible]. [illegible] [illegible] [illegible] గలదు. ఇచట [illegible] [illegible].

9. తిమ్మభూపాలపట్టణము :— [illegible] [illegible] వారు ఫసలీ 1107 [illegible] (Andrews Scott Cakes) [illegible] వారి యధికారము [illegible] [illegible] ఫసలీ. 1112–లో [illegible] [illegible] [illegible] వేంకటాద్రి నాయుడుగారు [illegible] [illegible] పూర్వమర్యాద ప్రకారము [illegible] [illegible] చేసి చనిపోయిన పిమ్మట ఫసలీ 1226 [illegible] – [illegible] వారు అమానీ మాన్యముగా – [illegible].

10. కోపల్లె:— ([illegible]) వేంకటాద్రినాయుడు ఒకనికి నామ సం. లో 1797 శ్రోత్రియముగ జోస్యుల అన్నపూర్ణావధానులుగారికి అగ్రహార ముగా నిచ్చిరి. ఫసలీ 1223–లో (1813) అన్నపూర్ణావధానులు చని పోయినందున తిరిగి సర్కారు దాఖలు చేసికొన్నారు.

11. మల్లావి అగ్రహారము :— నాయుడు [illegible] మహాపురుష మహాదాన యజ్ఞ మహోత్సవ కాలమున దానాధ్యక్ష [illegible] సోమేశ్వ రుని సన్నిధానమున ధారాపూర్వకముగా సర్వాగ్రహారముగా – [illegible] గంటి సుబ్రహ్మణ్యేశ్వర సోమయాజులవారికి ఇచ్చినారు. కనుక నిది యగ్రహారముగా జరుగుచున్నది. మల్లేశ్వరస్వామి దేవాలయము కట్టించి కుచ్చెలు మాన్య మిప్పించినారు. పూజోత్సవములు యథార్థముగా జరుగుచున్నవి. 17–11–1817.

(173) L. R. 60 — P. 554.

12. హుస్సేను నగరము:— (మునుగోడు సమితి) దీనికిఁ బశ్చిమమున నాంజనేయుని స్థలమున్నది. దీనికిఁ బాతిక మాన్యము వేంకటాద్రి నాయఁడుగా రిచ్చిరి. నాఁటినుండి జరుగుచున్నది.

13. అత్తలూరు:— దీనికి నుత్తర ప్రదేశమున సోమేశ్వరస్వామి కలఁడు. ఈ స్థలము పూర్వము రెడ్ల ప్రభుత్వమునఁ బ్రతిష్ఠ జరిగినది. కొంత కాలమున కంతరువు పడిపోయినది. 20 సం. క్రిందట నాయఁడు ప్రతిష్ఠ చేయించి దీనికి 6 కుచ్చెళ్ళ మాన్య మిచ్చిరి. దీనికి సనదున్నది. ఈ గ్రామమునకు నుత్తర దిక్కుగా జైనపాడు గలదు.

14. తుర్లపాడు — (నాదెండ్ల సమితి) (L. R. 3) సంపుటము 60 – లో నున్నది. 'పరాసువారు' రాజ్యంచేసే కాలంలో ఫ. 1161 (1751) వరకు అర్చనాదులు జరుగక ఖిలము అయినది. తిరిగి ఫ. 1205 (1796)లో గ్రామస్థులు దేవాలయం మరమ్మతు చేయించి శ్రీ పాండులింగేశ్వర స్వామికి, శ్రీ చెన్నకేశ్వర స్వామికి పునఃప్రతిష్ఠలు చేసినారు. కనుక యీ స్వామివార్లయొక్క నిత్యనైవేద్య దీపారాధనలు జరుగగలందులకు నాయుడుగారు చేసిన భూస్వాస్థ్యం 1 కు. పాండులింగేశ్వరస్వామికి–కు 1–కి శ్రీ చెన్నకేశ్వర స్వామివారికి, 2 కుచ్చెళ్లు పూర్వపు స్వాస్థ్యములు పునరుద్ధారంగా యిప్పించి యిదివరకు జరిగిస్తూ వున్నారు.

15. అన్నవరము:— సర్కారు ముర్తుజాం నగరు (L. R. 36) 60లలో నీ కైఫీయతున్నది. (P. 68) నిజామల్లీ దీనిఁ గుంపిణీ పరమొనర్చెను. మూఁడేండ్లతరువాత నాయఁడు ఖుద్దున మామలియ్యతులు చేసికొనుచున్నారు. – వేణుగోపాలస్వామియాలయములోఁ గొన్ని సంత్సరములు పూజాదికములు జరుగకయుండెను. ఫ. 1203లో (1794) నాయఁడు జీర్ణోద్ధారముచేసి సదరహీ ఫసలీ ఆనంద సం. వైశాఖ శు ౧౧ పునఃప్రతిష్ఠ చేసి యీస్వామిని బూజించుటకుఁ బూర్వోత్తరపు టర్చకులైన రత్నాకరము పాపాచార్యులుగారిని నిర్ణయించి నిత్యనైవేద్య దీపారాధనలు జరుగఁ గలందులకుఁ – కు౹౹ ($\frac{3}{4}$) భూమి నీనాముగా నిప్పించిరి.

16. తక్కెళ్లపాడు:— ([illegible] , L. R. 56, 60) [illegible] (1794) [illegible] [illegible] [illegible] [illegible] [illegible] [illegible]

17. దొల్లపాడు:— (L. R. 56, 60) [illegible] 1/4 [illegible] (L. R. 60) [illegible] [illegible]

18. పొణుకుపాడు:— [illegible] (L. R. 56, 60) [illegible] [illegible] 1/2 [illegible]

19. పూడిపూడి:— (L. R. 5) [illegible] 1225 (1815) [illegible] గోపాల స్వామికి [illegible] నిచ్చిరి. [illegible] గోపాలస్వామి [illegible]

20. యడవల్లి:— (L. R. 5) [illegible] ధారణము [illegible] ఈ దేవునికి నిత్య నైవేద్య దీపారాధనలకు [illegible] నాయుడుగారు 6 కుచ్చెళ్ల మాన్యమిచ్చిరి. తదారభ్య జరుగుచున్నది.

21. సారాకోడూరు – చేబ్రోలు సమితి – ఆలయము జీర్ణముకాఁగా గరణము కోడూరు నరసరాజు పునరుద్ధరించి, ప్రతిష్ఠ చేసెనని యున్నది. ఈ దేవునికి నిత్య నైవేద్యాదులకు $1\frac{1}{4}$ కుచ్చెళ్ల భూమిని వేంకటాద్రి నాయఁడుగా రొసఁగిరి. సంవత్సరోత్సవములు జరిగించున ట్లేర్పాటు చేసిరి.

22. బుట్టిపాలెము – (కూచిపూడి సమితి) శోభకృత్తు (1783) సం.లో వేంకటాద్రి నాయఁడు పట్టాభిషిక్తుఁ డాయెను. త్రిపురారి శేషంభొట్లకు 6 కుచ్చెళ్ల మాన్య మిచ్చిరి.

23. కరెవరము – గజపతి 44 గ్రామముల నగ్రహారముగా నిచ్చెను. నాయఁడు ప్రభుత్వమున దేవుళ్లకు $2\frac{1}{2}$ కుచ్చెళ్ల భూమి నీనా మిచ్చెను.

24. వేమూరు – బుచ్చయ్య కుమారుఁడగు వేంకటాద్రినాయఁడు గ్రామ పౌరోహితులగు – ఓరుగంటి ముత్తంభొట్లుగారి కీనాము 1/2 కుచ్చెలు, శేషావధానులుగారికి 1/2 కు., గొల్లపూడి విజయరామునికి $\frac{1}{4}$ కుచ్చెళ్లు, వెరసి $1\frac{1}{4}$ కుచ్చెలు ఒకటికి – 10 వరహాలు బేడిగ నిర్ణయించి పుచ్చుకొంటున్న ఈ ప్రకారము ఫజలీ 1193–1221 వఱకు ప్రభుత్వము–

25. కొప్పఱ్ఱు – (నాదెండ్ల సమితి) వేంకటాద్రి నాయఁడుగారు 1192 ఫజలీలోఁ బ్రభుత్వమునకు వచ్చి పై వ్రాసిన కమ్మవారికి రామన్నగారు నిర్ణయించిన వసతులు మూఁడు సంవత్సరములు జరిగించి తదనంతరము జరిగింపలేదు. ఫ. 1205లోఁ జిన యేలూరి ముఠా గ్రామాదులకుఁ దమ పక్షపు వ్యవహారస్థుఁడైన కొలిపాక బ్రహ్మాజీ పరముగా మజుకూరులో నుండు మల్లేశ్వరస్వామికిఁ బునఃప్రతిష్ఠ గావించి యీ దేవుని నిత్య నైవేద్య దీపారాధనలకు– కు ౧ భూమిని మాన్యముగా నిచ్చిరి. మఱియు గోపాలస్వామిని బునఃప్రతిష్ఠ గావించి నిత్య నైవేద్య దీపారాధనలకు 1 కుచ్చెలు భూమి నిప్పించి ప్రభుత్వము చేయుచుండ ఫ 1218 లో గోపాలస్వామివారికి మీఁదు వ్రాసినట్లు మేదరమెట్ల గోపన్నగారు గోపాలస్వామి యాలయము శిథిలీకృతముకాఁగా విప్పించి తిరిగి కట్టించి

స్వామివారికి ముఖ్యప్రతిష్ఠ గావించెను. 1221 [illegible] వేంకటాద్రి నాయుడుగారు ప్రభుత్వము చే[illegible]. 28-2-1812.

26. చదలువాడ:— L. R. 14) [illegible] వచ్చినది. [illegible] క్రీ. శ. 1793 [illegible] సం. [illegible] కుంచం (1/2) [illegible].

27. దాపులూరు:— [illegible] క్రీ. శ. 171[illegible] నాటి [illegible] 3 [illegible] వచ్చెనని [illegible] 1784లో వచ్చి క్రీ. శ. 1803లో – [illegible] 1 [illegible] మాన్యమిప్పించి [illegible] క్రీ. శ. 1812 [illegible] ప్రభుత్వము చేయుచుండిరని కలదు.

28. పెరవలి:—([illegible]) [illegible] వాస్తవ్యులు గ్రామ మధ్యమందుండిన [illegible] మొనర్చెను. దాని సం. ప్రతిష్ఠ చేయుటకు [illegible] మాన్యమిప్పించి నాయుడు 1221ఫ. [illegible] ప్రభుత్వ [illegible] టచే నాయుడే 1 [illegible] భూమి [illegible].

29. అముదాలపల్లి:— ([illegible]) [illegible] చక్రవర్తి గ్రామము – [illegible] ([illegible]) [illegible] ప్రతిష్ఠ చేసెను. 1212 ఫ. [illegible] 1221ఫ. [illegible] ప్రభుత్వము చేయుచు శ్రీ [illegible] అమావాస్య దినములలో [illegible].

30. చేతవోలు:— (L. R. 12) [illegible] శ్రీ [illegible] వేంకటాద్రి నాయునిగారు [illegible] – 1209 ఫసలీలో (క్రీ. శ. 1799) కస్పా [illegible] శ్రీ [illegible] 1 [illegible] పొలము మాన్యము [illegible]. పొలము [illegible]

హద్దు పెట్టించి పత్రిక వ్రాయించి యిప్పించిరి. సిద్ధార్థి కార్తీక బహుళ 12 భానువారము (క్రీ. శ. 1799) ఇట్లని 1209 ఫ (1799) జగ్గన్నగారి పేట శ్రీ రంగనాయకస్వామికి, శ్రీ చంద్రమౌళీశ్వర స్వామికిన్ని 1 కు పొలము సెలవిప్పించిరి. నాగేశ్వరస్వామికి 1/2కు. పొలము– మనస్సుకుఁ దేవలెను. 1207 ఫ శ్రీ రంగస్వామి కోవెలలో వాయించు భజంత్రీ మంగలివారు మొదలగువారికి బీటిపొలము 1 కు. మాన్యము సెలవిప్పించిరి. పొలము విడఁదీయించిరి. పింగళినామ సం. శుద్ధ ఏకాదశి. (1797)

31. జగ్గన్నపేట:—

A 1208 ఫజలీలో రంగనాయకస్వామి కళావంతులకు జొన్నపొలము చివర ఒక కుచ్చెలు పొలము హద్దు పెట్టించేది.

B 1209 ఫజలీలో శ్రీ రంగనాయకస్వామి కోవెలలో వుండుకొన్న శ్రీ వైష్ణవులు కండ్లగుంట రామయ్యగారికి 1/2 కుచ్చెలు పొలము మాన్యం సెలవు బీటిపొలం చూపించి హద్దు పెట్టేది.

C జగ్గన్నపేట శ్రీ రంగనాయక స్వామివారి కోవెలలో వుండుకొన్న శ్రీ వైష్ణవులు గోవర్ధన కృష్ణమాచార్యుల వారికి 1/2 కుచ్చెలు పొలము.

D జగ్గన్నపేట శ్రీ రంగనాయక స్వామివారికి 1/2 కుచ్చెలు పొలము (ఫ 1207)

E 1204 ఫ. పిశుపాటి రాఘువులకు వరిపొలం క్రింద పడ్డది. 1/2 కు. సేద్య పొలం సెలవు.

F 1204 ఫ కొండూరి శివంభట్లు మొదలైన 22 మంది బ్రాహ్మణులకు ఆసామికి 1/2కు. పొలము లెక్కను 11 కుచ్చెళ్లు బీటిపొలం మాన్యము 22 పేర్లున్నవి. రాక్షస సం. అధిక భాద్రపద దశమిలు— (1) కొండూరి శివంభట్లు (2) నేతి వేంకటాచలం (3) కొండూరి పరదేశి (4) నేతి నరసంభొట్లు (5) కందుల వేంకటపతి (6) బాచినపు సుబ్బన్న

(7) [illegible] (8) [illegible] (9) [illegible] (10) [illegible] (11) [illegible] (12) శ్రీ[illegible] (13) [illegible] (14) [illegible] (15) [illegible] (16) [illegible] (17) [illegible] (18) [illegible] (19) [illegible] (20) [illegible] (21) [illegible] (22) [illegible] – [illegible] 22 [illegible].

G 1213 ఫ. [illegible]

H [illegible] 1/2 [illegible]

I [illegible] 1/2 [illegible] (క్రీ.శ.1803)

J 1208 ఫ. – [illegible] 1/2 [illegible] – (1798)

K [illegible] శ్రీ [illegible] జనులు [illegible] మాన్యము సెలవు [illegible] (1197) ఫ.

32. శేషు మహమ్మదు పేట:— [illegible] యీనాము పరిపాలింప [illegible] తెలియదు – (1800) సెలవు. 1221 ఫ. [illegible] నైవేద్య దీపారాధనలకు [illegible] పొలములో [illegible] పండినపంట [illegible] ఆంగీరస వైశాఖ బహుళ [illegible].

33. మునగోటి పురము:— (L R. 12) శ్రీ ఆజ్ఞాధారకులైన రాజా శ్రీ రాజా వాసిరెడ్డి వేంకటాద్రినాయఁడు బహద్దూరు, మన్నెసుల్తాను, సర్ దేశముఖు మన్నెవారు సర్కారు ముర్తుజాంనగరు — వాముస్తుఖాం నగరం, బంపరు, నిజాంపట్టణాం, కంభంమెట్టు వగైరా మునగోటిపురం కరణాలకు దండం — కరెం వియూపాతక్ శాస్త్రులవారికి — చిన్న పెద్దలలో కాపుర ముండేటట్లు నిర్ణయం చేసుకొని 3 కుచ్చెళ్లు బీటిపొలం మాన్యం సెలవు యిచ్చినాము. 1803 రుధిరోద్గారి శ్రావణ శుద్ధ దశమీ గురువారము.

34. పల్లఖాపురము:— వాసిరెడ్డి వేంకటాద్రి నాయుడు కరణాలకు వ్రాసిన జాబు 1221 ఫ. ఈనాము పొలం ఒక కు. దుంబాలా సెలవు యిప్పించినాము — పేరు పోయినది (1811).

35. కొమిరెపూడి:— (తాళ్లూరు సమితి) వాసిరెడ్డి వేంకటాద్రి నాయుడు ప్రభుత్వానికి వచ్చి శివార్చకుడగు రాజవోలు బ్రహ్మయ్యకు 1/2 కు. ఆంజనేయస్వామికి అర్చకుడగు చింతలపాటి వీరయ్యకు 1/4 కు. ఈనాం భూమి యిచ్చెను.

36. అంబడిపూడి అగ్రహారము:— (L. R. 57) మునుగోటి సమితి శా.శ. 1721లో వల్లుట్లగోత్ర శ్రీ ఆజ్ఞాధారకులైన వాసిరెడ్డి వేంకటాద్రి నాయుడు మన్నెసుల్తాను జట్లతుర్తి శంకరశాస్త్రిలవారికిచ్చెను. అంతకుపూర్వమే శా. శ. 1688 పార్థివలో 1766లో నిది వాసిరెడ్డి రామన్నక్రింద ఉండెను.

37. మాదిపాటి అగ్రహారము:— చామర్తి సమితి. వాసిరెడ్డి రామన్న క్రింద ఉండెను. శా. శ. 1718 నల సం. ఫాల్గుణ శుద్ధ పౌర్ణమి (క్రీ. శ. 1796 మార్చి) గంగు రామచంద్ర దీక్షితులకు యిచ్చెను. వేంకటాద్రి నాయుడు అగ్రహార దానపత్రము వ్రాసి యిచ్చెను.

38. బొమ్మరాజుపల్లె — మొదటి శా. శ. 1662 (1739) సిద్ధార్థి చైత్ర శుద్ధపౌర్ణమీ వాసిరెడ్డి రామలింగన్న దేశముఖ, మన్నవర్, ఎఱ్ఱింశెట్టి నారసింహామునకు ముఖాసాగా యిచ్చెను. (ఫ 1148) పుత్ర పౌత్ర

పారంపర్యాంతరం గ్రామము అనుభవింపబడెను. శా. శ. 1661 వాసిరెడ్డి రామలింగన్న ఎఱ్ఱగి శెట్టి వేంకటపతికి వ్రాయించిన ముఖాసా— శా. శ. 1668 పార్థివ నామ శ్రావణ శుద్ధ పౌర్ణమి— వాసిరెడ్డి జగ్గన్న సర్‌దేశముఖు మన్నెవారు ఎఱ్ఱంశెట్టి వేంకటపతికి వ్రాయించిన ముఖాసా (1765) శా. శ. 1709 (1786) పరాభవ మాఘ బహుళ 4 రాజా శ్రీ వాసిరెడ్డి వేంకటాద్రి నాయుడు సర్ దేశముఖు మన్నెవారు సర్కారు ముర్తుజా నగరు ఎఱ్ఱంశెట్టి వేంకటపతికి ముఖాసా యిచ్చెను. శా. శ. 1724 పరీధావి కార్తీక శుద్ధ పౌర్ణమి (1802) శ్రీ శ్రీ [illegible] రాజా శ్రీ వాసిరెడ్డి వేంకటాద్రి నాయుడు బహద్దరు మన్నె సుల్తాను సర్ దేశముఖు మన్నెవారు సర్కారు ముర్తుజా నగరు ముస్తఫానగరు— ఎఱ్ఱంశెట్టి నరసింహులకు ముఖాసా.

39. అల్లూరు :— 1212 ఫ. కుంఫిణీవారు [illegible] చేసినందున రాజా వాసిరెడ్డి వేంకటాద్రి నాయుడు బహద్దరు వారు మన్నెసుల్తానుగారు కొని ఖాజీపాలెం గ్రామములో వారు శివాలయము గట్టి ప్రతిష్ఠ చేసి నైవేద్య దీపారాధనలు జరుగ గలందులకు 3/4 కుచ్చెళ్ల భూమి మాన్య యీనాముకుగా యిచ్చినారు. సదరహీ ఫసలీ మొదలుకొని 1220 ఫ. వఱకు తొమ్మిది సం. అధికారము చేస్తూ సదరహీ మాన్యాలు జరిపిస్తూ ఉన్నారు.

40. బాపట్ల :— క్రీ. శ. 1803 లో కుంఫిణీవారు కొన్ని గ్రామముల హక్కును వేలం వేయుచో నాయుడు వానిని కొని బాపట్లలోని భావ నారాయణ స్వామి కిచ్చి వీనిని వెనుకటి వలెనే స్వామివారనుభవించు నట్లు చేసెనని యీ కైఫీయతు—

41 గుడిపూడి :— ఇచటి సోమేశ్వరాలయమునకు 2 కుచ్చెళ్ల చెన్న కేశ్వరాలయమునకు భూమి యిచ్చినట్లు (L. R. 5, 7.) లం బట్టి తెలియు చున్నది. కాని వీనిని ఫ్రాన్సువారి కాలములో — జాప్తు చేసిరి.

42. వేలూరు :— ఇచట కేశవస్వామికి 2 కుచ్చెళ్ల భూమి యిచ్చినట్లు 7వ సంపుటము తెల్పును. వీరభద్రస్వామి కెంత యిచ్చినది తెలియదు.

43. పేరూరు — ఆనంద నామ సం. కేశవస్వామి దేవాలయమునకు - కొంతభూమి నొసంగెను. వీరభద్రస్వామి కెంత యిచ్చినది తెలియదు.

44. లక్కరాజు — పట్టాభిరామాలయము జీర్ణోద్ధారణ కావించెను. కుం ౧౬ భూమి నిచ్చెను. అని (L. R. 50) తెల్పును.

45. మద్దిరేల :— రాజమహాళీశ్వరాలయము గట్టించి చింతపల్లి వీరన్న యను వాని నర్చకునిగా నియమించెను ఇచట రాజగోపాలాలయము గట్టించి దీవి రత్నమాచారి యనువాని నర్చకునిగా నియమించెను. ఈ గ్రామములోనే రాజాపేటను గట్టించెనని 50వ సంపుటము తెల్పుచున్నది.

46. గుంటూరు:— ఫ. 1193 (క్రీ. శ. 1783) లో గుంటూరులోని రామచంద్ర పురాగ్రహారములోని మల్లేశ్వరస్వామికి - కొంత భూదాన మొసంగెను. ప్రాత గుంటూరులో శివాలయము గోపాలస్వామి యాలయములు గలవు. రెండవ యాలయపు టర్చకుని యొద్ద వాసిరెడ్డి జమీందారు లిచ్చిన యనేక మాన్యములకు సంబంధించిన కాగితములు గలవు. వాని నిచట వ్రాయుచున్నాను.

1. V. R. అను నింగ్లీషుపేరుతో మొహరున్నది - ఉర్దూలో నిట్లు వ్రాయబడినది "నిజాం ఉల్ ముల్కు రాజశ్రీ వెల్నాడ్ జియా_ఖైర్ బహద్దూర్ మన్నె సుల్తాన్ మన్నెవర్ సర్కార్ మర్సి ముస్తఫుక్ ముల్కు వగైరా యజూ - శ్రీ మహేశ్వర గోపాలస్వామి - అని యున్నది

శ్రీ మత్సకలగుణ సంపన్నులైన తక్కెళ్లపాటి నగరాంక శ్రీ ఆజ్ఞాధారకులైన రాజా శ్రీ రాజావాసిరెడ్డి వేంకటాద్రి నాయుడు బహాదూరు, మన్నె సుల్తానుగారు, దండము. సం. 1211 ఫ. శ్రీ స్వామి వారికి ఉండు కొన్న యీనాము పొలము తాలూకు ఆబాదుమహాసులు దుంబాలా సెలవు ఇచ్చినాము. కనుక అనుభవిస్తూ చేసుకొని కొంచ పోనిచ్చేదిగా తెలిసేది.

శ్రీ రాజా వేంకటాద్రి నాయుడు

దుందుభి నామ సం. చైత్ర శుద్ధ పంచమిలు

	వ. కం.
బొంతపాడు—	6—6
తక్కెళ్లపాడు—	14—64
పాతగుంటూరు—	24—00
ఉప్పలపాడు—	7—00

2. 1212 ఫ. తక్కెళ్లపాడు – ద్వారా చెరువు వేంకటాద్రి నాయని పేరు గలదు.

3. కాళయుక్తి చైత్ర. బ. తదియ తక్కెళ్లపాడు ద్వారా ముద్ర గలవాలు సెలవు.

4. తక్కెళ్లపాడు – 1206 ఫ. అదామహాసులు వంగిరి శ్రావణ బ. 4 గుని వారము వేంకటాద్రి నాయుడు 1194 ఫ. చైత్రే మాసములో నిచ్చిన ధర్మము. మాన్యము సెలవు – అనునవి కొన్ని కాగితములు లభ్యమైనవి. V. R. అను ముద్ర గల్గిన కాగితము లక్ష్మయ్య యొకని కడ లభించినవి.

5. 1222 ఫ. శోభమూర్తి నాయుడుగారు గుంటూరు కలెక్టరుకు వ్రాసిన యుత్తరములో ఒక కుచ్చెలు పొలములో నుండి కొన్ని అదామహా సుల నిచ్చినామని 1/2 కు. భూమి తక్కెళ్లపాడులో నిచ్చినట్లున్నది. దీనిలోను నాయని యొక్క ముద్రకలదు.

6. 1209 ఫ. తక్కెళ్లపాడు గోపాలస్వామికి సిద్ధార్థి చైత్ర బహుళ తదియ దినమున 1/2 కు. పొలమిచ్చినట్లున్నది.

7. 1200 ఫ. గుంటూరు కమిటీ స్వామివారికి మాన్యము నిచ్చిరి.

8. 1201 ఫ. గుంటూరు గోపాలస్వామికి రాజా వాసిరెడ్డి వేంకటాద్రి నాయుడు భూమి నిచ్చెను. అదామహాసూలు ఇచ్చినారు. కొంచె పోనిచ్చేది – అనియున్నది.

9. 1206 ఫ. ఆదామహాసూలు – దుంబాలా సెలవు – పింగళ చైత్ర శుద్ధ చవితి శనివారము.

10. 1207 ఫ. కాళయుక్తి చైత్ర శుద్ధ తదియ

11. రౌద్రి చైత్ర బహుళ తదియ శనివారము రోజున గుంటూరు కరణాలకు వ్రాసిన ఉత్తరము కలదు.

12. 1210ఫ. ఆదామహాసూలు – కొంచె పోనిచ్చేది. దుర్మతినామ సం. అనియున్నది.

13. 1213 ఫ. రక్తాక్షి – పంచమీ ఆదివారము.

14. 1214 ఫ. క్రోధన – పంచమీ గురువారము.

15. శ్రీ శివకేశవ వేణుగోపాలస్వామి – గుంటూరు కరణాలకు 1221 ఫ. ఒక పుచ్చెలు పండినపంట ఆదామహాసూలు అర్చకుల పరముగా మాన్యము కొంచె పోనిచ్చేది.

16. 1215 ఫ. గుంటూరు కరణాలకు వాసిరెడ్డి వేంకటాద్రి నాయుడు వ్రాసిన ఉత్తరముకలదు. ఇందులో – కొంచెపోనిచ్చేది అని కలదు.

ఈయనను గూర్చి కవులిట్లు వ్రాసిరి. 'ఈ కమ్మకులమునం దుద్భవిల్లిన రాజోత్తములలో నీయన కెనయగు వారెవ్వరు లేరనియే చెప్పనొప్పు. సుప్రసిద్ధ శివపూజా ధురంధరుడగు నీప్రభువు దేవాలయముల కొనర్చిన సేవ యపారమైనది. జీర్ణప్రాయములైన, మిక్కిలి హీనస్థితి యందున్న పెక్కు దేవాలయముల నుద్ధరించి వానికి భూవసతిఁ గల్పించి తన జన్మము సార్థకము చేసికొనెను. ఇప్పటికిని గన్నుల పండువుగా నీయన విగ్రహము – అమరావతియందలి దేవాలయములోని గర్భగృహమున కెదురుగానుండి దేవదర్శనమునకు వచ్చువారల హృదయమాకర్షించుచున్నది.".

వేంకటాద్రి నాయుఁడేకాక వీని తండ్రి జగ్గన్నగారుకూడ గుంటూరు కరణాలకు స్వహస్తాక్షరితో - కొండవీటి కాగితములున్న వ్రాసిన యుత్తరములు లభ్యమైనవి - వానిలో జగ్గన్నగారు మాన్యములుపెట్టి గోపాలస్వామి యర్చకులకు - కొంతభూమి సేవమాన్యమునకని గుంటూరు కరణాలకు వ్రాసిన యుత్తరములోఁ గలదు. 1171 ఫ. వృషనామ సం. ఫాల్గుణ శుద్ధములో నీళ్లు వ్రాసెను - మహాకాండు మాన్యాలు దుంబాలా సెలవు యిచ్చినారు గనుక మహాసూలు అనుభవిస్తూ ఉండవలసినది '' అని కలదు. ఇది క్రీ. శ. 1761 - అగును. 1174 ఫ. (క్రీ. శ. 1764) జగ్గన్న గుంటూరు కరణాలకు వ్రాసిన యుత్తరములో ఒక పుచ్చెల పొల మిచ్చి నట్లున్నది. ఇందులో - చేవ నరసన్నగారి సాక్షము - అని యున్నది. దీనిఁ బట్టి క్రీ. శ. 1764 నాఁటికి జీవించి యుండెనని మెకంజీ వ్రాసిన జగ్గన్న మరణ సంవత్సరము క్రీ. శ. 1763 అనుట సరికాదని చెప్పవచ్చును.

ఇంకను నాయని పెంచిన రామన్న వ్రాయించిన 6 కాగితములు లభ్యమైనవి. 1178 ఫ. లో స్వామివారికి రెండు మాన్యములను. 1182 ఫ. లో స్వామికి దుంబాలా సెలవును, 1183 ఫ. లో 1/2 పుచ్చెలు 1184 ఫ. లో నొకసారియును 1186 ఫ. లో 1/2 పుచ్చెలు పొల మిచ్చినారు. ఈ కాగితములన్ని పాతగుంటూరులోని యర్చకులవద్ద లభ్యమగుచున్నవి. క్రీ.శ. 1768 నుండి 1783 డిసెంబరు 1 వ తేది రామన్న చనిపోవు వఱకుఁ గాగితములు లభించును. నాయఁ డిచ్చిన యగ్రహారములు నూఱు గలవని పాపయారాధ్యులవారు వ్రాసిరి. (1) గొడవఱ్ఱు (2) శృంగారపురము-(సిద్ధయోగుల అగ్రహారము) (3) కుంచవరము (4) పెదపఱ్ఱు (5) దంతలూరు (6) సిరిపురము (7) పరిమి అనునవి తెనాలితాలూకా - (1) అనమర్లపూడి (2) మల్కాపురము (3) కొలనుకొండ (4) కుంచనపల్లి (5) రామచంద్రపురము (6) అనంతవరప్పాడు (7) ఈదులపాలెము (8) మఱ్ఱిపూడి (9) వడ్డేశ్వరము - గుంటూరు తాలూకాలోనివి - (1) మల్లాది (2) గింజ

పల్లి (3) గోరంట్ల (4) పాఊపల్లి (5) గరికపాడు (6) మాదిపాడు (7) హాసన్‌బాద (8) మంగళగిరిపాడు (9) బలిజేపల్లి సత్తెనపల్లి తాలూకాలోనివి. (1) శివపురము (2) పెద్దవరము (3) తంగిరాల వినుకొండ తాలూకాలోనివి. (1) జంగమేశ్వరము - పల్నాడు తాలూకాలోనిది (1) మంచాల (2) భర్తిపూడి (3) మట్లిపూడి - బాపట్ల తాలూకాలోనివి. తూర్పుగోదావరి జిల్లాలోని - అమలాపురము మున్నగునవి నాయఁ డిచ్చిన యగ్రహారములు - గరికతోఁ బచ్చడి చేయఁగా నది నాయఁడు తిని యానందించి గరికెపాడు నగ్రహారముగా నొసఁగెనని కింవదంతి గలదు.

పరగ్రామ నిర్మాణము

వేంకటాద్రి నాయుడు తన బిరుదముల సార్థకముగా భూమండలమున వెలయునట్లు కొన్ని గ్రామములు నిర్మాణము చేసెను. తన తలిదండ్రుల నామధేయము లాచంద్రార్కస్థాయిగా నుండునట్లు - అచ్చమ్మపేట, జగ్గయ్యపేటలు నిర్మాణము చేసెను. [illegible] గల్లి జేతనపాలని చరిత్ర ప్రసిద్ధి గాంచిన గ్రామమే జగ్గయ్యపేట యైనది. రాజాయను బిరుదమునకు రాజాపేటయనియు నైజాము సుబేదారిచ్చిన మన్నెసుల్తాను బిరుదమునకు మన్నెసుల్తానుపాలెమనియు, నాయుడు బిరుదమునకు నాయుడుపేటయను గ్రామముల గట్టించెను. పది గ్రామములు గట్టించిరని కవులు వర్ణించిరి. కాని యైదు మాత్రమే కానవచ్చు చున్నవి. అమరావతి, వైకుంఠపురము, చేబ్రోలులలో గోపురములను నాయుడు గట్టించెను. వీనిని గల్పిన నెనిమిది మాత్రము కానవచ్చును. [illegible] రాధ్యులవారు తన గ్రంథములో నిట్లు వ్రాసెను.

సీ. దశపురీనిర్మాణ ధౌరంధరీశాలి
శతముఖపూర్వసాహిత్యప్రభావుడు.

వాసిరెడ్డి వంశచరిత్రలో బహు పట్టణ నిర్మాతయని యున్నది.

సీ. ఏరాజు భూమిపై నింపుగా బహుపట్ట
ణంబులఁ గట్టించె [illegible].

ఇంకను మఱియొకచోట నిట్లు వ్రాసెను.

సీ. శ్రీలక్ష్మ దసరారక్షిత దేశమున రా
జగ్గయ్యపేటను జలముపట్టి
తనతండ్రి పేరున ఘనముగాఁ గట్టించి
దల్లి పేరున మహాదానధన్య

సదనమైనట్టి యచ్చమ్మపేటను వేడ్కఁ
గట్టించి నిజనామకలిత కతన
మనికి రాజాపేటయను మన్నెసుల్తాను
పేటయు నాయని పేటయనెడి . . .

తే. పట్టణంబులఁ గట్టించెఁ బటిమ మెఱయ
సకలవర్ణాశ్రమ విధాన సరణినెఱపి
కీర్తిచే మించె రాజ్యలక్ష్మియుతుండు
వేంకటాద్రి ప్రభుండు సద్వినుతుఁడగుచు.

వీనినిగూర్చి ప్రత్యేకముగాఁ దెలిసికొందము.

1. **అచ్చమ్మపేట**:— ఇది గుంటూరుజిల్లా సత్తెనపల్లి తాలూకాలో నున్నది. కోగంటి పాలెమను నగ్రహారములోను నిచటను వజ్రపు గనులు గలవని బసాలత్ జంగు సేవకులు జగ్గన్న నిచట 1764 లోఁ జంపిరని వీరి సతీమణి అచ్చమ్మగా రిచటనే భర్తతో పాటు సహగమన మాచరించె నని యీ గ్రామమున కందువలన – అచ్చమ్మపేటయను నామము కలిగె నని మెకంజి వ్రాసెను.[174] పూర్వకాలమున నిచట వస్త్రముల వ్యాపారము జరిగెనని పెద్దలు చెప్పుకొందురు.[175] సహగమన వృత్తాంతముఁ గూర్చి పాపయారాధ్యులవా రిట్లు వ్రాసిరి.

చం. నిరతిశయ ప్రభావ మహనీయత ధర్మగుణానువర్తియై
ధర వెలయించి తండ్రి నిజదైవవశమ్మున నూర్ధ్వలోక రా
జ్యరమకు వల్లభుండగుడు నంత సపత్నిజయాభిలాష చే
నరిగెనొ నాగఁ దల్లి యనలార్చుల మ్రగ్గఁగ నర్భకున్ వెసన్.

---

174. G. Mackenzie - Kistna District Manual - P. 169

175. ఆంధ్ర విజ్ఞాన సర్వస్వము - 1 సం - పుట 505 .

కాశీ రామేశ్వర యాత్రలు

పీష్వా దర్శనము

గవర్నరు జనరల్ మొయిరా సందర్శనము

కాశీ, రామేశ్వరముల కేగఁదలఁచి నాయఁ డనుమతి నడిగెను. అప్పటి శాంతియుత పరిస్థితి ననుసరించి రామేశ్వర యాత్రకు ననుమతి నిచ్చిరి. ముందుగా శ్రీరంగము రామేశ్వరయాత్రలు చేసి వచ్చెను. ఇది క్రీ. శ. 1802 లో జరిగి యుండెను. రెండవ మహారాష్ట్ర యుద్ధము 1803 లో జరిగినది. ఈ యుద్ధములో ఫ్రెంచివారి పలుకుబడి యంతయు నశించెను. శాంతిభద్రతలు దేశమునల్లడల వ్యాంపిచుటచే నాయని కోరిక నంగీకరించిరని యంతట కాశీయాత్ర కేగెనని 26-6-1812, 24-7-1812 1812 సెప్టెంబరు, నవంబరు రికార్డులు తెల్పుచున్నవి. అపుడు పూనాలో ఇంగ్లీషువారి రెసిడెంటు గలఁడు. ఉత్తర దేశమున సుస్థిర శాంతి యేర్పడెను.

నాయని సంస్థానమువలన 12 లక్షలు ప్రతి సంవత్సరమాదాయము వచ్చునని, యిందులో రు. 7, 66, 215 లు పేష్కషు రూపములో నేఁటేఁటఁ జెల్లించుచుండెనని రాజా వాసిరెడ్డి లక్ష్మీనరసింహ నాయఁడు మదరాసు గవర్నరునకు వ్రాసికొన్న యర్జీలోఁ గలదు. కాశీ యాత్రకుఁ దాను బయలుదేఱుముందు కుంపిణీవారి కిస్తైకమును గడువు నకుముందే చెల్లించెను. ఇంకను రెండులక్షల రూపాయలు కుంపిణీ ప్రభు

త్వపు ఖజానాలోనుండి తనకుఁ గావలసిన నోట్లు నిచ్చునట్లు ప్రభుత్వము వారిచే వ్రాయించుకొని తన వెంట డ్రాఫ్టులను తీసికొని పోయెను.[178]

నాయఁడు పరివారముతో విడిది చేసిన చోట బ్రాహ్మణ గృహంబున మాత్రముండి మఱునాఁడా యింటిని దాను గొని వెలయిచ్చి దానినే తిరిగి బ్రాహ్మణునకు దానము చేయుచుండెనని, యిట్లు దాన మొసఁగిన యిండ్లు వేయింటికి మిక్కుటముగా నున్నవని వదంతులు కలవు. దీనికిఁ జారిత్రకాధారములు లభ్యము గాలేదు. అవురావాణిలో నేటికొక సత్రము మాత్రము నాయని పేరుతో వెలయు చున్నది. రామనకవి ద్రౌపదీ పరిణయములో నిట్లు వ్రాసెను.

సీ. ఆత్తకాశీసేతుయాత్రాప్రవిహితోద్యోగుఁ
డగణితగోదానసత్యాగమహాసుఁ
డఖిలపుణ్యస్థలాభ్యాన్నసత్రస్థాప
కుండఖండప్రభాచండభాసుఁ

డని యుండుటచే కాశీ రామేశ్వరయాత్రలు చేసెనని యన్ని పుణ్యస్థలముల సత్రములు స్థాపించెనని తెల్లమగుచున్నది. కాని యీ తీర్థయాత్రలు 1800 - 1804 మధ్య ప్రాప్తించుటచే నెందెచట సత్రములు స్థాపించెనో తెలియరాకున్నది. పానసాల రాఘవులవారిట్లు వ్రాసిరి.

సీ. అవిముక్త సేతు యాత్రాసంపన్నపుణ్య కీర్తి
భగవతీపూజనాభరితయశుఁడు

---

(178) Elliot's report – D/ 14-4-1846. "Before setting out, upon a pilgrimage he paid up his peshkush in advance and deposited nearly two lakhs of rupees more in the public treasury to meet his drafts on the road."

G. Mackenzie — K. D. M. -- P 312. "On one occasion, before setting out on a pilgrimage to Benares, he paid the peshkush in advance and deposited with Bankers two lakhs as a fund to retire his drafts for travelling expenses."

సరసహృదయానురంజనములో నాయని మంత్రియగు పొత్తూరి కాళిదాసును గూర్చి వ్రాయుచు—

సీ. పెట్టించె శాల్యన్న పృథులసూపాజ్య పూ
ర్ణాన్నసత్రములు విప్రావళులకు

అని వ్రాసెనేకాని యా ప్రదేశము లెవ్వియో వర్ణింపలేదు. నాయఁడు 1812 జులై నెల కాశీయాత్రకు వెడలినట్లు కాన్పించుచున్నది. సంవత్సరము తీర్థయాత్రలతోఁ గడపినట్లు తోఁచుచున్నది. 1813 జులై 20 వ తేది నాఁటికి నాయఁడు తీర్థయాత్రలో నున్నట్లు తేలుచున్నది. వచ్చిన పిమ్మట 1813 సెప్టెంబరులో రు. 150-0-0 లు గల సంచిని కుంఫిణీ సేవకుల కీయ వదలెను. కాని బోర్డువా రభ్యంతరము తెల్పుటచేఁ దిరిగి సంచిని నాయని కొసంగిరని రికార్డులు తెల్పుచున్నవి.[179] దీనిఁబట్టి 1812 జులై ప్రాంతమునుండి 1813 సెప్టెంబరు వఱకుఁ గాశీ యాత్రలోఁ గడపినట్లు గాన్పించుచున్నది. మార్గమధ్యమున నీయన యే యే క్షేత్రము లెపు డెపుడు సందర్శించెనో సరిగాఁ దెలిసికొనుట కాధారములు లభ్యములు కాలేదు.

వీరు కాశీయాత్ర కేగినపుడు గంగానదిలో స్నాన మాచరించి విశ్వేశ్వరు నర్చించి వివిధ ఘట్టములఁగాంచి కొన్నాళ్లు కాశీవాస మొనర్చెను. అట సమస్త దానము లొసఁగినట్లు గాన్పించుచున్నది. పిమ్మట ప్రయాగ కేగి త్రివేణీసంగమమున స్నానము సల్పి యటుపిమ్మట గయా క్షేత్రమును మెట్టి పితృకర్మలు చేయుచోట ధననిక్షేప మొనర్చి కర్మకాండల జరిపి పాండాలకు ధన మొసంగఁగా వారు దానఁ దృప్తి నంద కున్నఁ గర్మ లాచరించు ప్రదేశములఁ ద్రవ్వఁగొనుఁడన వారట్లు చేసి నిక్షేపముల దర్శించి యమందానందము నందిరని కొందఱు చెప్పుదురు.

(179) 9–13 "Venkatadri Naidu left a bag of Rs. 150 for distribution among the Company's servants. The Board objects to presents being offered to Company's servants. The bag is therefore returned to him." (Vol. 966 – P 182 - 133.)

కాని ప్రమాణములు లేవు. పాండా బ్రాహ్మణుల కనంత దానములు చేసెనని "ఇలియట్" వ్రాతలు తెల్పుచున్నవి.[180] ఆస్థాని కాళిదాసు నాయని కమాత్యశేఖరుఁడు. వానితో నాయఁ డెల్లు చెప్పినట్లు "సరస హృదయానురంజనము" లో నున్నది.

ఉ. మాకుఁ బ్రధానివై సకలమంత్రి సమూహికిఁ బెద్దవై మహ
స్తోక మహీతలంబునకుఁ దోషితపత్రిసూసి ఉండవము
వ్యాకులతంబొసంగఁ బరిపాలన చేయఁగఁ గోరినార మి
చ్ఛాకలిత ప్రవర్తనుఁడవై భరియింపుము రాజ్యభారమున్.

కాళిదాస మంత్రియుఁ దీర్ఘయాత్రలో నాయనితో నున్నట్లు యీ సరస హృదయానురంజన మందలి పద్యము తెల్పును.

సీ. అతిథిశతంబుతో నాప్తవర్గంబుతో
గజఘోటికాందోళికములతోడ
శ్రీశైలకాళహస్తి చిదంబరాది ది
వ్య క్షేత్రయాత్ర లొప్పరయఁ జేసి
వెలయ సేతుస్నానవిధి సల్పి రామేశు
నాజ్ఞఁదా శిరసావహించి పూర్ణ
యాత్రగా శ్రీ వారణాశికిఁ గాశికిఁ
జని మరుద్వాహినీ సలిలములను
దోఁగి విశ్వేశు సేవించి దురితవిపిన
వహ్నియనఁ దేజరిల్లి యివ్వసుధఁ బ్రబల
వంశపావనుఁడనఁగ నవార్యశక్తిఁ
గవిజనోల్లాసుఁడై నట్టి కాళిదాసు.

(180) **Illiot's report—"He performed pilgrimages to Rameswaram and Benares during the latter of which he presented costly offering to the Ex. Peshwa Bajeerao, and lavished large sums on the priests."**

కొప్పరాజు సుబ్బరాయకవి కాంచీమాహాత్మ్యములో నాయని యాత్రా వృత్తాంతముల నిట్లు వర్ణించెను.

సీ. సేతు కాశీమధ్య సీమాంతరస్థిత
గురుతర శ్రీరంగ కుంభకోణ
పాశనాశక జంబుకేశ చిదంబర
కాంచీమహాపురీ కాళహస్తి
శేషావనీధర శ్రీగిరి శ్రీజగ
న్నాథాది దేవతాస్థలుల కరిగి
యచ్చోటఁ దనపేర హరిహరమూర్తుల
నిలిపి ముందట హేమనిర్మితంబు
లైన కీర్తిధ్వజంబుల నద్భుతముగ
స్థాపనముచేసి తనకీర్తి దశదిశావ
కాశములనెల్ల నిండించె వాసిరెడ్డి
వేంకటాద్రీంద్రుఁ డసదృశవిభవుఁ డగుచు.

రామేశ్వరమునుండి తిరిగి వచ్చినపుడు వేంకటాద్రినాయఁడు వేంకటగిరిలో నాఁగి వేంకటగిరి రాజా కంటె దనకే నైజాము కొలువులో నగ్రగామిత్వము గలదని వాదింపసాగెను.[181] దీనికిఁ గారణము బిరుదుకొఱకు నైజామునకు ధనము సంపుటయే. ఈ బిరుదు కొఱకు నాయఁడు నైజామున కంపినది లక్షరూపాయలని మెకంజి వ్రాఁతవలనను, లక్ష పగోడాలు లేక నాల్గులక్షల రూపాయలు పంపెనని "ఇలియట్" వ్రాఁతల ప్రకారము తెలియు చున్నది.

కాశీయాత్ర సంపూర్ణము నొనర్చుకొని తిరిగి వచ్చు నపుడు జగన్నాథము నుండి రాజమహేంద్రము మీఁదుగా వచ్చి పామర్రులో నొక దినముండెనని దేవరపల్లి వంశచంద్రిక తెలుపును. వీరి యాత్ర

(181) G. Mackenzie – K. D. M. P–313 "When on his return from Rameswaram he had halted near Venkatagiri and was disputing with the Venkatagiri Rajah about precedence."

లను మధ్యలో - పీష్వా దర్శనమును గూర్చి రామనకవి యిట్లు వ్రాసెను.

సీ. ఆశ్రితాది చతుస్సహస్ర ప్రజా పూర్వ
హన కాశీసేతుప్రయాగా కరుఁడు
యాత్రార్థ తత్ర తత్రార్పణ సమయ హూ
ణాధీశకోశ విన్యస్తధనుఁడు
యానపురాతనస్థాళరావాది హూ
ణాదేశ సేతుకాశ్యనుగమనుఁడు
శతసహస్రాపధోత్స విరత బాజీరావు
పీష్వాభి దర్శన స్పృహ గృహోత్కుఁ
డగణితద్విజ పుణ్యతీర్థార్థి దాన
రచన పూర్వక విశ్వేశ రామలింగ
దేవ నిషేకాభిషేక ప్రదీప్త సుకృతుఁ
డతఁడు రాణ్మాత్రుఁడే వేంకటాద్రి విభుఁడు.

స్థూలముగా నాయని యాత్రలు తెలియు చున్నవి కాని యెచ్చట నెంత కాలముండెనో నాల్గువేల పరివారములో నెవరెవరు వెంటనుండిరో తెలియదు. 1812 - 1813 లో నితని కాశీయాత్ర జరుగుటవలన యాత్రావృత్తాంతములు అంతకు ముందువ్రాసిన కైఫీయతులలోఁ గాన్పించుట లేదు. శ్రీరంగము, రామేశ్వరములకుఁ బోవునపుడు 150 మంది సైనికులు వెంట నున్నట్లు కుంఫిణీవారి రికార్డులు తెల్పుచున్నవి. ఈ సమయములోనే దక్షిణ దేశయాత్రలు ముగించెను.

పీష్వా బాజీరావు సందర్శనము

వేంకటాద్రి నాయఁడు కాశీ గయా ప్రయాగలు సేవించి పూనాకేగి యట రెండవ బాజీరావు పీష్వాను దర్శించెను. కాశీ కేగునపుడే పీష్వాను దర్శించెనని ఇలియట్ వ్రాఁత తెల్పును. బాజీరావు తన దేశ

మునఁ బండు "రాజనముల" నాయనికిఁ జూపఁ దన దేశమునఁ గొడ
వటికంటిలో సంపాదించిన రత్నంబులఁ జూపెనని పీష్వా సంతసించెనని
రత్నాలహారమును బాజీరావున కొసఁగెనని వేంకటాద్రీంద్ర చరిత్ర
తెల్పుచున్నది. ఇలియట్, మెకంజి వ్రాఁతలును వీనినే తెల్పును.[182]
బాజీరావు పీష్వా దర్శనము 1812 డిసెంబరులో జరిగినట్లున్నది. ఈ
రెండవ బాజీరావును 1802లో నింగ్లీషువారు పూనాలోనుంచి మహా
రాష్ట్ర ప్రభువుగాఁ జేసిరి. 1817లో నాంగ్లేయులతో యుద్ధ మొనర్చు
టచే నితని నోడించి పెన్షను నీయఁజొచ్చిరి. సైన్య సహకార పద్ధతి
నంగీకరించుటచే నితని సహాయమున కాంగ్లేయులు 16 పటాలముల
సైన్యము నుంచిరి. దీనికిఁగాను ప్రతి సంవత్సరము 20 లక్షల రూపాయ
లాదాయము వచ్చు భూభాగమును వారి పోషణకు వదలిరి.[183] ఇతఁడు
పెంచుకొన్న నానాసాహెబు 1857 లోని సిపాయి తిరుగుబాటులో
ముఖ్యపాత్ర వహించెను.

బాజీరావు పీష్వాను జూచిన యాంగ్లేయు లతని తలపాగాపై
విలువగల వజ్రపుఁ జుట్టు మెఱయుచున్నదని, మంచిముత్యములు మూఁడు
హారములుగాఁ జుట్టబడియుండెనని వానిలోఁ గెంపులు, మాణిక్యములు,
పచ్చలు, మరకతములు గలవని యవి మెడచుట్టు వ్రేలాడుచున్నవని
మోరోదీక్షిత్, బాపుగోఖలే, బరోడా బాపన రాయబారిని జంపిన

---

(182) G. Mackenzie – K. D. M — P. 313. "He went on pilgrimage to Rameswaram and to Benares, where he presented a costly offering to the Ex. Peshwa Bajeerao."

(183) R. Sewell – "Historic inscriptions of South India – P. 312. "He was again placed in power in Poona and was given for his support and defence a subsidiary force of 16 battalions. On his part, he ceded for their maintenance, territory sufficient to yield, 20 lakhs of rupees annually."

త్రింబక్‌జీ డాంగ్లియా మున్నగువారు పట్టును గూర్చి వ్రాసిరి. ఇంకలి వజ్రములు, రత్నములు బహుళా నాయుడు ధరించెడి వాడట్టును.
("A Diamond Cigarette of great price blazed in the front of his turban and a triple necklace of pearls, with pendants of rubies and emeralds hung round his neck." -'The last of the Peshuvas'. Page 71)

గవర్నరుజనరల్ మొయిరా దర్శనము

1807 – 1813 వరకు మదరాసు గవర్నరు జనరలుగానున్న లార్డు మింటో పోయిన తరువాత మార్క్విస్ ఆఫ్ హేస్టింగ్సు అను పేరుగాంచిన లార్డు మొయిరా భారత దేశమునకు గవర్నరు జనరలుగా వచ్చెను. ఇతడు మదరాసు చేరిన వెంటనే నాయుడు వీరి భార్యను 1813 నవంబరు 23-వ తేదిని మున్ముందుగా దర్శించెను. వీరి భర్తను దర్శింతురా యని నాయుని ప్రశ్నించగ నాయుడు [illegible] నంగీకరింప మొయిరా దర్శనమున కామె సౌకర్యము గావించెను. ఈ రీతిగా తన యనుమతి నందక గవర్నరు జనరలును దర్శించి సంభాషించు పద్ధతికి మదరాసు గవర్నరున కత్యంతాగ్రహావేశము గల్గి నాయునిని "సంజా యిషీ" యిమ్మని యడిగెను.[184] చివరకు సంతసించి యీ విషయమున నాయుని దోషములేదని తెలిసికొనెను. దీనివలన నాయుని సాహసము, యుక్తి, చాతుర్యము, మేధాశక్తి విదితము.

---

(184) Guide to Guntur — 1795 - 1835 - 23-11-1813 — "When the Governor General Lord Moira visited Madras, the Zamindar called on Lady Moira, who asked if he would see Lord Moira. He assented and had an interview with H. E. The Governor of Madras took exception to this method of obtaining an interview with the G. G. and asked the Zamindar to explain. Finally the Governor was pleased to absolve him from all blame in the matter." (966 - 242 - 7)

పిండారీల దోపిళ్లు

పిండారీలు మొదట మహారాష్ట్ర సైన్యములో నిష్టము వచ్చినపుడు చేరుచు గొరిల్లా యుద్ధము లాచరించుచు నిష్టము లేనపుడు వెళ్లు చుండెడివారు. దోపిడిచే జీవించుచు శాసనధిక్కార మొనర్చు చుండిరి. ఆఫ్ఘనులు, మహారాష్ట్రులు, జాట్లు మున్నగువా రిందులోఁ గలరు. రాజపుటానా, మధ్యహిందూస్థానములో సంచరించి ప్రజలకు విశేష నష్టము గల్గించిరి. వీరి నాయకులు—అమీర్ ఖాను, వజీర్ మొహమ్మదు, చిటు, కరీంఖాను ముఖ్యులు. వీరిలో మొదటివానివద్ద వేల సైన్యము, ఫిరంగులు, మందుసామానులుండెను. మదరాసు రాష్ట్రములోను వారు స్వేచ్ఛగా విహరించుచుండిరి.

వేంకటాద్రి నాయఁడు మరణించు సంవత్సరమున నీ గుంపు కృష్ణా మండలములోఁ బ్రవేశించెను. అప్పటి మదరాసు గవర్నరు "హ్యూఎలియట్" అను నతఁ డుండెను. 1815 నవంబరులో - పిండారీలు 10 వేల దండుతో వచ్చి గోదావరీ నదిని దాటి పల్లెలు పట్టణములు ధ్వంసముచేసి స్త్రీలను చెఱపట్టి బాలల నణఁచి సర్వధనంబుల నపహరించి నానావిధములైన దుండగములఁ జేయుచుండిరి. ఇట్లు నాల్గు మాసముల కాలము మునగాల, కుమారబందరు మున్నగు ప్రదేశముల నెల్ల దోపిడి యొనర్చిరి. యువ సంవత్సరఫాల్గుణ శుద్ధములో 181 మార్చి నందిగామ పెనుగంచిప్రోలు ప్రాంతములలో దోపిడి చేయ సాగిరని ఈ సీసమాలిక తెల్పుచున్నది.

ఇలమీద ... ... యువనామ సంవత్సరంబున - సంభవించె
ఫాల్గుణ మాసాన పరగ శుద్ధమునందు - పిండారి గుఱ్ఱంబు దండిగాను
ప్రజల దోచుటయాది - ప్రకటంబుగా జేసి .....

పదివేల కెక్కువై - పరతెంచుకొని రాగ, గడ పూరి మింటికి - నిప్పు లెగయ
గోదావరిని దాటి - గొబ్బున నావంగు. పల్లె(లు) పట్నముల్ పాడుచేసి
స్త్రీలను చెఱబెట్టి - సిగ్గును విడనాడి బాలల కొందఱు - నేలకదిమి
కాంచనరజతంబు - కల ధన మెల్లను, సంచితంబు హరించి - సాగిరనట
శుద్ధ ద్వాదశినాడు - సోమవారం బున, వేడుకతో కృష్ణ - వేణి దాటి
అమరావతియందు - నగ్రహారము జొచ్చి, నిగ్రహాపరచిరి - నీవిదప్పి
కన్యపశువుల నెల్ల - కఠినాత్ములై వాల, జారులై కొందరు - చెరలుపోనగ
హా కృష్ణ ! హా రామ ! - హా అచ్యుతా! మము, గావవే యనువేళ - గగనంతోడ
ననుచు శోకింపుచు - నవనిపై గొందఱు, పరుగున బోవుచు - జడియుచుండ
మాతల్లి నీళ్లోన మాటంగ మునిగెనుడి, తెగువతో కృష్ణలో - మగువలంత
దుమికిరి యూపదల్ - దూరంగ ద్రోలిరి, గొల్లున శిశువులు - ఘోషపడగ
వాని రెడ్యన్నయ - వసుధేశుడైనట్టి, వెంకటాద్రీశుండు - వెరగుపడియు
తోపుదెబ్బలు చాల-తొలుతగా వెయ్యగా, సుమతి [illegible] దండు-సాగిరంత
బలుసుపాడును మంచి - బలుపైన నెరిపురం, పెదమూసపాడును - జేరవెల్ల

♦ ♦ ♦

గుంటూరు కంతట - గుట్టుగా చేరొచ్చి, పట్టి పొలములనెల్ల - గట్టిగాను
తపాశీలు చేసిరి - త్రవ్విరి యిండ్లిండ్లు, కొల్లగా వరహాలు - కొనిరి వేగ
చెంబులు కంచాలు - చెరవాలు బిందెలు, జేబులు వస్త్రాలు - నీతితప్పి
వీధి వీధుల నెల్ల - విరివిగా వెదజల్లి, పసు గెంతయును లేక - నడచిరంత
యొనిగండ్ల కంతేరు - కొల్లబాలెంబును, నవులూరు కాకాని - నంగిపొలుకు

♦ ♦ ♦

.....మల రాజా గుండయ్య-మాన్యులమ్మలతోడ, మరిపించి మదిదూరె-మాటులేక
తుత్తుమురుగ నరికె - తురక బలంబెల్ల - పారంగ ద్రోలిరి పడమటికిని
మాయ మరాటీలు - మళ్లి వస్తురటంచు, నాసరాలున్నట్టి - యడవుల కడ
అదిచూచి గుండయ్య - అందరి బిలిచిరి, బొగ్గుల కొండకు బోయిరప్పుడు
చాముండ్రి కొండకు - చేరిరి కొందరు, పాయకట్టుకు చాల - పరుగులిడిరి.

[భారతి యువ సం॥ర ఫాల్గుణ సంచిక నుండి]

పిండారీలు పరిసర గ్రామాలలో క్రూరకృత్యము లొనర్చి ఫాల్గుణ శుద్ధ ద్వాదశి సోమవారము, 1816 మార్చి 11వ తేదీ కృష్ణానదిని దాటి యమరావతిలోఁ బ్రవేశించిరి. ప్రజలు హా రామా! హా కృష్ణా!

యని హాహాకారము లొనర్చసాగిరి. నాయనికి పూర్వ సైనిక సంపత్తి యుండినచో పిండారీలను చీల్చి చెండాడి యుండెడివాఁడే. కాని ఆ సైనిక బలమిప్పుడు లేదు. అందుచే ఓటమికి సిద్ధపడి పిండారీల నెదిరించెను. తుదకు నాయని ఫిరంగి దెబ్బలను రుచిచూచి పిండారీలు పారిపోయిరని పై సీసమాలిక తెల్పుచున్నది.

కృష్ణాజిల్లా మాన్యుయల్ కుంఫిణీ రికార్డులుకూడ దీనిని తెల్పుచున్నవి.[185]

తరువాత బలుసుపాడు, సిరిపురము, పెదకూరపాడు, పేరేచెర్ల, గుంటూరు, వెనిగండ్ల, కంతేరు, ఎఱ్ఱపాలెము, నవులూరు, కాకాని, నందివెలుగు మున్నగు గ్రామములనెల్ల దోచి గుంటూరులో విశేషముగా వెండి బంగారముల నపహరించి నరసరావుపేట, వినుకొండ, కంభము మీఁదుగా నేగిరి. నరసరావుపేట జమీందారు మల్రాజు గుండారాయఁడు సర్దారుల ననేకుల నేర్పఱచి కోటలోనుండియే వారి నెదుర్కొని పాఱఁద్రోలెను. "(Fort strong enough to repel an attack by the Pindaris in 1816" page 201 of K. D. M.) గుండారాయఁడుగారు 100 మంది కటికసేనివారు రేయియంతయు – పిండారీలఁ గాల్చిరి. ఇది పెట్లూరిపాలెముకడ జరిగినని తెలియుచున్నది. తరువాత పిండారీలు పశ్చిమదిశగా వినుకొండ కేగి యచ్చోట దోచి ధ్వంసము చేయుచుండ నగరవాసులు వినుకొండపై నిలిచి పిండారీల నెదుర్కొనిరి.[186]

(185) G. Mackenzie – K. D. M. – P. 82. "In November 1815, the Pindaris plundered Munagala and Kumara Bandar and in March 1816, they entered the district near Penuganchiprolu and passed south by Nandigama, crossing the river to Amaravathy, they spread over the Guntur country and passed by way of Narasaraopet and Vinukonda to Kambam, a regiment of light cavalry, following hot pursuit, but never overtaking them. Their ravages are still remembered."

(186) G. Mackenzie – K. D. M. – P. 201 – "Pindaris ravaged the towns. People took shelter on this hill and there withstood the invaders."

చెంచులను, చినపాపయనాయకుని వధించిన కాలమున నాయని కపారమగు సైన్యము ఆయుధబలము నుండెను. 1802 సెప్టెంబరు కాలమునఁ గుంఫిణీ ప్రభుత్వ మాయన సైన్యమును దగ్గించెను. తరువాతను 600 మంది సర్దారు లుండెడువారని, వీరెల్లరు కొండ్లారులో నుండఁగా జిల్లాకలెక్టరు వచ్చి ప్రభుత్వ రక్షణగల మీరు సైన్యములోఁ బనిచేయుమని వారిని దొలఁగించెనని తెలియుచున్నది. పిండారీల నెదుర్కొను తుపాకి గుండ్లతోఁ జాలఁద్రోలినట్లు నీసమాలిక చెప్పుటచే 1816 నాఁటికిఁ గొలఁదిమంది నౌకరులుగాక మెవ్వరు లేరని చెప్పవచ్చును. సైన్యబల మున్ననో వీరాగ్రేసరుఁడైన నాయఁడు కృష్ణాపరిని కాపాడుచుండెను, స్త్రీలకు మానభంగము గలుగనీయకుండ పిండారీల నెదుర్కొని యుండు వాఁడుగదా! 1816లో పిండారీలు హైదరాబాదు వద్ద దుష్కృత్యము లాచరించుచుండ వారిని జక్కి చెండాడిరని కలనల్ టాడ్ వ్రాసెను. ("They were badly beaten in actions fought near Hyderabad" Col. Todd.)

1816 జులై 11వ తేది కుంపిణీవారు కలెక్టరుకు నొక లేఖ వ్రాసిరి. అప్పటికి నందిగామ మున్నగు ప్రాంతములలో ననేక నష్టములు పిండారీలు గలిగించి వెళ్లిపోయిరి. నాయఁడు పిండారీల నెపముతో సిస్తులనెల్ల నెగవేయునేమోయని తలఁచి "విచారణలోపుగా బోర్డు వారు కలెక్టరును నష్టపడిన సొమ్ము మొత్త మెంతయుండునని చెప్ప వలసినదని మొత్తము కిస్తీలన్నియు మినహాయించుటకు జమీందారున కనుజ్ఞ నీయరాదని" స్పష్టముగా వ్రాసియుండిరి.[187] అప్పటి కింకను నాయఁడు జీవించియే యుండెను. కుంపిణీ ప్రభుత్వమునకు నాయఁడన్న

(187) Guide to Guntur – 1795 – 1835 «Pindaris 11-7-1816 Nandigama - Losses - Pending enquiry, the Board asks the Collector to report the amount that may be allowed to lie over and states that the Zamindar should not be allowed to withhold the payment of entire Kists."

నొక విధమైన భయమున్నట్లు గాన్పించును. స్త్రీలు రోళ్లకడ నున్నపుడును నాయని గూర్చి యిట్లు పాడుచుండిరి.

వాసిరెడ్డి వెంకన్న వాసిగలవాఁడు
బ్రాహ్మణులపాలిటి బ్రహ్మదేవుండు.

నా య ని చ ర మ ద శ

క్రీ. శ. 1796 లో నాయఁ డమరావతిలోఁ బ్రవేశించినది మొదలచటనే కడపుచుండెను. పిండారీల దోపిడులైన పిమ్మట నాయనికనారోగ్యము సంప్రాప్తమయ్యెను. తడపరవ్యాధి సోఁకి విరేచనములెడతెగక కాసాగెను. జీవింపనను భయము తనకుఁ దోఁచి మరణమాసన్నమగు చున్నదని తలంచి 1816 ఆగష్టు నెలలో దత్తపుత్రుల నిరువురఁ బిలిచి యనంతర కాలమున జరుగు భాగవిషయములనెల్ల సావధానముగాఁ జెప్పెను. 1815 నాఁటికి జగన్నాథబాబునకు మైనారిటీ వెళ్లిపోయెను. నాయఁడు తన విశాల భూభాగమును 1816 ఫిబ్రవరి, జులై నెలల మధ్యకాలమునఁ బంచిపెట్టెనని మెకంజి వ్రాసెను. 181.6 ఆగష్టు 23వ తేది తన యనంతరము జరుగు నేర్పాట్లను గూర్చి విల్‌నామా వ్రాయుచు భాగముల నేర్పాటులఁ జేసెను. ఈ పంపిణీలనే వికలాంగపత్రిక లేక పారీఖత్తని యందురు. దీని ప్రకారము రాజమండ్రి మచులాజిల్లాలోఁ గొంతభాగము నందిగామ ప్రాంతము ఉమామహేశ్వర పట్టమను పేరులోఁ గల 314 గ్రామములు పెద్దవాఁడైన జగన్నాథబాబున కుండునట్లును, చతుర్ముఖ పట్టణము (చేబ్రోలు) మచులాజిల్లాలోఁ గొంతభాగము, నిజాముపట్టణము. వంగిపుర ప్రాంతములు మొత్తము 237 గ్రామములుగల చేబ్రోలు భాగమును జిన్నవాఁడగు రామనాథబాబున కుండునట్లును మొత్తముమీఁద 1/4 వంతు పరగణాలు ధర్మవాహీయను పేరున ధర్మార్థమున కుండునట్టు లేర్పాటు

చేసి వాని నిందు వ్రాసెను. కాని నాయని మరణానంతరము రాజమండ్రి ప్రాంత మాజిల్లాకలెక్టరు సిస్తుబాకాయీలక్రింద వేలము వేయించెను. (Vol 972-166-9) 1816 సెప్టెంబరు 16వ తేదీని నాయుడు మరణించెను. నాయని మరణకాలమున గుంటూరు జిల్లాకలెక్టరుగానుండు 'థాకరే' యున్న జిల్లా జడ్జియగు 'గ్రిగరీ' యున్నట్లు తెలియుచున్నది. స్నేహపూర్వకులగు జగన్నాథబాబుగారే దహన సంస్కారముల జరిపిరి. అమరవాది రామనకవి యిట్లు వ్రాసెను.

ఉ. ఆవిధినొప్పుచుం గనుపయాంబున రాజ్యముచేసిచేసి యా
వెన్నవిభుండు శ్రీప్రచండగనసుసన్నుత [illegible] నా
నానసుధాజసన్నుతగ నాకముకేగి స్వర్గస్థితి [illegible]
తే వెలయించి భూమిపు తెలుంగజగన్నాద్రికవ్రాలు [illegible]

"అంకానామ్ వామతో గతిః" అన్నకృతిన్ 5-1-81 అనగా 1815 అగును కాని యిది సరికాదు. ఇది ధాతు సం. శ్రావణ బహుళ దశమి (18-8-1816) అగునని వేంకటాద్రీంద్రుని చరిత్రకర్త వ్రాసెను. చేబ్రోలు కైఫీయతులో 1226 ఫ. లో నాయనింగారు పరమపదించె నని, బొలెమర్రు కైఫీయతు. (L. R. 56)లో 1225 ఫ. వరకు ప్రభుత్వ మాచరించిరని తరువాత జగన్నాథబాబుగారికి జమీను సంక్రమించెనని యిట్లే గార్లపాడు, కుంకెల్లపాడు, గుండిపల్లి, పెదకూరపాడు కైఫీయతు లలో నున్నది. అమృతలూరు కైఫీయతులో (L. R. 19) 1803 క్రీ. శ. నిజాముపట్టణము సర్కారు వేలములో నాయుడు కొనెను 1225 ఫ. వఱ కధికార మనుభవించిరని 1226 ఫసలీలో నాయుడు మరణించుట కార ణమున గుంపినీవారు కొలువాను అమాని చేసిరని యుండుటచే 1816 లో వీరు మరణించుట వాస్తవము. వెంకటా నాయని మరణము 1816 ఆగష్టు 17వ తేదిని జరిగెనని మాన్యుస్క్రిప్టులో వ్రాసెను. కాని యిదియు సరికాదు. కుంపిణీవారి రికార్డులను బట్టి నాయని మరణము 1816 సెప్టెంబరు 16వ తేది యని తెలియుచున్నది. (Vol 972 - 166 - 97).

ఆకార శీల సంపదలు

నాయఁడు సహజ సౌందర్య విలాస భాసితుఁడని, వామనుఁడని, మైనను గుల యెత్తుమాత్ర ముండునని, విశాలమైన వక్షఃస్థలము గలవాడని, దీర్ఘ బాహుఁడని వీరిని జూచిన సమకాలీన కవులు వర్ణించినదానిని విన్న పెద్దలవలన వినియుంటిని. వీరి యాస్థానకవి ప్రత్యక్ష సాక్షియగు పాపయారాధ్యులవారు వ్రాసినది చరిత్రకుఁ బరమ ప్రమాణము. నాయఁడు "దివ్యలీలా విభూతులఁ దేజరిల్లు" చుండెనని "దివ్య తేజస్స ముల్లాస దృఢత యడరె" యని పాపయారాధ్యులవారు వర్ణించిరి. భాస్వన్మూర్తియని గామన వర్ణించెను. "భవ్య తేజోమయ ప్రబల కాంతి చ్ఛటా భాస్కరుఁ" డని పాపయారాధ్యులవారు వర్ణించిరి. సింహము వలె శౌర్యప్రాభవోపేతుఁడై ఘోరమీసముతో నుండువాఁడని మఱి కొందఱు వర్ణించిరి. అశ్వారోహణ మీతనికి చిన్నతో నేర్చిన విద్య. అమరావతిలోని యమరేశ్వరుని కెదురుగా నాయని విగ్రహము నేఁడును గనులపండువుగాఁ గన్పట్టుచున్నది. సరిగా నాయెత్తున నే యుండెడివాఁడు. భుజకీర్తులు, మణిరత్నకీలిత మకుటము ధరించి వేదికమీఁదఁ గూర్చున్నచో దేవేంద్రునివలె నుండువాఁడని కవులు వర్ణించిరి. ఈ భుజకీర్తులు కిరీట మెవరి పాలాయెనో నేఁటికిఁ దెలియకున్నది. బాల్యములో మిక్కిలి చుఱుకుఁదనము గలవాఁడుగను, నిరంతర క్రీడాసక్త పరాయణుఁడుగను, వ్యాయామశీలిగను, తోటి బాలుర నన్నివిద్యలలో మించువాఁడుగా నుండెనని పాపయారాధ్యులు వర్ణించిరి. ఈ పద్యమునుబట్టి యాకారము తెలియకపోయినను నాయఁడు చుఱుకుఁదనము గల బాలుఁడని యూహింపనగును.

మ. జనకజ్యేష్ఠ కనిష్ఠులైన నృపతిస్వారాజు లారాము నా
మ నరాధీశుఁడు వేంకటాద్రి విభుఁడు న్వన్నింగనన్ సాహ్యాను గా
య్యన నాగన్నయుఁ జంగ్రమహాళియును నోడ్డె ... వోఁ ... వోఁ
జనవ్రుల్ చూడఁగ వేంకటాద్రి కొమరుం బుడ్డి ... వెస.

గీ. ఈశ్వరోల్లాస మటులుండ నెమ్మి నాడు
ణీశ్వరత్వమ్ము పొన్నిఁ బ్రాశస్త్యముగను
నాఁడు నాఁటికి శ్రీ శివక్రీడ ...
యద్భుతారంభశక్తి భాస్వతిఁ దనర్చె.

శీలసంపత్తిని విచారింతము :— నాయఁడు బాల్యమునుండి తనకుఁ దోఁచినపని నొకరితో నిబంధములేక చేసికొనెడివాఁడు. వివాహము కూడ నితరుల సమ్మతి నంతగ లేకయే చేసికొనినట్లు గాన్పించును. వెంకమ్మ గారిని వివాహమాడఁ దలఁచి ముందుగనే నిశ్చయించుకొనెను. వివాహమునకుఁ బూర్వాపర సమయములను ముందే పినతండ్రియగు రామ భూపాలుని ధిక్కరించి రాజ్యమును స్వాధీనము జేసికొని పరిపాలనము చేయుచున్నట్లు వంశచరిత్ర తెలుపుటవలన నితఁడు పెంచిన పిన తండ్రిని లెక్కచేయలేదని తెల్లమగుచున్నది. "నగరాజ ధైర్యసాహస విలాసి" అని పాపయారాధ్యులు వర్ణించిరి. ఈయన తల్లి గతించిన మీఁదటఁ బినతల్లియు, పొన్నికల్లు గ్రామవాస్తవ్యురాలును గుంటుపల్లి నరసన్న భార్య వీరిని పెంచినట్లు గాన్పించును. ఇటీవలివఱకు వాసిరెడ్డివారి కోటస్థలము పొన్నికంటిలో నుండెడిది. కాని దానిని వెయ్యి రూపాయలకు విక్రయించిరి. ఈ పినతల్లియందు మాత్రము నాయనికి భక్తిశ్రద్ధలు విశేషముగాఁ గలవు. గుంటూరు మేనామీఁద వెళ్లుచుఁ బినతల్లి దర్శనము చేసికొనెడివాఁడు. ఈ పినతల్లి యచటి దేవాలయమున శివున కభిషేకాదులొనర్చి మేళతాళములతో మ్రొక్కుచుండెడిదని గమనించి నాయఁడు రాచఱికమునకు వచ్చిన పిమ్మటఁ దన చేవ్రాలతో శివాలయమునకు భూముల నొసంగుచు ధర్మములఁ గొన్నిటి నొన

ర్చెనని తెలియుచున్నది. గడుసరియైన వేంకటాద్రి నాయఁడు తండ్రి జగ్గభూపాలునివలె హత్య గావింపఁబడునేమో యని యాంగ్లేయుల దండయాత్రల నొనర్పకుండ శపథముఁ బినతల్లి గైకొనెను. గుండా రాయఁ డెంత ప్రోత్సాహించినను డెల్లవారిపైఁ గయ్యమునకు దిగనని స్పష్టీకరించెను.

నాయఁడు రాజ్యపాలనమునకు వచ్చుటతోడనే చిన్నతనములో నాగన్న చంద్రమౌళులతో (పెదతండ్రి, పినతండ్రి కుమారులు) నాడు కొనెనో వారిని దన యధికారముల కాటంకము లేకుండఁ జింతపల్లి కోటలో నిర్బంధించెను. వాసిరెడ్డి లక్ష్మీపతికిఁ గొంత రాజ్యము నీయవలె నని మచిలీపట్టణపుఁ గౌన్సిలుతో మంతనములు జరపుచుండ నీ విషయమును గర్ణాకర్ణికగా విని మనోవేగంబున నేగి ముక్త్యాలకోటను ధ్వంసము చేసెను. మెకంజి యితనిని శాసనధిక్కారియని (The Lawless Venkatadri) యహంకార పూరితుఁడని (The Proud Chief) పేర్కొనెను. 1788లో – కుంపిణీవారి పాలనములోనికిఁ గొండవీడు సర్కారు వచ్చిన తరువాత, దాయాదులను 1794లో విడిపించిన తరువాత, చింతపల్లి కోటలో రెండు దళముల సైన్యమునుంచిన తరువాత, గుంటూరులో రక్షకభటుల కాపలా క్రింద సట్టిపెట్టిన తరువాతను జివరకు నాయఁడు శాసనధిక్కారముతోఁ గూడిన దౌర్జన్యమును (Lawless Violence) 1788లోఁ గావించెను చింతలపాటినుండి వాసిరెడ్డి చంద్రమౌళిని వెడలఁగొట్టెను. చెంచులవధ, చిన్నపాపయ్య మున్నగు దోపిడి కాండ్రఁ బాఱఁద్రోలుట 1816లో ననసానదశయందుఁ బిండారీల నెదుర్కొనుట మున్నగు కృత్యములు వీని దుష్టసంహారదీక్షను, శూరత్వమును జాటుచున్నవి. రామన్న కాలములోఁ దన కండదండలుగను వెలమ వారికిఁ బోటీగా నుండుటకుఁ దెచ్చిన ౮౫ కమ్మ కుటుంబముల వారిని (మేదరమెట్ల వారిని) మూఁడేండ్లు పోషించి తన కవసరము దీఱిన వెనుక వదలివేసెను. మానూరి వేంకటేశమునకు ఋణము పుట్టనట్లు చేయుట, మానూరి నరసన్నపైకి నూర్గుర విచ్చుకత్తులతో నంపుట, నరసన్న

మేనల్లునకు బోధలుచేసి మష్టస్వాస్థ్యలోనికిఁ ద్రిప్పుట, శేషాచలశాస్త్రిని దోపిడి చేయుట, తన రాజ్యమునుండి పెద్దల గొట్టుట, అక్రమాదాయముల ననేకములు సల్పుట, చంద్రమౌళిని హత్య చేయుటకు యత్నించుట, మచిలీపట్టణము పోవుచుండఁ ద్రోవలో నిర్బంధించుటకు మనుష్యుల పంపుట, దేవరకోట జమీందారు నిస్సహాయుఁడగు – అంకా నాయని కాశ్రయ మిచ్చుట – ఇత్యాది విషయములు రాజ్యాధికారమును నిలఁ బెట్టుకొనుటకుఁ జేసిన ప్రయత్నములుగా సూచించుచున్నవి. 1796 లోని తిరుపతియాత్ర మనసు మార్పిడి చేసినది. ఆనాఁటి పాలెగాండ్లపల్లె కోటలో నున్న సైన్యమును తొలఁగించుటకుఁ జేసిన కృషి ఫలించెను. క్రమ క్రమముగా వచ్చిన నిర్బంధములచే నితఁడు 1800 నాఁటికి మనసు మార్చుకొనక తప్పలేదు. ముదిగొండ ద్రావిడ శాస్త్రిగారు నాయని కొన్న గురువు. పంచాక్షరీ మంత్రోపదేశ మొసంగినపుడు పాప యారాధ్యులు గానచ్చెను. 1798 ప్రాంతమున పరాప్పుకారిచెప్పుటచే దీని ఫలితముగాఁ జంద్రమౌళి కుమారుఁడగు జగన్నాథరావును దత్త పుత్రునిగా స్వీకరించెనని చెప్పబడును. ఆ పుత్రుని నామకరణాబు డ స్వీకారము 1804లో జరిగెను. ముఖ్యముగా 1800 నాఁటి నితఁడు హరిహరభక్తుఁ డగుట కారణమాయెను. వీరు సన్నిధి నుండి వీరశైవ భక్తా గ్రగణ్యుఁడునై కొలువుచేసినని చెప్పుదురు. చేబ్రోలులోని నాగేశ్వర పుణ్యాల మున సమీపమునున్న యరణ్యములను వేటాడ బోవుచుండు వాఁడఁట. దుష్టశిక్షణము, శిష్టరక్షణము మున్నగు సకల రాజలక్షణము లితని యందుఁ గాన్పించును. దాతృత్వము, దైవభక్తి 1790 నుండి ముఖ్య ముగా విస్తరించినట్లున్నవి. ఉన్నత విద్యావ్యాసంగుఁడు కాకున్నను దుర్వ్యసనపరుఁ డేమాత్రము కాఁడు.

బ్రాహ్మణ భక్తిపరుఁడు:— ఇతనికి బ్రాహ్మణభక్తి యధికముగా నున్నట్లు తోఁచును. ప్రతి సంవత్సరము నూఱుగురకు వివాహములు,

నూఱుగుర కుపనయనములు సొంత ధనముతో జరుపుచుండు వాఁడని కవులు వర్ణించిరి. పాపయారాధ్యులవా రిట్లు వ్రాసిరి.

సీ. అగ్రహారశతంబు లగ్రవర్ణుల కిచ్చి
బహుకోట లర్థముల్ పంచిపెట్టి

అన వేమారెడ్డి 44 అగ్రహారము లిచ్చెనని వినుకొండ తాలూకా ఇరుపులపాడు కైఫీయతు తెల్పును. ముక్కంటి 200 అగ్రహారముల నిచ్చినట్లు కాన్పించుచున్నది. నాయఁడు బ్రాహ్మణులకు 100 అగ్రహారము లిచ్చెనని కవులు వర్ణించినను భావయ్య చౌదరిగారు 66 మాత్రమే యనెను. నాకు లభించినంతవఱ కగ్రహారముల పట్టిక నిచ్చితిని. మయూర వాహనారూఢుఁడైనపుడును విప్రులకు జాంబూనదాంబర మహాగ్రహారంబుల నొసంగెనని వంశచరిత్రలో నున్నది. ఈనాములు, షోడశ దానములు, బంగారు గోవు, పూజారిపదవులు, యజ్ఞ నిర్వహణములు మొదలగునవి యన్నియు భూదేవతల కొఱకే యితఁ డాచరించెను. ప్రతివర్షము దేవీనవరాత్రోత్సవములు చేయునపుడు బ్రాహ్మణ దంపతుల పూజనములఁ జేసి సమారాధనములు సల్పుచుండెను. ప్రతి దినము షడ్రసోపేత భోజనముల, దానధర్మముల గోభూహిరణ్యాదానములఁ జేసి యేకకాలమున నేకోత్తర దేవతాయతనములఁ గట్టించి లింగప్రతిష్ఠలఁ జేయించి శ్రుతి సంపన్నులచే యజ్ఞములఁ జేయించిరని వంశచరిత్ర తెల్పును. చింతపల్లిలోను దేవబ్రాహ్మణారాధనలు సల్పుచుండెను. అమరావతిలో ననేక భవనరాజంబులఁ గట్టించి బ్రాహ్మణులకు వాసస్థానంబులుగా నొసంగెనని, అమరావతిలో నూత్న సింహాసనారూఢుఁడైనపు డతఁ డగ్రహారముల నిచ్చెనని వంశచరిత్ర. పాపయారాధ్యులవా రితని భార్య బ్రాహ్మణభక్తి నిట్లు వర్ణించెను.

సీ. ఉత్తమాధమభేద మొందదు విప్రులఁ
దనుపుచో దయచేసి మనుపుచోట

రామన ద్రౌపదీ పరిణయములో నిట్లు వర్ణించెను.

సీ. ఆరగింపఁగ నేర్చె రతిసంగు పతికటు
యగునొల్ల నిష్టమృష్టాన్నశాలిఁ
గట్టనేర్చిరి సత్తికములు గట్టిగఁ గోరి
టమ్ములుఁ జీని చీనాంబరములు
పూయ నేర్చిరి బూదిపూసి మేనుఁ
జందన మృగమద సాంకవములు.
తాల్పనేర్చిరి రుద్రాక్షమాలలు దాల్చి
నురమునఁ జారహారోత్కటములు
పండ నేర్చిరి కరినోర్వ్వస్రుఁ బరులను
తారముల హంసతూలికా తల్పములను
వివిధకృష్ణాసవీకర విప్రవరులు
వేంకటాద్రీంద్రునా డాలవమున కృష్ణమునను.

పూర్వకాలమున స్మార్తమత గురువులు శిష్యులకుఁ బాదోదకము, భుక్తశేషాన్నాదిక మిచ్చుచుండువారు. నేఁటికీ సూద్రుల వైష్ణవాంతేల మని చెప్పుకొను గురు శిష్యులాచరించు చున్నట్లు తెలియుచున్నది. అట్లే నాయుఁడా కాలమున నాచరించెనను నిదర్శనములు గలవు. ఇట్టి మూఢ విశ్వాసము లనంతముగాఁ బ్రాచీన భారతమున నున్నవి.

అధికార వికేంద్రీకరణము :— నాయుఁడు 551 గ్రామములకుఁ బ్రభువయ్యు నొకఁడే సిస్తు వసూలుచేయు సధికారమును బట్టుకొనక కరణముల కప్పగించెను. భూముల నెల్లఁ గవ్వడులకు దాని సేరుల కేటుక యిజారాదార్ల కిచ్చెను. వీరు 15 గ్రామముల కొక్కొక్కరు చొప్పున మొత్తము దాదాపు 35 గురు కలరు. మాగ్రాణు (మోహాపల్లు) వాసియగు కల్లూరి జగన్నాయకులు ముప్పైరిలో నుండిరి, కంకణాల పాపయ్య కుమారుఁడు రామదాసు మోగచకలోనుండి సిస్తువి జేయుచుండిరి. సంగంజాగర్లమూడి వాసియగు కొత్త అప్పన్నగారి పుత్రుఁడగు సంగన్న చౌదరియు నిజారాదారని తెలియవచ్చుచున్నది.

వీరు పల్లకీలపై గుఱ్ఱములపై నెక్కి సిస్తు వసూలుచేయుచు గ్రామముల వెంటఁ దిరుగుచుండిరి. పైఁ జెప్పిన రామదాసుకు మూఁడు కుచ్చెళ్లు లేక 60 ఎకరముల భూమి నాయఁడొసఁగెను. రూపరేఖ లావణ్యాదులఁ గూర్చి విని నాయఁడు స్వయముగావచ్చి యూరికిఁ బశ్చిమమున డేరా వేసి రామదాసును బిలిపించెననియు రాజదృష్టిదోషము తగులునని తండ్రి యంగీకరింపలేదని తరువాత బలాత్కారముమీఁద రాత్రివేళఁ జూపించిరని తెలియుచున్నది. రామదాసు పగలుదీటి, పల్లకీ, నూనెసిద్ది మోతడకలోఁ గలవు. ముట్లూరులోని బ్రాహ్మణులు తనతో సహాకరింపకుండుటచే నగ్రహార మీయన కలుపుకొన్నట్లు తెలియును. ఈ ముట్లూరులో – ఇజారాదారయిన కల్లూరి జగన్నాయకులు ప్రజలనెల్లఁ బీడించి సిస్తు వసూలు చేసెనని యందువలన జన విరోధి యాయెనని యొకనాఁ డాయనను వధించుటకు ముట్లూరు కోటలోఁ బ్రయత్నింప నితఁ డుడుము సాయమున బయలు పడెననియుఁ దత్కారణమున నితనికి నుడుము జగన్నాయకుఁడను పేరు గల్గెను. తక్కిన యిజారాదారుల వృత్తాంతము తెలియకున్నది.

పరిపాలనా విశిష్టత :— కప్పముల నితఁడు సకాలములోఁ జెల్లించును. హవేలీ కచ్చేరీల నేర్పఱచుటచే హవేలీ రాజాయని పిల్తురని మెకంజి వ్రాసెను. (K. D .M. పుట 348) కొండపల్లి, నిజాము పట్టణము హవేలి మచులా దగ్గరనున్న ఆకులమన్నాఁడు, ఇనుకుదురు హవేలీలఁ గొనెను. వ్యయము మిక్కుటముగాఁ జేసెడివాఁడు. ప్రతి సంవత్సర మితఁడు వెచ్చపెట్టు వ్యయము కుంపిణీవారి 11 దళముల సిపాయీలను భరించుటకుఁ దగినంతయని గుంటూరు జిల్లాకలెక్టరు రిపోర్టు గలదు. చాకచక్యముగల వాసిరెడ్డి వేంకటాద్రి నాయనివంటి జమీందారు పెద్ద గ్రామములలో శాంతి భద్రతలఁ గూర్పఁగలఁడని ధనము నిల్వఁజేయునని మెకంజి వ్రాసెను. పాశ్చాత్య ప్రశంసల నందెను. పరిపాలనా దక్షత కలవాఁడని విస్పష్టము. రాజ్యమునకు వచ్చునాఁటికే బసాలతుజంగు మరణించెను. కుంపిణీవారి స్వాధీన మొనర్పక గుంటూరు సర్కారు 1788 వఱకు

గోల్కొండ నవాబుల క్రింద నుండుటచే, [illegible] ప్రా[illegible]ము కలిగినవారి పాలనలో నుండుటచే మధ్య[illegible] [illegible] నుండెను. మొదట నిరంతరము గానున్నను [illegible] [illegible] [illegible]. శాక్త మూరివారు "సీనాథ[illegible], [illegible], [illegible], [illegible], కోటజీ, సరసోత మున్నగు యోగా[illegible] [illegible] [illegible]. నన్ని వీసు అంతన్న పంతులు, పొత్తూరి కాళిదాసను నా[illegible] [illegible]. మగ్గి రాల వాసియగు జంపాల అయ్యన్న, [illegible] [illegible] [illegible] మంత్రి యేయని కొన్ని నాటక[illegible] [illegible]. [illegible] [illegible] శాస్త్ర సాధారములు లభించవు. [illegible] [illegible] [illegible] [illegible] [illegible] బరిగణింపఁ బడెను. [illegible] [illegible] [illegible] [illegible] వ్రాయ లేదు. కాళిదాసుసుగూర్చి [illegible] [illegible] [illegible] [illegible] గృతి నొసంగిన సరసుల్ [illegible] [illegible] [illegible] రిట్లు వ్రాసిరి.

సీ. ఒకవేళఁ గనిజన ప్రకట [illegible]ము క
పటిపుటో భోగాక్షి [illegible]
నొకవేళఁ [illegible] నాటకాలు [illegible]
చో విక్రమార్క[illegible] [illegible]
నొకవేళ నాంధ్రభాషో క్తి [illegible]
దెలియుచో రాయల [illegible]
నొకవేళ గానామృతోల్లాసమునఁ [illegible]
చో మధురా[illegible] [illegible]
నన్ని వేళల నొక్క[illegible]
కేలుతలఁపుల పురవలాఁ గిన్న [illegible]
గమలపుట్టింట్లో భక్తాయ కాళిదాసు
జన్మసంస్తుతికారణ జన్మన్ము...

ఇట్లు పదేను పద్యముల నాపంపతులఁగూర్చి హృద్యముగ వర్ణించిరి.
నైజాము క్రింద నుద్యోగియైన పొత్తూరి రామచంద్రరావు కుమారులు —

(1) కాళిదాసు (2) కుశలవ రామయ్యలు - పదునైదవ యేటనే కాళిదాసు నాయనివద్ద మంత్రి యాయెను. కాళిదాసు గుంటూరునుండి మేనామీఁద బయలుదేరి 5 అంచెలలో నమరావతిచేరి రాత్రి కదే విధముగా గుంటూరు చేరుచుండెడివాఁడు. నాయనితోపాటు కాళిదాసు కాశికేగి గంగాస్నాన సమయమున బ్రాహ్మణ భూములకు సిస్తులేకుండు నట్లు వాగ్దానము నందెను. కాళిదాసుతో వేంకటాద్రినాయఁ డిట్లనెనఁట.

శా. ఏనే నీవయి యేలుకొమ్మనుచు భూమీశుండు పల్కంగ స
మ్మానిగ్రామణి వీటియందుకొని తన్మంత్రిత్వముం బూని య
మ్మానప్రౌఢి మనంగ సుస్తకము శుంభల్లీలఁ బాలించె గం
స్థానమ్మింద్ర నివాస భోగముల మెచ్చెచ్చ హెచ్చె నుచ్చైచ్చగిసిన్.

నాయనివద్ద 2850 మంది సైన్యముండెను. ఈయన సైన్యవివరములు కుంపిణీ రికార్డులలో నిట్లున్నవి.

Armed with firelocks	..	..	...	1000
Dalayats	...	...	...	500
In the fort armed with matchlocks		...	...	100
Revenue Collectors armed with match locks		...	...	200
Dalayats	...	...	...	350
To prevent disturbances armed wiih fire locks		...	...	300
Dalayats	...	...	...	50
Private servants armed with match-locks.		...	...	200
Dalayats	...	...	...	50
			Total ...	2850

ఆంగ్లపళిము చింతపల్లికోట [illegible] 30–6–1795కు ముందు పైపళిము నాయని [illegible] (See Guide to Machula - Vol III) అనగా [illegible] చేసెను. 1802 సంవత్సరమునకు – "[illegible]" [illegible] ములఁ దొలఁగించి కొనుఁడని [illegible]. [illegible] ముల పైతను స్వాధీన [illegible]. [illegible] మాత్ర మితఁడు పాలనము సాగించెను.

భోగి :— దేవేంద్రు ననుకరించ [illegible] వాఁడను. మయూర వాహనముపైఁ [illegible], [illegible] భవనమును గట్టించుట, ఐరావతమును [illegible], నందన వనమును పేర నుద్యానవనము [illegible], [illegible] భోజనాదుల నన్నిట దేవేంద్రు ననుకరించి [illegible]. శ్రీకృష్ణదేవ రాయలవలె స్వర్ణ తులాభారము, [illegible], [illegible] లను పేరుతో విద్వత్కవిపోషణము మున్నగునవి నాయఁడును చేసెను. రాయలవలె నాయఁడును [illegible]. [illegible], ఏనుఁగులపై, మేనాలపై విలాసముగాఁ దిరిగెను. [illegible] యేనుగులపై నితఁడు [illegible] వాఁడట. ఇవి 1. [illegible] 2. [illegible], 3. [illegible]. ఏనుగా ములో నిల్చినఁ గుమ్మరులకు [illegible], [illegible], [illegible] పని మున్నగు పనికి కార్యములు [illegible]. [illegible] మూరి వెంకయ్య యను నతఁడు [illegible] కట్టించుచుండెను. వీనికే "[illegible] బండ్ల"ని నామకరణము గలదు. [illegible] యిచ్చుటనుండి [illegible] లాము పేరి [illegible].

ధర్మములు :— నాయని ధర్మము లనంతములు. [illegible] విమోచనార్థ

మీ దానముల నొనర్చెనని సామాన్య జనులొక వింత కథను జెప్పు కొందురని మెకంజి వ్రాసెను [188]

వివాహములకు నితర యుత్సవాదుల కితఁడు వెచ్చించునది రాజుల కుచితమై యుండెనని కష్టపు దినములలో సైతము వానినిగూర్చి జనము చెప్పుకొను చుందురని మెకంజి వ్రాసినది సత్యము (96) 1791లో వచ్చిన క్షామసమయములో నాయఁ డేమి యొనర్చిన దెవరికిఁ దెలి యదు. నాయని సమకాలీనులు, నరసరావుపేట జమీందారగు మల్రాజు గుండారాయఁడు నూజివీటి ప్రభువగు మేకా అప్పారావు, చల్లపల్లి ఱేఁడగు–అంకినీఁడు. గుంటూరివద్ద నాయని మరణవార్త వినిన యొకకవి యిట్లు విలపించెను.

చం. నలువ! చిఃఛీనినుంపలఁప న్యాయముకాదిఁక వేంకటాద్రి రా
ట్తిలకునిజంపి యర్థులకు దిక్కుమతేమిటిఁ జూపితీవు నీ
విలఁ దలకొట్లమారితన మెన్నటికిన్ విడవైతివౌర భూ
తలమున నిట్టిరాజును యథావిధి నీతరమా సృజింపఁగన్

నాయనివారి సతీమణియగు పెద్దమ్మగా రన్నదానమున మహావిఖ్యాతి గడించిరి. సరసహృదయానురంజనమున నీమెనుగూర్చి యిట్లున్నది.

కం. అన్వసుభాసరమణికిన్
జన్వని పెద్దమ్మ దానసమయములందున్
గన్వగఁదా బఁగరుపుల
యవ్వనితామణికి సన్నఁడగు మగు వలలోన్.

(188) G. Mackenzie – Kistna District Manual – P 213.

"His expenditure on marriages and other ceremonies was princely and is still spoken of by the people in these degenerate days.

His charities were lavish and one popular legend states that this was to remove a curse which had fallen on him."

శ్రీ రాజా వేంకటాద్రి నాయఁడు

ఈమె ప్రత్యూషఃకాలమున నాలుగు గంటలకు నిత్యముగా నడిపించి స్వర్ణములు గాలురు ఏకలాంగులు మున్నగు వారికి బెట్టించుచు బ్రాహ్మణ సమారాధనములను జేయించుచుండెడిది.

విశేషములు

1. చరమదశలో నాయనికి నేత్రవ్యాధిరాగా దావోలు గురవప్ప యను సుప్రసిద్ధ నేత్రవైద్యుండు దగ్ధాంజనమను కాటుక నుపయోగించి కంటి మొఱుపును వారములోపు తగ్గించెను. ఆ యమ్మ గ్రామములో నితని కీనాము లొసంగెను. వై[illegible] గ్రామమునకే [illegible] వాఁడు. ఇతని కొక యుత్తమాశ్వమును బ్రసాదించి యుండెను. ఆ గుఱ్ఱము చాలకాలముండి చనిపోయెను. గురవప్ప సమాధి నేఁటికి [illegible]లో నున్నది. దీపారాధనాదికము జరుగుచున్నది. [illegible] నాయఁ డాంగ్లేయ వైద్యులచేతఁ [illegible] స్వదేశ వైద్యమున [illegible]లోఁ బ్రవీణులైనవారిని [illegible] గన్పట్టుచున్నది.

2. కొల్లూరి బ్రాహ్మణులతో నొకసారి యినాములను గూర్చి యొక యభియోగమును [illegible] నుంచెనని వారు దాల నిమిత్తము నాయఁడు జేసికొన్న వెళ్లుచుండ వారొక ముసలమ్మను మోసికొని వెళ్లుచుండిరని నాయనికిఁ గోర్టులో నాసనమీయఁగా నీ ముసలికి నాసనమీయుఁడు బ్రాహ్మణులు కోరిరని యుక్తి ముసలికి నిచ్చిరని యొక కథకలదు.

3. కొల్లూరు గ్రామమును నాయఁడు కొనిన దిమొదలు అప్పుడప్పు డా గ్రామమునకు వెళ్లుచుండెడివాఁడు. ఒక చంద్రగ్రహణమువేళ బ్రాహ్మణులకు స్వర్ణదాన మొనర్తునని పేటికలయందున్న బంగారములోఁ గూర్చుండ - కట్టెల కామక్క యను ముసలి శాసనముగున వంకాయలఁ బంచిపెట్టెదనని బ్రాహ్మణులఁ బిలిచి వంకాయతట్టలతో నాయని

సమీపమున నొక పందిరిలో నుండెను. బ్రాహ్మణులెల్లరు నాయని బంగారమును గోరక కట్రైట్ల కామక్క వంకాయలపైఁ బ్రీతిఁ జూపిరని తెలియుచున్నది. ఎందువల్లనో కొల్లూరు బ్రాహ్మణుల కితనిపై నొక విధమైన ద్వేషము గలపని బోధపడుచున్నది.

4. నాయఁడమరావతిలో నున్నపుడు పల్లకీనెక్కి కృష్ణానదికి నుత్తరముననున్న వేటూరి గ్రామమునకు వెళ్లెడివాఁడు. అచటి కరణా లెవరిదీ పల్లకీయని యడుగఁగా మన వేంకటాద్రిదని యెగతాళిగా మాటాడిరి. నాయని కెంతయో సంతాపముగా నిదియుండెను. మనసులో దీని నుంచుకొనెను. అంతఁ గొంతకాలమునకు వేటూరి కరణములలో వంతెకలహ మేర్పడెను. తమ వివాదములఁ దీర్పించుకొనను వేంకటాద్రి ప్రభు వొసంగిన దాన శాసనములఁ దీసికొని వచ్చిరి. దాన శాసనములఁ గైకొని మఱునాఁడు దీర్పరింతునని వారి నంపెను. అట్లు గొంతకాలము త్రిప్పి జ్ఞానోదయమును గూర్చెనను వింతకథ గలదు. వాసిరెడ్డి ప్రభువులు పోయినను వారి దాన ధర్మములవలన యశశ్చంద్రికలు టగంత వ్యాపకములై నిత్యనూతనములై యలరారుచున్నవి.

5. వాసిరెడ్డి ప్రభువులు రాజబంధువులకు వరహాకు – పావు తగ్గించి సిస్తు వసూలు చేయుచుండిరి. ఈ పద్ధతికి 'వంద్ర' యని పేరు. నాయుఁడు చనిపోయిన కొన్నాళ్లవఱకీ పద్ధతి గలదు. పాటిబండ్లవారు నాయని బంధుకోటిలోనివారు –

6. కుంపిణీ ప్రభుత్వమువారు గుంటూరు రాకముందు నాయని యధీనములోనున్న యచటి స్థలమునకు దరఖాస్తు పెట్టుకొనిరి. జిల్లా కలెక్టరాఫీసులోని యీ కాగితమును దరువాత నాయని కుటుంబమున కిచ్చిరి.

అమరావతిలోనున్న నాయని శాసనము

"శ్రీ రాజా వాసిరెడ్డి జగ్గన్న గారికి శ్రీ అచ్చమ్మగారికి క్రీ.శ. 1761 సం. 27 ఏప్రియలు వృష చైత్ర బహుళ అష్టమీ సోమవారమున జన్మించి 1783 శుభకృత్సంవత్సరమున సింహాసనారూఢులై మహా రాజాధిరాజ, బహద్దర్, దేశముఖ్, మన్నెవార్, సర్కార్, ముర్తుజానగర్, ముస్తుఫానగర్, మన్నెరాయ, మన్నెసుల్తాన, శరణాగత బసవ, వీరప్రతాప, రాజమార్తాండ, గండరగండ ఇత్యాది బిరుదాంకితులై నైజాము దొరతనమువారిచే వెండికుచ్చుల నజరుపట్టి నగరాన్న కోల భువకీర్తులు సర్‌పేచ్ కలగ్గి, తేగకంఠిడాల్, తల్వార్, ఏనుగు అంబారి, 2 వేల సవార్లు వగైరా బహుమతులు 3 వేల మన్సబ్‌దారి, మహిన, ఖమ్మం వగైరా గ్రామాదులకు ఫర్మానా మన్నెసుల్తాను కితాబును పొంది మద్రాసు దొరతనమువారి వలన తిబఖ్, అత్తర్‌దాన్, పన్నీర్‌దాన్, పాన్‌దాన్ వగైరా బహుమతులు క్రీ. శ. 1802 బందరుజిల్లా సంది గామ పరగణా కల్‌దిండి, కొండపల్లి పరగణా అనులవున్నాడు జిమలి ఇనుమకుదురు వగైరా 204. గుంటూరుజిల్లా కొండవీడు, వినుకొండ సీమలు రాయపూడి చామర్తి సముతులు కేతవరం పరగణా ఖానన్నూరు వంటు రాయలకొండూరు పల్లెలు కొల్లూరు, మంగళగిరి, నిజాంపట్నం వగైరా 344 రాజమహేంద్రవరము జిల్లా పలివెల నగరము వగైరా 4 గ్రామాదులకు సనది మిల్కియత్ ఇస్తిమిరార్ కానూన్ జాగీర్దారు వలన ఉస్తేబల్లి వగైరా గ్రామాదులకు ఫర్మానాను పొంది మంగళగిరి నృసింహ స్వామివారికి అమరావత్యమరేశ్వర స్వామివారికి అద్భుత

విమాన మండప ప్రాకారగోపురములను మరికొన్ని గ్రామాదులలో శివకేశవాద్యాలయ గోపురప్రాకార మండపాదులను చేబ్రోలులో బ్రహ్మాలయమును నిర్మింపజేసి అష్టోత్తర శతాలయములలో నొక్క పర్యాయ మొక్క లగ్నమున శివప్రతిష్ఠల గావించి సనాతన నూతన దేవాలయములలో స్వర్ణ ధ్వజ శిఖర ప్రతిష్ఠ లొనరించి హిరణ్యగర్భ క్రతు వొనరించి సంతత మృష్టాన్నదాతలై మూడు పర్యాయములు సువర్ణ రజత తులాభారములు దూగి ధర్మము సేయించి నిరుపమానములైన సప్త సంతానములు వడసి 66 అగ్రహారము లిచ్చి తండ్రిగారి పేరుతో జగ్గయ్యపేట, తల్లిగారి పేరుతో అచ్చమ్మపేట, తమ బిరుదులతో రాజాపేట, మన్నెసుల్తాను పాలెములను నూతనోద్ధారణ గావించి కాశీ రామేశ్వర శ్రీశైలాది దివ్యయాత్రలు సేవించి యసంఖ్యాకముగా యీనాములు ఖండ్రికలు గోదానములు వగైరా లిచ్చి నెమలి వాహనారూఢులై ఆదిని లక్ష్మీపురము పిమ్మట అమరావతి రాజధానిగ జేసికొని గజతురగ పదాతి సామంత విద్వత్కవి ప్రముఖ పరివృతులయి 43 సంవత్సరములు ప్రభుత్వముచేసి కీర్తిధ్వజము నెత్తించి జగన్నాథబాబు రామనాథబాబు గార్లను దత్తత చేసికొనిన శ్రీ వాసిరెడ్డి వేంకటాద్రి నాయుడు రాజా బహద్దూర్ మన్నె సుల్తాన్”.

బిరుదులు.— వీరికి శ్రీమన్మహారాజ, రాజరాజ నాయుడు బహద్దూర్ రాజా మన్నెసుల్తాను, మన్నె హంవీర, మన్నె రాయ, ముస్తఫాన్నగరు, ముర్తుజాన్నగరు, వీరశంకర బసవ వీరప్రతాప రాజమార్తాండ గండర గండ అద్యతనభోజ మహారాజ త్రిలింగ దేశాధీశ అమరావతీ పట్టణ ప్రభూ— యని పేరులుండెను. అష్టదుర్గాపతి హంవీర జన్నెగట్టడి గుప్పజట్టి మల్లుడు సర్ దేశముఖ రెడ్డి కర్ణాట నృపా రమాశమనుండు గడిదుర్గ గండరగండడు కదనవిజయు బసవహంవీర మన్నెరాయ పరరాజ భీకర మన్సబ్‌దారు రతిపతి చౌశీతి గజఘుటా చక్రవర్తి యను బిరుదులు గలవని చాటువులు జెల్పును. తెల్ల జెండాలు పవలు దివిటీలు పట్టించు కొను హక్కుండెను. 3 వేల రూపాయల యాదాయమువచ్చు మన్సబ్

దారిని మధిరపరగణాను పనుగం[illegible]గీలు 2 వేల సవారీ గౌరవమును నైజాము వద్ద నందెనని వంశచరిత్రలో నున్నది.

చాటువులు

వేంకటాద్రి నాయుడు

సీ. శ్రీకృష్ణవేణికిఁ జెలువొ[illegible]
సరసీజాక్షు లక్ష్మి[illegible]
అయమారె[illegible]
[illegible]
పశ్చిమభాగానఁ [illegible]
సారొప్ప మోగసాల కలదు
వత్తురామ్మ్రురా సీమ [illegible]
పేరుమోసె యద్భుత[illegible]

గీ. చేటిరాజులు మన్నెలు కొమ్మ[illegible] గొలుచు
గజతురంగంబు [illegible] నిలుచు
వసుధఁ [illegible] ధళీ! వాసిరెడ్డి
వేంకటాద్రి(నృప)! మన్నె[illegible]!

సీ. ఏరాజు కట్టించె [illegible]
తిపుర ప్రాకార గోపురములు
ఏరాజు ఘటియించె హేమ[illegible]
[illegible]ధ్వజ స్తంభ గోపురములు
ఏరాజు కదియించె భూరి[illegible]ప్రాకారప్ర
రస్తంభవర గోపురాలయములు
ఏరాజు నిలిపెఁ బొమ్మూరు[illegible]
కూటధ్వజ స్తంభ గోపురములు

గీ. మేటి బాపట్ల గుంటూరు మోటుపల్లి
చింతపల్ల్యాది కుండిన సీమఁ గొన్ని
యూళ్ళ నేతత్ప్రతిష్ఠల నొనరఁజేసె
నతఁడు శ్రీవేంకటాద్రీంద్రుఁ డతులయశుఁడు.

సీ. విబుధేంద్రసేవ్యమై వెలయు క్రౌంచనగంబు
సలలిత వేంకటాచలముగాఁగ
నాశ్వీజశుద్ధ మహానవమ్యాగతుల్
బ్రహ్మోత్సవాగత ప్రజలుగాఁగఁ
బారమార్థిక హోమ పాత్రాన్నభోక్తంబు
తనరఁ దీర్ఘప్రసాదంబుగాఁగ
శ్రుతగజస్యందనా రూఢోత్సవోన్నతుల్
దివ్యరథోత్సవ స్థితులుగాఁగ
గీ. విశ్వ సర్వంసహాస్థలావిర్భవంబు
తిరుపతిస్థల మమరావతీస్థలంబు
వన్నెఁజెలువొంద విలసిల్లె వాసిరెడ్డి
వేంకటాద్రీంద్రనామ పృథ్వీవరుండ!

సీ. ఏరాజు వాకిట నేప్రొద్దుఁ గృష్ణాన
దీదివ్యతిలకంబు తిరుగుచుండు
నేరాజు హృదయమం దింద్రప్రతిష్ఠితుం
డమరేశ్వరేశ్వరుం డమరియుండు
నేరాజు కెదుటగా నీప్సితార్థము లీయ
వైకుంఠపురిశౌరి వరుసనుండు
నేరాజు నెడఁబాయ కేవేళఁ గేళికై
రాజ్యలక్ష్మియు హృష్టిఁ గ్రాలుచుండు
గీ. నట్టిరాజును వినుతింప నలవియగునె?
రాజమాత్రుం డటం చనరాదుగాని
వేంకటాద్రీంద్రుఁ డనుచును వినుతిసేయ
వలయు శ్రీవాసిరెడ్డి సత్కులజమణిని.

శ్రీ రాజా వేంకటాద్రి నాయుడు

సీ. “సర్వబుధశ్రేణి సంభావింపఁ దలంచి
గగనానఁ దాఁగెఁ గల్పకంబు”
“కల్పకం బటుగాదు కవి చేసినాఁడ నేఁ
శ్రీమంతుఁ గ్రొత్తఁగాఁ గాస్నించు ఘనుఁడు”
“ఘనుఁడు గాఁ డితఁడు నిక్కము దానవీరుఁ
గర్ణుఁడవ నమ్మ రాకాపఘనుఁడు”
“విభుఁడు గాఁ డితఁడు శ్రీవిద్యానారుఁడ్డి
సిరుల నీయ నమ్మ సివ్వేసమూర్తి”
గీ. యనఁగ విలసిల్లితౌర జగ్గానృపేంద్ర
లక్ష్మమాంబాతనూజ! సద్దానశీల!
వాసిరెడ్డ్యన్వవాయ సవార్థిచంద్ర!
ధీరగుణసాంద్ర వేంకటాద్రిక్షితీంద్ర!

సీ. ధరణి సేవింపఁ జన్నతని భోజరాజును
విద్వద్గణంబుచే వినుతిఁ గాంచె
నరయ నే ఘనుఁడిదానిందతన రాష్ట్రమునఁ
డని రాజసభలఁ బ్రఖ్యాతిఁ గాంచె
నే నృపుం డై కార్తవీర్యార్జునుం డని
శూరులచేతఁ బ్రస్తుతి వహించె
నే మహాప్రభువర్యుఁ డిల నధునాతన
రుక్మాంగదుండని భాసిమించె
గీ. నఖిలవిద్యా పరిశ్రమాసక్తిదాన
శౌర్య హరివాసరవ్రత చర్యలందు
నట్టి శ్రీవాసిరెడ్డి వంశాబ్ధిపూర్ణ
చంద్రుఁడగు వేంకటాద్రి ధాత్రీంద్రుఁ డలరు.

సీ. సురసరిద్ధరిణ దుగ్ధ్వారవభిద్ధర కుధ్ర
ద్ధర శరచ్చరవర స్ఫురితకీర్తి
హరిసఖస్వరు హరి ద్ధరికరోద్ధుర భయం
కర శరోత్కరముఖ ఖరదరాతి

సురభి కిన్నరకులేశ్వరసుత స్మరమరు
ద్వర జనుస్సురుచి సుందరతనుండు
తరణి భూశరద నిర్జర కురుట్సురగవీ
హార సఖామరమణీ వరవితీర్ణి

గీ. నృపతిమాత్రుండె యాశ్రిత నివహ పద్మ
భానుఁడై భూరి ధీరతానూనరత్న
సానుఁడగు వాసిరెడ్డి వంశ ప్రసిద్ధ
వేంకటాద్రిప్రభుండు రవిప్రభుండు.

సీ. భములతో సురపాదపములతో గంగోద
కములతో నీహారకములతోడ
హేతితో నమరేంద్ర వీతితో నైలింప
భూతితోఁ బరమేష్ఠి సూతితోడ
నవ్వుతో విరమల్లె పువ్వుతో జేజేల
బువ్వతోఁ బలుకుల యవ్వతోడ
శూలితో గూఢపాత్పాలితో మౌక్తిక
పాళితో సారంగపాళితోడ

గీ. మొల్లమున నల్లిబిల్లియై యెల్లజగము
నల్లుకొని నీ యశోవల్లి యుల్లసిల్లు
శ్రీవిభాసిత జగ్గభూభృత్తనూజ
వేంకటాద్రీంద్ర! నృపచంద్ర! విజయసాంద్ర!

సీ. లోకప్రసిద్ధ వల్లుట్లనామకగోత్ర
పద్మపంకేరుహ బాంధవుండు
వాసిరెడ్యాఖ్యాన్వవాయ పారావార
శారద రాకాని శాకరుండు
రణరంగఫల్గున రాజ జగన్నాథ
భూజాని సింహతనూజవిభుఁడు
లక్ష్మీసతీతుల్య లక్ష్మీసతీగర్భ
శుక్తికానర్ఘోరుమౌక్తికంబు

శ్రీ రాజా వేంకటాద్రి నాయుఁడు

గీ. కొండవీ డాది వినుకొండ కొండపల్లి
బంగరు నిజాముపట్టణ ప్రముఖ రాజ్య
విభుఁడు జగదేకవీరుఁడు వేంకటాద్రి
నాయుఁడు బహద్దరు ధరాధినాయకుండు.

సీ. ధాత్రీసురప్రీతి ధనగోధరాభూషణంబుఁ
దయఁగ నేభూపతి దానమొసఁగెనొకో?
నవరత్నకీలిత సన్నక్కడీలు
మించి యేరాజు ధరియించెఁ గెంగనో!
పటుసూర్యకిరణములు పాటిరాగ్యఁ గోటి
లీల నేపతి కట్టించినాఁ డింకెవఁడు?
చతురిభరాజిత స్వర్ణమానంబునఁ
జక్కఁగా నెక్క నీవు సర్వఁగనుము!

గీ. అతఁడు రాజశిఖామణి ధర్మశీలుఁ డౌట
కనుక నేతత్ప్రకార ప్రకాశుఁడగుచు
వసుధఁ బెంపొందె నీకాల వాసిరెడ్డి
వేంకటాద్రీంద్రుఁ డతుల పృథ్వీవరుండు.

శా. కానీనప్రతిమానమూర్తివని వర్ణింతు నిర్థార్తి నీ
ర్వాణస్తోమములెన్న బ్రత్యహము సాలగ్రామగోదానభూ
దానాన్నప్రతిపాదనాఢ్యులకి శ్రీతుష్టి నీదృశ్యస్నేహము
ధాన్యసూనాంబుధి మేఖలాస్థలి సమాఖ్యం బెంచి లేనేగ నా
భూనాథావళి, వేంకటాద్రినృపతీ! భూష్ణుప్రభావాస్పదా!

మ. వరహాల్క్రాసులభంగి సేలువలు పంబల్ పట్లు ధూపాదులు
స్మృతిగవ్వాల్పులెఁ గంకణంబులు శిష్యప్రాయుంబుగా నిచ్చి బం
గరుపళ్లెంబులఁ బాయసాన్నమును భూసుర బ్రాహ్మణావళికనం
బరలేకిస్తువు వాసిరెడ్డి కులదీపా! వేంకటాద్రీశ్వరా!

శా. ఏరీ నీవలెఁగీర్తిఁగాంచిన ధరిత్రీశు ల్జమీందార్లఁ గా
శ్రీరామేశ్వరమధ్యభూమిని నరశ్రేణి న్విచారింపఁగా
సారాచారతఁగాంచిరో ప్రజల కిష్టాన్నంబుఁ బెట్టించిరో?
ధీరాగ్రేసర! వేంకటాద్రినృపతీ! దేవేంద్రభాగ్యోన్నతీ!

ఉ. అర్థికి నీవొసంగిన పదార్థము భోజన వస్త్ర ధర్మకా
మ్యార్థములౌ త్వదన్యవసుధాధిపులిచ్చు పదార్థముల్ని శా
తీర్థ మరీచి కావ్లరస దివ్యసుఖాదులునౌనొ! కావొ! స
త్పార్థివ! వేంకటాద్రివసుధాపతి! నూతనమన్మథాకృతీ!

చ. గుణనిధి! వేంకటాద్రినృపకుంజర! వైభవధీ! భవత్సుధీ
జనకరవంశ జాతముల శత్రుమదేభనికాయ సవ్వధూ
గణనయనాండజాతములఁ గారణజన్ముఁడ వౌటచేతఁ గం
కణములునిల్వఁగా నొకటఁ గల్పనఁ జేసితి వెంతచిత్రమో!

క. అమరావతి యమరావతి
యమరఁగ నింద్రుండు వేంకటాద్రీంద్రుండే
యమరులు గోత్రామరులే
కమనీయము నందనంబు ఘననందనమే.

మ. మురుగుల్ గొల్సులు చంద్రహారములు సమ్మోదోక్తి
నిద్దంపుటుంగరముల్ పోఁగులు పల్లకీలు హయసంఘం బగ్ర
హారంబులున్ మెఱయంజాలినసేలువుల్ ధనము నెమ్మిన్
వేంకటాద్రీంద్రుచేఁ దఱచున్ గొన్న బహుస్థితుల్ గలిగి వి
ద్వాంసుల్ సుఖం బందరే?

శా. తేజఃకాంతి వితీర్ణిభోగకరుణా ధీసారతన్ బద్మినీ
రాజున్ రాజును రాజరాజు సుమనో రాజున్ నదీరాజు వా
గ్రాజున్ బర్వతరాజు మీఱితివి నీకాసాటి భూరాజులో
రాజశ్రీయుత! వాసిరెడ్డి కులచంద్రా! వేంకటాద్రీశ్వరా!

శ్రీ రాజా వేంకటాద్రి నాయుడు

మ. సురభూమీరుహసంచయంబుగ, ననూనానందసంతోషక్ష శా
ఖ గహాన్ గ్రక్కొని వాసినిక్కుల దా దానమ్రమూర్తి నికటా
ద్రిరసాధీశుని బంధకారమునిగా నూత్నప్రసన్నోగతి మూర్తి నీ
శ్వరపూజాతిశయంబునందు మనసా పూజాయుతుల్ ముదమునన్ దనిరెన్.

క. ఇలఁగల నృపులెల్లను నిత్తో
దులదూఁగకయున్న నీవు తూఁగుచునుంటే
బళి బళి బంగారమును
బలసాంద్రా! వేంకటాద్రి పార్థివచంద్రా!

గీ. నైషధనాటకోద్యుక్తనక్తి వాసి గ
వేంకటాద్రిక్షమాపాలవితరణంబు
చిన్నదొరలకు వస్తువు గొన్న కప్పు
పృథ్విఁగల రాజవారికి పెట్టికప్పు.

క. వెన్నెలవలెఁ గప్పురపుఁ
దిన్నెలవలె నీదు కీర్తి దిక్కోణములం
దౌన్నత్యంబున వెలసెను
విన్నావా? వాసిరెడ్డి వేంకటనృపతీ!

చ. హితమతి వేంకటాద్రివిభుఁ డేలెడు కల్యాణరాజసీమలన్
గ్రతుభుగలన్నసత్రములు గానవచ్చును బ్రహ్మణసేవతో
హితమతి వేంకటాద్రినృపుఁ డేలెడు నియమమునందు పూజలన్
సతతసమస్తసద్గుణజనంగమునందు సత్రములు

మ. సుమబాణాకృతి! వేంకటాద్రినృపతీ! సుక్షత్రియశ్రేష్ఠ! స
యమరావత్యమరేశ్వరోన్నత సువిద్యాంచితస్వర్గపుర
ద్గమమొన్న ద్విజరాట్కశప్రథమశ్వాసాప్తి సాహిత్యసా
ర్యము కాదంచును నిల్చెఁగాక గగనం బంతంతకున్ మించదే!

మ. క్షయసంవత్సర మాఘశుద్ధ శుభ చంచద్ద్వాదశీ జీవవా
రయుత శ్రేష్ఠ పునర్వసు ప్రఘుష సద్రాశిం దులాభారమే
నయశీలుం డమరావతీపురములో నన్దూఁగి నానార్థిసం
చయహార్షాప్తి ధనంబొసంగెఁ గవులెంచ న్వేంకటాద్రీంద్రు రీ
తియనంగాఁదగి వాసిరెడ్డి కులము న్తేజంబుఁజెన్నొందఁగన్.

ఉ. ఎన్నివనంబు లెన్నికృతు లెన్ని సురార్చన లెన్ని దేవళా
లెన్ని సువర్ణ గోపురము లెన్ని తటాకములెన్ని బావులె
న్నెన్ని పురంబులెన్ని కల వెన్నిఁక ధర్మములెన్న ధాత్రిపైఁ
బన్నిన వేంకటాద్రివిభుపాటి నృపాలుఁడు లేఁడు చూడఁగన్.

క. శ్రీవాసిరెడ్డి కులభవ
పావనుఁడై వేంకటాద్రిపతి భాసిల్లెన్
గేనల వాగ్గ్రీపశిఖా
వ్యావృత కలధౌత కుంభితాహిమకరుఁడై

ఉ. తద్దయు వాసిరెడ్డి కులధన్యుఁడు వేంకటనాయఁ డర్థికిన్
గోడ్డిగ నిచ్చెనేని నృపకుంజరు కొక్కని పెండ్లికౌ నహో
గద్దరి మేదినీశ్వరులు కద్దని యిచ్చినయావి పూఁటకుం
జద్దికిఁ జాలదాయె నృపసంపడి దాతలనెన్న దోషమే?

క. భూపతిమతి జగతీ భృ
ద్భూపతి శ్రీవేంకటాద్రి భూపతి క్రౌంచ
ద్వీపాన్వృతిఁ దగు శిఖర
స్థాపిత హరిసీలఘటిత తారాపథమై.

చ. కమలజుఁడుర్విపైఁ గవులఁ గాయకుల న్సృజియించికల్పభూ
జమునుసృజింపనైతిసని చక్కఁగఁజక్కనివాసిరెడ్డి జ
గ్గమహీప వేంకటాద్రినృపుఁ గారణజన్ముసృజించెఁ గాని చో
నమితవిహాయితాత్మమతినై చెలువొందునె? చిత్రవైఖరిన్.

శ్రీ రాజా వేంకటాద్రి నాయుడు

శా. సద్వర్ణాంచిత హేమపాత్రతతు[illegible] సం[illegible]లందు[illegible] విశి
ష్టాద్వైతప్రముఖద్విజావళికి [illegible]
కద్వైపాయను లీమనంబ్బగన[illegible] [illegible]
స్తద్వైచిత్ర్యగుణా[illegible] [illegible]
చద్వీపం బమరావతీపురమును [illegible].

సీ. అంజనాచలమీఁద [illegible]
[illegible]
భానుబింబమ్ముపైఁ [illegible]
గోరాజుమీఁదెక్కి [illegible]
కవిసర్వనామాఢ్యుఁ [illegible]
సురగోత్ర [illegible]
[illegible]శైలస్థలి [illegible]
వాంఛిత [illegible]

గీ. వెలయు నమరావతీపురి వేంకటాద్రి
విభుమనోభీష్టసంచార వీథిఁ [illegible]
తీర్థవాసంబు గావునఁ దిరుగు[illegible]
తత్పదావళి ము[illegible]తాపవిముఖు.

గీ. వైభవోద్దాముఁ డ[illegible]న్నట్టి వాసిరెడ్డి
వేంకటాద్రీంద్రుఁ డర్థార్థి వితతి కొసఁగు
నొక్కపూటవ్యయంబు లెక్కకెక్కినట్టి
రాజకోటికి నొకయేటి భోజనంబు.

ఉ. అక్కడ వేంకటాద్రివిభు నద్భుతచర్యలు సూచినచ్చి తా
నిక్కడఁ గూర్చొఁ బండితుల నిద్దఱిఁ గోసల వాసిరెడ్డి వా
రెక్కడ .... యుప్పలపాటి జోగిరా
జెక్కడ నక్కయెక్కడ నదెక్కడ నిక్షరలోకమెక్కడో!

నాయని ప్రశస్తి

సీ. దీపాల మిసమిసల్ దాపినబంగారు
        టోపీశిరంబందు సేఁపుసూప
రంగైన సీమస్త రంగీజరీచెల్ల
        లుంగీహొయల్ మీఁటి చెంగలింప
గుజరాతికెంపుల గూర్పుతిన్ననయొప్పు
        పలువర్సపై నవ్వు చెలువుదనర
మేచారమునఁ బచ్చపోఁచీ కరంబందు
        మేల్మిజీఱల ముద్దులల్లుకొనఁగ
గీ. నరసి చిగురాకు దరవారు వరువజీరు
....

క. జలజారికళలయందును
గలశాంబుధియందుఁ బన్నగప్రభునందున్
నెలయై యలయై తలయై
యలరెన్ నీకీర్తి వేంకటాద్రిమహేశా!

సీ. ఇంతి! యీధీరుఁ డాయింద్రుఁడు గాఁబోలు?
        నింద్రుఁడుఁ గాఁడె యో యిగురుబోణి!
కాంత! యీధీరుండు కర్ణుఁడు గాఁబోలు?
        కర్ణుఁడుఁ గాఁడె యో కంబుకంఠి!
మగువ! యీ ధీరుండు మదనుండు గాఁబోలు?
        మదనుఁడుఁ గాఁడె యో మందగమన!
సుదతి! యీ ధీరుండు సోముఁడు గాఁబోలు?
        సోముఁడుఁ గాఁడె యో సుందరాంగి!
గీ. ధర పురందరుఁడోకో? సుధాకరుఁడో? నరుఁడో?
తరణిసూనుండో? వరధర్మతనయుఁడోకొ?
వరమదనకోటిలావణ్యవాసి రెడ్డి
వేంకటాద్రీంద్రుఁడే కదే! పంకజాక్షి!

శ్రీ రాజా వెంకటాద్రి నాయుడు

సీ. అంగనా [illegible]
[illegible]
[illegible]
[illegible]
[illegible]
[illegible]
గల్గిపురాసంపదచే [illegible]
సుదతీ [illegible]

గీ. రాజ [illegible]
యువతులు మెచ్చ [illegible]
వరవసుధ [illegible]! [illegible]
వెంకటాద్రీంద్ర! [illegible]!

సీ. దేవరకోటాఖ్య దేశాధిపత్యము
గల్గియుండిన [illegible]
సేనాధిపత్యంబు చేతను [illegible]
శూరవర్యులు [illegible]
సరియంగ చదువు [illegible]
చేవ [illegible]
కులగోత్ర సంపద గల్గి [illegible]
[illegible]
గీ. మొదలుగాగల బంధువర్గ [illegible]
మన్నె సుల్తాన్ బహాద్దరు [illegible]
మతియు బంధుసముద్రముగను [illegible]
టంచు వర్ణింతు రెపుడు నాయునివృపాలు.

విలాస సౌధము

సీ. ఏవంకఁ జూచిన హేమరౌప్యాంచిత
 స్తంభముల కడిఁది తళుకులెసఁగు
నెచ్చోటఁ జూచిన హెచ్చైన మృదుహేమ
 పటచిత్ర శయనోపబర్హణములు
నేచెంతఁ గనుఁగొన్న నెంచి చెప్పఁగరాని
 నిలువుటద్దపు నిగన్నిగలు గ్రమ్ము
నేకడఁ గనుఁగొన్న నెంతో వింత ఘటించు
 చిత్రవస్తు సమృద్ధి చెలువుఁజూపు
గీ. నేవరిని జేయి సాఁచిన నెనసి చుక్క—
లందుకొనవచ్చు శ్రీ వేంకటాద్రి మనుజ
రాణ్మహేంద్రు విలాస హర్మ్యంబు మహిమ
వర్ణనము సేయఁ దరమె యెవ్వారికైన!

సీ. శశిలోని మృగము పచ్చల భిత్తికాంతులు
 దూర్వాంకురము లని మోముకఁ జూచు
మలఁచిన కెంపు పట్టెలఁ జూచి మదనుండు
 తనమానికపుసానఁ దఱచు వెసతుఁ
బవడంపుఁజూరు కల్పక శాఖచిగురని
 కామధేనువు మేయఁగా యతించు
వజ్రనీల స్తంభ వర్ణముల్ శివవిష్ణు
 తనువులంచు సగాబ్ధి తనయలెంతు
గీ. శౌర! నవరత్న బద్ధాను కారిముకుర
నికరరుచి వేంకటాద్రీంద్రు నిరుపమాన
లలిత కలిత సౌభాగ్య విలాసనామ
సౌధవైభవ మగణిత సరణినొప్పు.

వేంకటాద్రి నాయఁడుగారి యాస్థానమునకు బుచ్చి వెంకన్న యను నొక కవి యొక గ్రంథమును రచించుకొని వినిపించి సత్కారము

నొంచుటకై వచ్చెనఁట! ఆతఁడు రూపమునఁ గొంచెము కళంకము గల వాఁడఁట. ఆకళంకమును [illegible] సుకవి ప్రభువర్యుని యభిప్రాయము నిట్లు [illegible]—

గీ. రూపమునఁ గళంక[illegible] నీఁ గొం[illegible]
[illegible] గావించి [illegible]
గనపముప [illegible]
బుధజనాలు[illegible]

ఇది విని తరువాత నాయుఁడు[illegible] కవి[illegible].

క. కొంకక తమ రా[illegible]
బొంకేలను వేంకటాద్రి భూపాలా! యా
వ్యంకేల వానికఁగల
రంకే [illegible] నిప్పు గనను[illegible].

అని పల్కెనఁట! దాని [illegible] పద్యమును జదివి బహుమానముఁ గైకొని యరిగెనఁట.

ఉ. పన్నిన సత్ప్రబంధమును బాగుగ నోగున [illegible] కేసు చే
మన్న సమాలి మాకులము [illegible]
కన్న[illegible] వేంకటాద్రి[illegible]
జన్న గణించి మీరలు ప్రయోగముతోఁ ద్రోచినవాఁడ [illegible]

ఒకప్పుడొక కవి వేంకటాద్రిప్రభుని దాతృత్వమునుగూర్చి [illegible] కొని దర్శించి తన లేమిని జెప్పుకొనవలెనని కోర్కెతో [illegible]ముండఁగా గుంటూరుకడ "వేంకటాద్రి నాయుఁడు మరణించినాఁడు" అను మాటను విని హతాశుఁడై యాశువుగా నీక్రింది పద్యమును చదివి తిరిగి వెళ్లెనఁట.

చ. నలువ! ఛి! ఛీ! నినుం దలఁప న్యాయముగాదిఁక వేంకటాద్రిరా
ట్తిలకునిఁజంపి యర్థులకు దిక్కు[illegible]
విలఁ దలకొట్లమారి తన [illegible] వికటైతివౌర! భూ
తలమున నిట్టిరాజును యథావిధి నీతరమా సృజింపఁగన్.

వేంకటాద్రి ప్రభువర్యుండు నిర్యాణమునొందిన పిదప నమరావతీ పట్టణమునుగూర్చి యొక కవి యీక్రింది పద్యమును జదివెనఁట.

ఉ. సోముఁడులేని రాత్రివలె సూర్యుఁడులేని దినంబురీతి శ్రీ
రాముఁడు లేనయోధ్యవలె రాజకులేంద్రుఁడు వాసిరెడ్డి సు
త్రాముఁడు గానరాని యమరావతి పెంపఱెఁ గాలమానమున్
గామవిరోధికిం గడవఁ గాదుగదా మది శంక లేటికిన్.

వఠ్ఠెం విరూపాక్ష శాస్త్రి లను కవికి వేంకటాద్రి నాయఁడుగారు "వారికి వారికిన్ మఱియు వారికి వారికి వారివారికిన్" అను సమస్య నీయఁగా నిట్లు పూరించెనఁట.

ఉ. భూరమణీ మనఃకుముద పుంజసుధాంశుని వేంకటాద్రి ల
క్ష్మీరమణావతారుని భజింతురు రాజులుఁ దత్సుతుల్ హితుల్
సూరిజనుల్ తదీయులును సొంపుగ నా ప్రభువిచ్చుఁ గోరికల్
వారికి వారికిన్ మఱియు వారికి వారికి వారివారికిన్.

ఈ మహారాజునుగూర్చి కవిబ్రహ్మ ఏటుకూరి వేంకటనరసయ్యగారిట్లు వ్రాసిరి.

ద్విపద నూటయేఁబదియేండ్ల నాఁటిభూధవుఁడు
ఆంధ్రమండల పాలకాగ్రేసరుండు
తీరుతీరుగ నగ్రహారమ్ములిచ్చి
తనిపిన కలియుగదానకర్ణుండు
పలికిబొంకని నూత్న పాండవాగ్రజుఁడు
శరణిచ్చితిరుగని సాహసాంకుండు
కృతులు పెక్కందిన కృష్ణరాయండు
ప్రజల బిడ్డలవోలెఁ బాలించినాఁడు
శక్తిత్రయమ్మున సాధించినాఁడు
అసమానమగుకీర్తి నార్జించినాఁడు
మనపూర్వరాజుల మఱపించినాఁడు

శ్రీ రాజా వేంకటాద్రి నాయుడు

నెమలివాహనమెక్కి సమరమ్ము సల్పఁ
గార్తికేయునిమాడ్కిఁ గనుపట్టినాఁడు
పసిఁడిగోగిర్యాసఁ బడిపమ్మినాఁడు
గోకర్ణుఁడనిపించుకొని మన్నవాఁడు
వెలలేనిరత్నాలఁ బొందఁగాఁగనాఁడు
అలకజేడుసిరిఁబు సద్ధుఁడైనాఁడు
అడిగినవస్తువు లన్నిము వేళ
దఱిఁజెప్ప కందంద తప్పింపనువేళ
దానవాగ్రేసరుఁ డనిపించినాఁడు
పల్లెదొఁగలఁ జేసి భయపెట్టుమన్న
చెంచుమూఁకలగుండె చీల్చించినాఁడు
కష్టనిష్ఠురములం గడనఁ బలుకు
చెప్పువారలవెతల్ చెవియొగ్గినాఁడు
సంగీతసాహిత్య సంపన్నులకుఁ
గొంగులో వరహాలు గుమ్మరించినాఁడు
గుడులగోపురములు కోకొల్లగట్టి
మడులుమాన్యములిచ్చి మన్నించినాఁడు
వైష్ణవాచారమ్ము వన్నెకుఁదెచ్చి
శివమతస్థులఁ జెంతఁ జేర్చుకొన్నాఁడు
అన్యమతములందు సహనమూనించి
పలువురమెప్పు సంపాదించినాఁడు
కొల్చువారలకెల్లఁ గొంగుబంగారు
కాంక్షించువారికిఁ గల్పవృక్షంబు
దర్శించువారి కాదర్శస్వరూపి
పచ్చలపతకమ్ము పైఁడికంకణము
ముత్యాలహారాలు మొగలిరేకురాయి
రత్నకిరీటమ్ము రవలపోఁగుల్లు
తీరైన భుజకీర్తు లారాజమణికి

సొమ్ముకుసొమ్ములై సొబగుఁగూర్చినవి
రాజ్యమా! వానిది రామరాజ్యమ్ము
జన్మమా! వానిది సర్వసాధకము
సౌఖ్యమా! వానిది స్వర్గతుల్యమ్ము
వంశమా! వానిది ప్రాభవాన్వితము
ఇంకేమిగావలె నీనృపాగ్రణికి
అమరలింగస్వామి కగ్రభాగమున
నిలువుటారతిఁబట్టి నిల్చియున్నాఁడు
అమరావతీనాథుఁ డనుచు నిత్యమ్ము
వచ్చిపోయెడువారు వర్ణింతు రితని.

జగన్నాథదాసు రామనాథదాసుల
వ్యాజ్యములు

నాయఁడు సుభిక్షముగా రాజ్యపాలనము చేయుచుండెను. నానాటికి శరీర పాటవము తప్పి వార్ధక్య మావరించి యున్నను. రాజ్యమును కుమారుల కప్పగించెనని వారు పాలించుచుండిరని ఈ క్రిందిగా రాధ్యు లిట్లు వ్రాసిరి.

ఉ. అయ్యెడ వేంకటాద్రి వసునాథుఁ డనన్యసమానుఁ డై తా
దాయ్యన జేహాన్ద్ధతయుఁ గొని నిజప్రసక్తిఁ బ్రధానసూను
నెయ్యముతో ద్యుమణిఁగాఁ దిరిగి నిక్కముగా జనులెల్ల
హాయ్యముగాఁగ రాజ్యమఖిలాంగముగా ర్చెను నిత్యసామ్రాజ్యుఁడై.

కం. అంతజగన్నాథనృపుఁ
శాంతుఁడు సౌందర్యవిజితకాముం డగుచున్
సంతతసామ్రాజ్యధురా
క్రాంతవిభూతిం దనరెను గడుగాసిద్ధస్థు.

ఉ. బంధువులుం బ్రధానులును బండితులుం గవులుం బురోహితుల్
బంధురసింధురాశ్వరథపంక్తులు ప్రాజ్యవసూధివిపద్యల్
గంధిలవృత్తిఁ దన్నలమఁగా ధరణీశుఁ గొని రామనాథరా
ట్సింధురవైరి యేలెను విశిష్టజనాళి కభీష్టవైఖరిన్.

కం. అన్నందన యుగళమున జ
గన్నాథనృపాలుఁ డగ్రగణ్యుండై యా
పన్నులఁ బెన్నిధియై నగ
భిన్నిభవిభవానుభూతి పృథుయశుఁడయ్యెన్.

ఆ. అగ్రగణ్యుఁడైనయట్టి జగన్నాథుఁ
డతులగుణకదంబ నచ్చమాంబ
నర్థికామధేను వగు రంగమాంబను
బరిణయమ్మునం బెఁ బ్రభుత మెఱయ.

జగన్నాథ రామనాథబాబులు తండ్రి మరణానంతరము రాజ్య స్వీకార మొనర్చుకొని జగన్నాథబాబు 314 గ్రామములు రామనాథబాబు 237 గ్రామములు పాలించుచుండిరి.[189] జగన్నాథబాబుకు 50 లక్షల రూపాయలు, 5 లక్షల సవరసులు తండ్రియొసంగెను. జగన్నాథబాబు పాలనఁ గూర్చి రామకవి యిట్లు వ్రాసెను.

కం. ఆనృపుపిదపన్ నయసం
ధాని జగన్నాథబాబు ధర నేలఁగ సం
స్థానిక వృద్ధనియోగము
చే నారోహించె రాజ్యసింహాసనమున్.

వ. అటులారోహించి —

కం. క్షితిధూర్వహుఁడై గుణసం
గతుఁడు జగన్నాథబాబుగా రఖిలజన
ప్రతతికి సుఖమొదవఁగ నయ
యుతమతి రాజ్యంబొనర్చుచుండిన నదోచ్చెన్.

(189) G. Mackenzie – K. D. M. – P. 314 — "Jagannatha Babu, on his father's death, got possession of a hoard of 50 lakhs of rupees and a million sterling."

అప్పనమ్ముల్లిడుపుడు వారి రాజ్యములు [illegible] పాలించు చుండెను. [illegible] సైనికులఁ గల్పించుచు [illegible] తెలుపుచు చుండెను. ఉభయులకు [illegible] గా రామ నాథ బాబు [illegible] రాజ్య మేల వలదా యని [illegible] భించెను. ప్రతిపాదముగా [illegible] న్యాయాధికారి కోటయ్య [illegible] [illegible] లు కొనుచు చెప్పి. [illegible] రామనాథ బాబు మిత్రుడు "[illegible]" [illegible] సాగించిన రింపుమని తెలుపుచు. సలహాదారులు [illegible] [illegible] ప్రోక్తమైన భుజంగము [illegible] స్త్రీయ ముగా రాజ్యా[illegible] [illegible] కుండిన మాకు మచిలీపట్టణము [illegible] దిగులుగా [illegible] సమాధాన మిచ్చి పంపెను.

కం. తనకోకసుగాఁడుండిన
ఘనమచిలీ పట్టణాధికారి వసూల్ మాం
తును [illegible] కిపుడుఁ
డిన [illegible] సెలవుపుడు [illegible].

అపుడు చేయవలసిన పనియేమని యడుగ సలహాదారు లిట్లనిరి.

ఉ. ఏలయు [illegible] సేవలనావలనున్న యట్టి శా
ణాలఁ ద్వదీయసైనికగణమ్ము నియోగ మొనర్చి భూప్రజా
పాలివశమ్మొనర్చుకొని వారి ధనమ్ము [illegible] దేశముం
గాలమొనింగి సిస్తులు సగంబు వసూల్పలికిం [illegible] దగున్.

జగన్నాథబాబుయొక్క యాంతరంగిక వ్యవహారముల సబ్నివీసు అంతన్న పంతులు జరుపుచుండెను. రామనాథబాబు దత్తత యశాస్త్రీయమని పెద్ద దత్తపుత్రుండే సంస్థానమున కంతటి కధికారియని యీ పక్షము వారి వాదన. ఆ పక్షమున వేంకటాద్రీంద్రు మంత్రియగు పొత్తూరి కాళి దాసు వ్యవహరించుచు - చేబ్రోలు భాగమునకెల్ల రామనాథబాబు సర్వాధికారియని వాదింపసాగెను.[190] ఇంతలో జిల్లాకలెక్టరుల కర్జీలు వానిపై నప్పీళ్లు 1816 నుండి 1848 వఱకు సాగెను. ఈ మధ్య సిస్తు బకాయీలచే వాసిరెడ్డి సంస్థానమగు గుంటూరు మచులా కలెక్టరులు వేలము వేయించి స్వాధీన మొనర్చుకొనిరి. వ్యవహారము లారంభించిన రెండు సంవత్సరములకే భవనములపైనున్న రావిరేకు లమ్మఁబడెను. నిలువయున్న ద్రవ్య మేమాయెనో యెవరికిఁ దెలియదాయెను.[191] ఈ విషయమును 'ఇలియట్' కూడ 1818లో వ్రాసెను.

(190) G Mackenzie – K. D. M. – P. 313. "The Rajah's affairs had been managed by two confidential Brahmins, Sabnavis Antanna Pantulu and Potturi Kalidas. These two veterans now took each one of the adopted sons of their deceased patron and commenced the litigation which has ruined the family. Subnavis Antanna Pantulu persuaded the elder adopted son Jagannatha Babu to claim the whole property on the ground that the adoption of the younger lad Ramanatha Babu was invalid, while Potturi Kalidas stood by Ramanatha Babu in his claim for the Chebrolu portion which the late Rajah had destined for him.

(191) G. Mackenzie – K. D. M. – P. 314 — "That in 1818 only two years afterwards, the copper sheets were stripped off the roof of the palace at Amaravathy and were despatched to Subnavis Antanna Pantulu at Machulapatam to defray legal expenses. Where all the money went not one seemed to know."

రామనాథబాబు పార్శ్వముగా సర్కారువారు నాక్రమించుకొనుట

1816 సెప్టెంబరు 19 [illegible] ప్రారంభ మాయెను. [illegible] సైన్యము నాయకులు [illegible]. జగన్నాథ రాబు సైనికులు వారి వ్యాపారముగాని [illegible] సమర్థ కొంపిరి. అంతట [illegible] పద్యమును [illegible] చెప్పుచున్నారు—

క. అలసియుగాని [illegible]
[illegible]
గెలిపించు [illegible]
తలపోయు [illegible].

[illegible] ప్రత్యక్ష వ్యవహారముగా [illegible] యుంచి రెవెన్యూ వ్యవహార మారంభించెను.

రెవెన్యూ వ్యవహారములు

గుంటూరు, బందరు జిల్లా కలెక్టరులకు రామనాథ బాబు 1816 అక్టోబరు 5వ తేది సర్టిఫికెట్లు వ్రాయించి పెట్టెను. [illegible] నాయుని రెండవ పట్టపుత్రుడనని సైన్యత్వకము [illegible] భాగములో సగము నిచ్చు రావలెననియు నిది పరిష్కార మగువరకు [illegible] సంస్థాన మందలి యాదాయమును నిల్వ [illegible] యుంచవలెనని విశేష మాటలను విరితి పత్రములు వ్రాయించెను. ఇది చూచి [illegible] జగన్నాథ రాబునకు నోటీసు చేసిరి. అంత జగన్నాథ రాబు న్యాయవాదుల ద్వార మున సూటు లాస్సరు పెట్టెను.

ఉ. వాది ద్వితీయ దత్తతయె భావ్యముగా నటులైన జ్యేష్ఠ మ
ర్యాదనుబట్టి నీయదియ ప్రాభవమట్టి ప్రభుత్వమందు నీ
వాదికి భాగ మొల్లొదవు నంశజుఁడౌట స్వజీవనాంశమే
మాప్రతి నిచ్చువారమన యంచని యాసనరున్ ఘటింపఁగన్.

అర్జీలను, ఆన్సరును- ఉభయుల సాక్ష్యములను, దస్తావేజులు మొదలగు రికార్డులఁ బరిశీలించి బందరు జిల్లా కలెక్టరగు "రసూలు" న్యాయసమ్మతముగా ద్వితీయ కుమారుని దత్తత చెల్లదని జగన్నాథబాబుగారి వాటాలో వాది భాగమును జేర్చితినని తీర్పు నొసఁగిరి. గుంటూరుజిల్లా కలెక్టరగు "ఓక్సు" వేంకటాద్రి నాయుని పారీఖత్తు ప్రకార మెవరి రాజ్యమును వా రేలుకొనునట్లు ఉత్తర్వుల నిచ్చెను. వాది ప్రతివాదులు ఖేద మోదములతో గృహంబుల కేగిరి. ఈ వివాదములు హెచ్చిన కొలఁది ప్రభుత్వమునకుఁ జెల్లింపవలసిన పేష్కసును ముట్టఁజెప్పని కారణముచే 1817 మే 1వ తేది రామనాథబాబు భాగము జప్తు చేయఁబడెను. 1820 నాఁటికి వాసిరెడ్డివారి సంస్థానము గుంటూరు, మచులా కలెక్టరుల క్రిందకు వచ్చెను.[192]

రెవెన్యూబోర్డు - అప్పీళ్లు

కలెక్టరుల తీర్పులమీఁద నుభయవాదులు రెవెన్యూబోర్డువారి కప్పీళ్లు చేసిరి. వీని రెండిటి నొకే కేసుగాఁ జేసి రికార్డంతయుఁ బరిశీలించి (1) తుది నిర్ణయ మొసఁగుటకు రెవెన్యూవారి కధికారము లేదుకనుక వాది న్యాయస్థానమునందు దావా వేసికొనవలెను. (2) రెండవ దత్తత శాస్త్రీయమైనదని న్యాయాధిపతు లంగీకరించువఱకు వారి పైతృక

(192) G. Mackenzie – K. D. M.– P. 313. "A law suit accordingly began between the two youths; the Collectors of Guntur and Machulipatam attached the greater part of the estates for arrears and the downfall of the family was very rapid."

భాగిమును గోరరాదు. (3) అంతవరకు నామాల్లో సంస్థానమంతయు నవిభాజ్యముగాం బ్రతివాదులను జగన్నాథబాబు స్వాధీనమందే యుండ వలెనని రెవెన్యూ బోర్డువారు తీర్మానించిరి. ఈ తీర్పు వలన రామ నాథబాబు [illegible].

ఉ. ఓటమిచెందె దివా[illegible] [illegible]
[illegible] [illegible]
గాటపువాంఛ [illegible]
నాటికిం దీర్పు [illegible] గాంచెను.

ఈ రెవెన్యూ వ్యవహారమంతయు 1818 జనవరి నెల, 1818 ఏప్రిలు 2 వ తేదిని, 1818 మే 14 వ తేదిని, 1818 అక్టోబరు 17 వ తేదిని అర్జీల రూపములో జరిగెను. [illegible] దాఖలై యున్నది.[193]

రామనాథబాబు మచిలీపట్టణము ప్రావిన్షియల్ కోర్టులో దావా వేయుట

రెవెన్యూ బోర్డువారిచ్చిన తీర్పు [illegible] రామనాథబాబు మచిలీపట్టణము ప్రొవిన్షియలు కోర్టులో [illegible] న్యాయము కోరుచు 1820 మే 29 వ తేదిని దావా దాఖలు చేసెను.

(193) Guide to Guntur — (1795 - 1835) 17-10-1818 - P. 12. "Succession - Dispute - Proceedings of the Provincial Court of Appeal. The Collector encloses copy of the proceedings of the Board - on the opinion of the Pandits called for by the Appelate Court that both the adopted sons are entitled to equal portions and that the father had effected an unequal portion in his lifetime, the adopted sons are entitled to such unequal portions etc., the Court decides that the younger adopted son is entitled to a moiety from his paying a certain sum to the elder."

దానికి జగన్నాథబాబు ఆన్సరు పెట్టెను. కోర్టువారు సంపూర్ణముగా దీనిని విచారించి సాక్షుల, దస్తావేజుల యాధారమున 1824 జూను 24 వ తేదిని జగన్నాథబాబున కనుకూలముగా

ఉ. ఒక్కఁడు పుత్త్రుఁడుండ మఱియొక్కని దత్తత చేసికొంట యే
ఫక్కిని దోఁప దట్లగుట వాది సహించు ద్వితీయదత్తతన్
గ్రక్కున రద్దొనర్చితిమి కావున రాజ్యధురంధరత్వ స
మ్యక్కలనం బొసంగితిమి న్యాయవిధిం బ్రతివాదిగారికిన్.

తీర్పునొసంగ నత్యంతఖేదమునబ్ధి నోలలాడెను. రామనాథబాబు వ్యాకుల పడెను. తిరిగి ధైర్యముతోఁ బై కోర్టున న్యాయము లేదా యని యప్పీలు చేయ సంకల్పించెను. ఆ తీర్పు (Moor's Indian appeal cases Vol IV) 23-వ పుటలో వర్ణింపఁ బడినది.

ఈ మధ్య 1822 డిసెంబరులో మద్రాసు గవర్నరు 'సర్ థామస్ మన్రో' గుంటూరుమీఁదుగా పోవుచు దీనిగూర్చి వ్రాయుచు నిరువురు విసిగిరని యుపసంహరించుకొనుఁడని చెప్పితినని పరిష్కరించుకొనుఁ డని బోధించితినని దానికుభయు లంగీకరించిరి కాని సలహాదారులు ప్రతికూలురుగా నుండిరని వ్యాజ్యమింకను సాగునని వ్రాసిరి.[194]

క్రింది కోర్టులో వ్యాజ్యము జరుగుచుండ 31-5-1819 తేది గెలుపుఁగోరి దేవతల ప్రీత్యర్థమై యజ్ఞములఁ జేయింపసాగిరి. ఇలియట్ వ్రాఁతల ప్రకారము $1\frac{1}{2}$ లక్ష. రూపాయలు మద్రాసులోని మంత్రవేత్తలకు లంచమిచ్చుట కంపిరి. ఇట్లెంత వ్యయ మొనర్చినను నాయఁడిచ్చిన 50 లక్షలు చాలకాలము సరకు వచ్చియుండ వచ్చునని

(194) Sir Thomas Munro's report – 1822 December. "They are both tired of the suit. I recommended to them to withdraw and to settle the matter amicably. The younger is, of course, anxious to do this. The elder likewise expressed his willingness, but his native advisers are against it, and I imagine the suit will proceed."

వ్రాసెను.[195] [illegible] యమ్యెను. [illegible] ను.[196]

స్వనహాసనులు [illegible] వీడు కృష్ణా [illegible]!" అనెను. [illegible] నని పిలువ బడెను. [illegible] వాసిరెడ్డి సంస్థానమును [illegible] ప్రసాదము వ్రాసిరి [illegible] గుమస్తాలు గృహములు [illegible] సాకర్లు [illegible] పేరును వసు భార్యలకే [illegible] రాల సంపాదించిరి. [illegible] సైతము సమయమునకు [illegible] లైరి. [illegible] 1844 [illegible] రాసుంతో, [illegible] వచ్చెను. నానారాజన్య చరిత్ర – పుట 70.

రామనాథబాబు

మద్రాసు హైకోర్టు (సాదరుకోర్టు) లప్పీళ్లు

రామనాథబాబు [illegible] రాసు హైకోర్టునకు అప్పీలు చేసెను. [illegible]

(195) Sir Elliot's report. "That a Lakh and half was remitted to Madras to bribe Pandits and purchase Mantrams, but even with expenditure such as that Fifty Lakhs ought to have lasted longer."

(196) G. Mackenzie – K. D. M. – P. 313. "His possessions were left as a prey to the law Courts."

Partly embezzled by the confidential servants, partly squandered in legal expenses."

దాఖలు చేసిరి. ఈ అప్పీలు తేలకముందే జగన్నాథబాబు 28-2-1825 తేదిని మరణించెను.[197] వెంటనే రామనాథబాబు సంస్థానమునకు వారసుఁడనని ప్రొవిన్షియల్ కోర్టులో దావావేసెను. కాని 22-12-1825 తేది జగన్నాథబాబు భార్యయగు అచ్చమ్మగారి పక్షమున వ్యాజ్యము పరిష్కారమయ్యెను. ఈ డిక్రీనిబట్టి రామనాథబాబు తిరిగి సాదరు కోర్టులో నప్పీలు చేసెను. వీని యప్పీళ్లు రెండు హైకోర్టులో నిల్వయుండెను. పెదబాబుగారి యనంతరము చినబాబుగారు బలాత్కారముగా రాజ్యము నాక్రమించి పాలించుట చూడఁజాలక యచ్చమ్మగారు ముందుగా దావావేసిరి. తా నగ్రపత్నినని, భర్త మరణానంతరము వారసురాలనని యిది తేలువరకు సంస్థానము "కోర్టు ఆఫ్ వార్డ్సు" పరముగా నుండవలయునని కోరెను. కోరినట్లు సంస్థానమును దమ యధీనములో నుంచుటకు సమ్మతించి కలెక్టరులు స్వాధీనపఱచుకొనిరి. స్త్రీ న్యాయస్థానమున కెక్కుట కుటుంబగౌరవమునకు హానియని రామనాథబాబు తలంచెను.

కం. మానుషము నదలి మా సం
స్థానమునకు నప్రతిష్ఠ సమకూర్పంగ నీ
చాన తనపేరు కోర్టుల
లో నెక్కించెఁగద సన్నుతలోకము నవ్వన్.

అని విచారించి యచ్చమ్మనెడకు రాజీకై వకీలు నంపెను. అతఁ డిట్లు చెప్పెను.

మ. ధనమింతేనియు లోటులేఁ గలదు నీ తాత్పర్య మట్లొప్ప కుం
డిన నీ కోరిన యూళ్లు నైదు పదియు న్నీ జీవనోపాధికిం
దనరింపంగలఁ డింక నీ యనుమతిం దా రాజ్యముం జేయువాఁ
డను మోదించి యకీర్తికారణపు వ్యాజ్యం బాపఁగాఁ గోరెడిన్.

(197) G. Mackenzie - K. D. M. - P. 315 – "On Feb 28th, 1825, the elder brother Jagannatha Babu died."

అచ్చమాంబగారి [illegible] బాబు తనపై వేసిన దావా [illegible] రిక్తా ధుల బరిశీలి [illegible] చ్చమాంబ [illegible] న్యాయమూర్తులు [illegible] తరు వాత సీమయే సంస్థానము [illegible] 22-12-1825 [illegible] ఇవ్వ నొసంగిరి. దీని [illegible] అచ్చమాంబ దీని [illegible] ద్వితీయ [illegible] నిర్ణయము [illegible] సు.

ఉ. నాయజనాసిగా [illegible]
రీ యుధయ్యగవా [illegible]
న్యాయవిధా [illegible]
న్యాయసభా [illegible].

ఇట్టి హైకోర్టువారి [illegible] దాసు సంరక్షకురాలుగా నుండి 6-9-1826 తేదీని [illegible], అచ్చమ్మను [illegible] పుత్రికంటే సంస్థానాధిపతి [illegible] దావా వేసెను. ప్రతివాదు లిరువురు [illegible]. [illegible] న్యాయస్థానమువారు [illegible] సర్పి రంగమ్మ [illegible] రించి యచ్చమాంబ [illegible] సంస్థానము [illegible] 11-5-1827 తేదీ తీర్పునిచ్చిరి. రంగమ్మ, రామనాథ [illegible] సంకల్పించిరి. [illegible] పైన ఒక్కసారి నట్టి [illegible] రామనాథబాబు చేసెను. వీరి యప్పీలు [illegible] హైకోర్టులో నుండెను. రంగమ్మయును 22-10-1829 తేదీ నప్పీలు చేసెను. ఈ రీతిగా మువ్వురి వ్యవహారములు హైకోర్టులో నడచుచుండెను.

ఒకనాఁడు ప్రస్తావవశమున ఓక్సుదొర హైకోర్టు జడ్జీలతో రామనాథబాబునకు జరిగిన యన్యాయమునుగూర్చి చెప్పుచు నీకోర్టులోనైన న్యాయము గలిగింపఁ గోరెను. ఈ వ్యాజ్యెము మధ్యలో సంస్థానమునకు నిక్కట్లు పెక్కు గలిగెను.

కం. అయ్యెడ బహుధాచరితం
బయ్యెఁ బ్రభుస్వామ్యకుట్ర లనవతరము మెం
డయ్యెను మాంద్యగ్రస్తం
బయ్యెం దొంగతనము వెలితియయ్యెం బెట్టున్.

ఆదాయమంతయు నుద్యోగులు తస్కరింప సాగిరి. 1832, 1833 నందనలో క్షామములు వచ్చెను. సిస్తులు సైతము చెల్లవాయెను. దోపిళ్లు మెండాయెను. రెండేండ్లు పంటలు సరిగ లేవని మెకంజి వ్రాసెను.

కం. ఆ వాసిరెడ్డి రాష్ట్రము
వావిరి నక్కఱనువలన వైభవహీనం
బై నరలె నార్య శేయుని
చేఁ బీల్చఁబడెను తొంటిసింధువు మాడ్కిన్.

పేష్కసుకుంపఁ బల్లెలమ్ముటచే 16 లక్షల బకాయి పడెను. రంగమ్మ యప్పీలుమీఁద హైకోర్టు క్రిందికోర్టును సాక్ష్యము గైకొన నాజ్ఞ యిచ్చెను. రంగమ్మ దత్తతకుఁ బ్రబలాధారముగా జగన్నాథబాబు మచులా కలెక్టరగు రాబర్ట్సును జూడఁబోయి తన దత్తుఁడగు లక్ష్మీపతిని జూపించెనని దీనిని రాబర్ట్సు రెవెన్యూబోర్డునకుఁ దెలిపెనని తెలియుచున్నది. కాని 5-7-1830 తేది ప్రావిన్షియల్ కోర్టువారు రంగమ్మకు వ్యతిరేకముగాఁ దీర్పొసంగుచు దత్తత చెల్లనేరదని వ్రాసిరి.

రంగమ్మ దీనిపై అప్పీలు చేసెను. [illegible] మూడు అప్పీళ్లను విచారించి న్యాయాధిపతులు 14-3-1832 [illegible] తీర్పు [illegible].198

1. చావా లక్ష్మీపతి జగన్నాథ బాబుగారికి దత్తపుత్రుడు కాడు.
2. రామనాథ బాబుగారు నాయుడుగారి దత్తపుత్రుడైనాడు.
3. జగన్నాథ బాబుగారు, రామనాథ బాబుగారు అవిభక్త సోదరులు.
4. భర్త మరణానంతరము – అచ్చమ్మ రంగమ్మలు మనోవర్తికి మాత్రమే అర్హులు.

ఈ తీర్పువలన రామనాథ బాబుగారు సంస్థానమునకు [illegible]. అచ్చమ్మ రంగమ్మలకు మనోవర్తి [illegible] రామనాథ బాబుగారు [illegible] వ్రాసెను. అచ్చమ్మ రంగమ్మలు ఇంగ్లండు [illegible] ప్రీవీకౌన్సిలునకు అప్పీలు చేసిరి.

రామనాథబాబు రాజ్యమేలుకొనుట

1832 నుండి 1848 మార్చి 2 వ తేదీ ప్రీవీ కౌన్సిలు తీర్పు వచ్చు దనుక రామనాథబాబు వాసిరెడ్డి సంస్థానమును [illegible].

(198) G. Mackenzie K. D. M. – P.–315 "On the 14th of March 1832, the Sadr Court at Madras, pronounced one judgment for the three pending appeals. The decision was to the effect that Chava Lakshmipathi was not adopted by Jagannatha Babu, that the second brother, Ramanatha Babu, was duly adopted by Rajah Venkatadri, and that as Jagannatha Babu and Ramanatha Babu were undivided brothers, the widows Atchamma and Rangamma were entitled only to maintenance from the date of their husband's death. This decision gave to Ramanatha Babu what was now left of the estate of Rajah Venkatadri Naidu—"

ఈ మధ్య నితఁడే న్యాయసమ్మతమైన జమీందారుగా భావింపఁబడెను. గుంటూరు, మచిలీపట్టణము జిల్లాకలెక్టరులు సంస్థానమును జప్తుచేసి వారి యధీనమునం దుంచుకొనిరి. రామనాథబాబు 1833 మే 6వ తేది తన సంస్థానమును స్వాధీనపఱుప హైకోర్టులోఁ బిటీషను బెట్టుకొనెను. తగిన హామీ నిచ్చినచో సంస్థానము స్వాధీన మొనర్పఁబడునని తెలియఁ బఱిచిరి. 1834 జనవరిలో మఱియొక పిటీషను పెట్టెను. 2,50,000 హామీగానిచ్చిన సంస్థాన మీయఁబడుననిరి. దీనిని చెల్లింపలేక లవణాను కొంపు దరఖాస్తు పెట్టుకొనఁగా నెలకు 1200 రూపాయ లిచ్చుచు దానికిని హామీ కోరిరి. తుదకు మఱొక పిటీషను బెట్టఁగా భూమి విక్ర యింప రాదను నియమము మీఁద 1836 జులై 27వ తేదిని సంస్థానమును స్వాధీన పఱుప నాజ్ఞయిచ్చిరి.[199]

1837 మార్చికి లక్ష్మీనృపతి నాయనికి మెజారిటీ వచ్చెను. అప్పటికి రామనాథబాబును గవర్నమెంటు పక్షమున మేనేజరుగా నేర్పాటు చేసిరి అతని యధికారము దుర్వినియోగము పాలాయెను. రైతులకుఁ దక్కువ సిస్తులకుఁ గౌళ్లకిచ్చుచు, ఫోర్జరీలు చేయుచు వారినుండి యధిక ద్రవ్యమును నార్జించుచుండెను.[200] లక్ష్మీనృపతినాయఁడు రెవెన్యూబోర్డు వారికి రామనాథబాబు దుర్వ్యయము చేయుచు సంస్థానమును నక్రమముగాఁ బాలించుట తెలిపి కలెక్టరులక్రింద నుంపవలసినదిగాఁ గోరుచు నొక పిటీషను బెట్టెను. (Monroe Volum V-P 192) 1832–1833 నందన సంవత్సరములో భయంకరమైన క్షామము వచ్చెను. దీనిని డొక్కల

(199) Moore's Indian appeals – Vol V – Page 192 "The Court direct that whatever lands the Collectors of Guntur and Masulipatam may have in their charge belonging to Vasireddi estate, and attached under order of the Provincial Court be delivered over to the petitioner, Ramanatha Babu."

(200) G. Mackenzie – K. D. M. P-315. "His management was not successful and in some respects was fraudulent as he accepted for his own purpose large sums when granting leases on unduly low rents."

కలవని మెకంజి నిర్ణయించెను. పై గోలు సిస్తులు చెల్లింపబడని స్థితిలో నుండెను. రెవెన్యూయధికారులు రామనాథబాబుగారి హయాములో బాకీయుండగా గుంటూరు జిల్లాలో రు21,68,956, లున్ను, 53, 276-7-0 లు మచిలీ పట్టణపు జిల్లాలోను బకాయిలు పడెను. 8-1-1842 తేదిని గుంటూరు లోని వాసిరెడ్డి సంస్థాన ప్రాంతములను సర్కారువారు తీసికొనిరి. 10-6-1843 నాటికి సర్కారుక్రింద నుండెను. రు26, 22, 291లు బాకీ పడుటచే నా భూములను వేలము వేయ నిశ్చయించిరి. 17-2-1846 తేదిని గుంటూరు కలెక్టరు రామనాథబాబుగారు బాకీపడిన రు. 31,95,284 6అ. 4పై. లు మూడు దినములలో చెల్లించవలసినదని లేనిచో సంస్థానమును వేలము వేయబడునని చెప్పెను. రామనాథబాబుగారు చెల్లింప లేనని చెప్పగా 1-4-1846న తేదిని రు5000లకు వేలము వేసిరి. అట్లే మచిలీ పట్టణము భాగమును ప్రభుత్వము రు 28,06,737లు బకాయికై 12-2-1849 తేదిన వేలము - రు. 5000 లకు వేసిరి. సంస్థానమునుండే రామనాథబాబుగారు 19-6-1843 నాడు భూరాజునామాలో గుంటూరు జిల్లా లోని తన హక్కులను వదలుకొనునట్లు వ్రాసి యిచ్చెను.

క్రీ. శ. 1842లో వాసిరెడ్డి సంస్థానమును రామనాథబాబునుండి తీసికొని గుంటూరు, మచిలీపట్టణపు గలెక్టరులు స్వాధీనము చేసు కొనిరి. వేలమునకుముందు లక్ష్మీపతినాయుడు 1843 జూనులో మద్రాసుగవర్నరు కొక యర్జీని, రెవెన్యూబోర్డునకు మరియొక యర్జీని బంపుకొనుచు వేలమును త్రిప్పి కౌన్సిలు తీర్పువరకు ఆపవలసినదిగా గోరెను. కాని లాభము లేకుండెను. తిరిగి 1846 మార్చి 28వ తేదీ నింకను మద్రాసు గవర్నరునకు మరియొక పిటీషను పెట్టెను. వేలము నాపవలసిన దని, సంస్థానమును తన కప్పగింప వలసినదని మూడు లక్షలు పేష్కషుగాక యదనముగా రు. 50 వేలు చెల్లింపగలనని తెల్పెను. కాని 21-4-1846 తేది యర్జీ త్రిప్పివేయబడెను. 30-3-1846 తేదిన పెట్టిన యర్జీకూడ త్రిప్పి వేయబడెను. 1846 జనవరి 20వ తేది గుంటూరు జమీందార్ల విష యమై ప్రభుత్వముచేసిన నిర్ణయమే చివరిదని పిటీషనుదారు ప్రార్థన

మంగీకరింపఁ బడదని ప్రభుత్వ కార్యదర్శి యాజ్ఞాపత్రము నంపెను. ఈ విధముగా - ప్రీవీకౌన్సిలు తీర్పులోపుగా నే ప్రయత్నములును ఫలించలేదు.

ఎలియటు తీర్పు - లవణములు

రాఘునాథబాబు సంస్థానపాలకుఁడు కాఁగా నచ్చమ్మ రంగమ్మల కనమాసము కష్టము కల్గుచుండెను. వీరిరువురు ప్రీవీకౌన్సిలు కప్పీలు చేసిరి. అప్పీలునేలు మధ్యకాలములో ఎలియటు దొరవారి కమిటీ విచారణకై వచ్చెను. వారిట్లు వ్రాసిరి.

ఉ. వారలలో బకాయనమువారి గుఱించి బకాయలింక నీ
లేరు ప్రభుత్వముల్సలుపలేదు బకాయల క్రింద మూల్గు న
ర్కారు వశమ్మునున్నదని పాలబడికిం దగినట్లు లీజమీం
దారుల కెల్లలోనను దొరోసర్చుచు లౌగి వ్రాసి పెండియున్.

వాసిరెడ్డివారి వం॥శ విశ్వసుతిని బట్టి లక్ష.రూపాయల లవణము నీయవచ్చు ననిరి. జిల్లాకలెక్టరుగారికి చెల్లింపవలసిన పెష్కసులకు జమీందార్ల ప్రభుత్వముక్రింద వేలమువేయ నాజ్ఞల నొసంగిరి.

గీ. అందు వాసిరెడ్డినయిన యెస్టేట్ల నా
బాదియయిన పెదప వారసుల కౌ
సంగఁదలఁచి యిపుడు సర్కారున సమూందు
సఖులు మెవరు పాటపాడవలదు.

కం. అని జట్టికాండ్ర కార్డరు
దసరిచి కృష్ణోభయోరు తట కనదుప వ
ర్తనము లయిదయిదు వేలకుఁ
గొనిరి ఖరీదులు ఘటించి కుతలాధ్యక్షుల్.

ప్రివీకౌన్సిలు తీర్పునకు [illegible].[201]

వారికి [illegible] జీవనభృతులుగా [illegible] రు 350, పార్థ తమ్మన్నగారికి రు 250, జగన్నాథ [illegible] రు 200, రంగమ్మగారు రు 200, రామనాథ [illegible] రు 1000 లు, వెంకటాద్రి నాయుని పినతల్లికి రు 365, [illegible] చేసిరి. అప్పుడు రామనాథబాబు

మ. అల ఎల్లో [illegible]
త్రలకును దోచినమాత్రమే [illegible],
[illegible]
బలరాజంబిన [illegible]!

అని మిక్కిలి చింతించెనట. [illegible] స్వామి [illegible] స్థానమును బహిష్కరింపబడి వచ్చి దేవాలయమును [illegible] పురోహితులు [illegible]. నాయుని మనుమలు 1881 [illegible] బర్జెసునకు విశేషసహాయము చేసిరని [illegible] ద్వార దేవాలయమును ప్రవేశించి శాసన పరిశోధన [illegible] మెకంజి వ్రాసెను. G. Mackenzie – K. D M. – P. 164. "Two grand sons of his cousin live on an allowance given them by Govt. They greatly assisted R. Seuell, in his Investigations and it was through their courtesy in Dec 1881, that Dr. Burgess has enabled to enter the temple and inspect the inscriptions, not withstanding the opposition of the brahmins." వీరు రామనాథబాబుగారి కుమారులు.

(201) Memorial of V. Lakshminarasimha Naidu -- P. 5. "That the Zamindary was thereupon sold on 1st Aprial 1846 and brought in by Govt. for the nominal sum of Rs. 5000.

G. Mackenzie – K. D. M. – P. 315 — "In 1846, they were formally brought to sale and bought in by the Govt, while in 1849, the Court of Directors read Sir W. Elliot's report decided that the Guntur Zamindaris were permanently resumed."

ప్రీవీకౌన్సిలు తీర్పు

జగన్నాథబాబు భార్యలొనర్చిన యప్పీళ్లు విచారణకు వచ్చెను. 1846 జూను జులైలలో హీరింగు జరిగెను. 29-2-1848 తేది ప్రీవీ కౌన్సిలువా రేర్పఱిచిన జుడిషియల్ కమిటి యిచ్చిన తీర్పును 2-3-1848 తేదిని ప్రీవీకౌన్సిలువారు ధ్రువపఱిచి డిక్రీ యిచ్చిరి. ఈ డిక్రి 113 పుటలుగల్గి మూరుయొక్క నాల్గవ సంపుటములోఁ బ్రకటింపఁబడెను. ఆ తీర్పులోని యంశములివి. 1. 14-3-1832 తేది యిచ్చిన మద్రాసు హైకోర్టు తీర్పు పూర్తిగా మార్పఁబడవలెను. 2. రామనాథబాబు దత్తత శాస్త్రీయమైనదికాదు కాన చెల్లదు. 3. వంశపారంపర్యముగావచ్చు వాసిరెడ్డి సంస్థానములో నితనికి భాగము లేదు. ఇది యంతయు జగన్నాథబాబునకు మాత్రమే చెల్లును. 4. నాయఁడు స్వార్జితమైన యాస్తి నిచ్చినచో దానికి రామనాథబాబు హక్కుదారుఁడగును. 5. జగన్నాథబాబు చావా లక్ష్మీపతిని దత్తత గైకొనుట శాస్త్రీయమైనది. ముఖ్యముగా రాబర్టు సాక్ష్యమును నమ్మినట్లు తీర్పులో వ్రాసిరి. దీని ప్రకార మమలు జరుపుఁడని మద్రాసు హైకోర్టు కంపిరి.[202] ఇంగ్లండు బ్లాకుహౌసులోఁ బ్రఖ్యాతిగాంచిన ఛాన్సరీదావాను బోలియుండెనని మెకంజి వ్రాసెను. (The suit resembeled the famous chancery suit in 'Black House') ఈ తీర్పునుగూర్చి రామనకవి యిట్లు వ్రాసెను.

---

(202) G. Mackenzie – K. D. M. – P. 316. "They decided that the adoption of the second brother, Ramanatha Babu was invalid and that he could not inherit any of the ancestral property of Rajah Venkatadri Naidu which must all pass to Jagannatha Babu but that the younger brother, Ramanatha Babu was entitled to any acquired property given him by Rajah Venkatadri Naidu. The adoption of Chava Lakshmipathi by Jagannatha Babu was held good with the following remarks."

శ్రీ రాజా వేంకటాద్రి నాయుడు

చం. నడిచిన పాశ్చాత్యమెంతు సభవారు [illegible] యుం
దపవితి కుందు [illegible] నిజ [illegible]
ర్పతవది "లా" ను [illegible]
ప్పతరంగ రామనాథనగు [illegible].

మ. తను దర్శింపంగ నీను జెంచిన జగన్నాథ [illegible] రా
తనయుండ్వొ దపడిన్న [illegible]
జ్జననాథుం దశీంగించె నాశనము [illegible] నాం
జనుజిల్లావిభుసూక్తి సకృన్నిగిని [illegible].

మ. సడుపంబోలన్పుశ్రీ [illegible] జగన్నాథ [illegible]
శ్రుండు లక్ష్మణసేనాయం [illegible]
ద్యుండు తద్దత్తిత సద్మనారమని [illegible]
దనరం శారల [illegible] వారు [illegible] గా [illegible].

కం. అపగిచి వనోధర్మస
భూపతులిందుం బొరపడిన వారసుడుం దదా
నోపితవిధ మాద్పుగ యూ
నోఫుగారల్ తీరుప్పు న్నిరూపించి వెనన్.

శా. [illegible] (1848) [illegible] గా
నేసవ్వత్సరమందు మార్చి నెల [illegible] డింగ్లాండు నుం డి [illegible]
కే [illegible] వాసి రెమ్యూథయ ఖాత్రీకుల్ తదీయప్రజా
వ్రాతంబుల్ [illegible] యోధిరుత [illegible] వర్తిలు!

ఆ. నరుసనీమటీర్పు వచ్చెడివఱకుం గ
ప్పంబు బాకినడుట పన్ను క్రిందం
బ్రాభవమ్మునోయి రామనాథ తే.మా
పతికి లవణ సేరుపడుటవలన.

కం. ఆయనకు నొసఁగు వేరూ
పాయలు సర్కారువారు పై తీర్పున భూ
నాయకుఁడగు లక్ష్మీపతి
నాయనకున్ ట్రాన్సుఫరు నొనర్చిరి పిలుచన్.

కం. వెసలక్ష్మీపతినాయం
డెసఁగఁ దను న్యాసిరెడ్డి యెస్టేటుకు వా
రసుచేసి కుంపిణీవా
రొసఁగెడు లవణసు సహస్రమొందుచు నాత్మన్.

సంతసించుచుఁ దనకువచ్చు వెయ్యిరూపాయలతోఁ గాలము గడుపుకొను చుండెను. మదరాసుకు సమీపమున నుండవచ్చునని యేకామ్రనాధుని నివాసమగు కాంచీపురమున బంధుమిత్ర పరివారముతో నుండెను.

రామనాధబాబు మనోవ్యాకులతతో 1859సం. మరణించెను. చనిపోవునపుడు భార్య, కుమారు లిరువురుండిరి. దశరథనాయఁడు, శివప్రసాదనాయఁడను వీరమరావతిలోనే యుండిరి. లక్ష్మీపతినాయఁడిరువదై దేండ్లు సంస్థానమునకై పోరాడెను. లాభములేక నిరాశా హృదయుఁడై ప్రాణము వీడెనని లక్ష్మీనృసింహనాయఁడు వ్రాసిన యర్జీలోఁ గలదు. (That Lakshmipathi Naidu having carried on a bootless fight for the estates for over a quarter of a century, died of a broken heart at his failure to regain them) లక్ష్మీపతి నాయఁడు సంస్థానమున కనేకములైన యర్జీలు దాఖలు చేసెను. ప్రీవీకౌన్సిలు డిక్రీవచ్చిన తరువాత 29–1–1849 తేది రామనాధబాబుచేసిన యకృత్యములకు నిర్బంధింపను, జప్తుచేసిన సంస్థానమును దన కిప్పింపను గోరెను. మద్రాసు హైకోర్టు దీనికిఁ బ్రత్యుత్తర మీయలేదు. 11–1–1849 తేదిని రెవెన్యూబోర్డు సందిగామ జమీక్రింద బకాయ రు28,06,737లు ఫిబ్రవరి 12వ తేది లోపు చెల్లింపనిచో బందరు కలెక్టరాఫీసులో జమీ వేలము వేయఁబడునని తెలిపెను. 8–2–1849 తేది

వేలము పాడుచేసి [illegible] నాయుడు మద్రాసు సుప్రీంకోర్టులో [illegible] హైకోర్టువారు జోక్యము [illegible] 2-4-1849 తేది ప్రివికౌన్సిలు [illegible] లాభము లేకపోయెను. 21-12-1850 [illegible] 24-12-1851 తేదీని [illegible] (The Govt. cannot accede to the request contained in this petition) [illegible] అప్పీలు చేసెను. [illegible] 1852 జూను 16న [illegible] 5-7-1852న [illegible]

The report of the Judicial Committee of the Privy Council dated the 5th of July, 1852, and the order in Council made thereon, were as follows :

"The Lords of the Committe, in obedience to your Majesty's said order of refernce, have this day taken the said petition into consideration, and having been attended by Counsel on behalf of the petitioner, and likewise on behalf of the East India Company, their Lordships do this day agree humbly to report to your Majesty as their opinion, that the said Court of Sudder Dewanny Adawlut, at Madras, ought to be ordered forthwith to carry into execution. Her Majesty's order in Council of the 2nd of March 1848 (321) made upon the hearing of the said appeal, and to direct the Collectors of Guntur and Masulipatam, and those districts in which the Vasireddy estates are situated to put the Appellant Rajah Lakshmipathi Naidu, in possession of the said property, in pursuance of the report of this Committee, of the 29th of February, 1848 and of Her Majesty's order in Council, of the 2nd of March, 1848 approving the same, reserving to the Madras Government, and to all persons except the respondents in the original appeal, the right to appear for their interest, if any.

Her Majesty having taken the said report into consideration, was pleased, by and with the advice of Her Privy Council, to approve thereof, and to order, as it is hereby ordered, that the Court of Sudder Dewanny Adaulut, at Madras, do forthwith carry into execution Her Majesty's order in Council, of the 2nd of March 1848, and that the said Court do direct the Collectors of Guntur and Masulipatam, and of those districts in which the Vasireddi estates are situated, to put the Appellant, Rajah Lakshmi Pathy Naidoo Bahadoor, in possession of the said property, in pursuance of the report of the Judicial Committee of the Privy Council, of the 29th of February, 1848 and of Her Majesty's said order in Council of the 2nd March, 1848 approving the same observing to Madras Government, and to all persons, except the respondents in the original appeal, the right to appear for their interest, if any. Whereof Judges of the said court to Sudder Dewany Adaulut at Madras for the time being, and all other Persons whom it may concern, are to take notice and govern themselves accordingly"
(Moorie's Indian appeals) Vol. V - P. 201 - 202.

దీనినిబట్టి లక్ష్మీపతి నాయఁడు పెట్టుకొనిన యర్జీని ప్రీవీకౌన్సిలు జుడిషియల్ కమిటీ విచారించి 2-3-1848 తేది డిక్రీ ప్రకారము వాసిరెడ్డి సంస్థానమునఁ గల గుంటూరు, బందరు తక్కిన యితరజిల్లాల కలెక్టరులకు మదరాసు హైకోర్టువారు వెంటనే హుకుముల జారీచేసి లక్ష్మీపతికి సంస్థానమును స్వాధీన మొనర్చునట్లు చేయవలసినదిగా నార్డరీయుట ఐనది. అనుదానిని 5-7-1852 తేది తీర్పు నిచ్చిరి. 2-3-1848 తేది నుండి లక్ష్మీపతి నాయఁ డర్జీలను బెక్కింటిని బెట్టి విసుగెత్తి తిరిగి ప్రీవీ కౌన్సిలులోఁ బిటీషను బెట్టెను. కాని వీనివల్ల ఫలితము లభింపనందున నాయఁడు నిస్పృహతో మరణించెను.

www.ingramcontent.com/pod-product-compliance
Lightning Source LLC
LaVergne TN
LVHW021425240825
819400LV00048B/821
* 9 7 8 1 0 2 1 2 6 2 5 8 5 *